ஊ[illegible]

ஊழல
நிமித்தமும்

ஊழலற்ற தூய்மையான
உலகை உருவாக்குவோம்!

ம. மகாதேவன்

notionpress
.com

INDIA · SINGAPORE · MALAYSIA

Notion Press Media Pvt Ltd

No. 50, Chettiyar Agaram Main Road,
Vanagaram, Chennai, Tamil Nadu – 600 095

First Published by Notion Press 2022

ISBN 979-8-88530-341-5

பொருளடக்கம்

ஆசிரியர் குறிப்பு	*5*
வாழ்த்து மடல்	*6*
முன்னுரை	*9*
முகப்பு	*15*
1. ஊழல் என்றால் என்ன?	17
2. ஊழல் கருத்துக் குறியீடு – ஓர் பார்வை	24
3. ஊழல் கவிதைகள் – ஓர் தொகுப்பு	35
4. இந்தியாவில் ஊழலுக்கான காரணங்கள்	59
5. இந்தியப் பொருளாதார நெருக்கடி	81
6. உலகப் பொருளாதார நெருக்கடி ஏற்பட்டதன் பின்னணி	104
7. இந்தியா என்றால் ஊழலா?	109
8. கலப்பட ஊழல்கள்	118
9. ஊழலுக்கு எதிரான சர்வதேச தினம் – ஓர் பார்வை	138
10. ஊழலை ஒழிப்பது எப்படி?	148
11. ஊழலை ஒழிப்பது அவசியம்	159
12. ஊழலுக்கு எதிரான அரசு அமைப்புகள்	168
13. ஊழலை ஒழிக்க அவசிய நடவடிக்கைகள்	181
14. ஊழலையும் இலஞ்சத்தையும் ஒழிக்க ஆலோசனைகள்	192
15. இந்தியாவில் ஊழலுக்கு எதிரான சட்டங்கள்	204
16. இலஞ்ச ஒழிப்பு மற்றும் ஊழல் தடுப்புத்துறை	238
17. ஊழலற்ற பாரதத்தை உருவாக்க இளைஞர்களின் பங்கு	257

ஆசிரியர் குறிப்பு

"ஊழலும் ஊழல் நிமித்தமும்" - ஊழலுக்கு எதிராக படைக்கப்பட்ட என்னுடைய முதல் படைப்பாகும். ம. மகாதேவன் எனும் நான் சென்னை கொருக்குப்பேட்டையில் வசித்து வரும் மு. மனோகரன் மற்றும் ம. புவனேஸ்வரி தம்பதியருக்கு மூத்த மகனாக 30.08.1991-இல் பிறந்து வளர்ந்து; 2012-ஆம் ஆண்டு சென்னை வியாசர்பாடியில் அமைந்துள்ள "டாக்டர் அம்பேத்கர் அரசினர் அறிவியல் மற்றும் கலைக் கல்லூரியில்" – "வணிகவியல் இளங்கலை" பட்டத்தினையும்; 2021-ஆம் ஆண்டு "சென்னைப் பல்கலைக்கழகம்" தொலைதூரக் கல்வியில் "வணிகவியல் முதுகலைப் பட்டத்தினையும்" முடித்துள்ளேன். இந்திய நாட்டின் மீது கொண்ட தீராத பற்றினாலும், துணைவியார் ம. ரஞ்சிதாமகாதேவன் அவர்களின் உதவியுடன் இந்நூல் ("ஊழலும் ஊழல் நிமித்தமும்") எழுதப்பட்டது. நம் நாடு ஊழலில் இருந்து விடுபட்டு; 'அப்துல்கலாம் - ஐயா' அவர்களின் கனவு மெய்ப்பட இந்தியா வல்லரசு நாடாக மாறுவதற்கும்; ஊழலற்ற நாடுகளின் பட்டியலில் இந்தியா முன்னேறி, பொருளாதாரத்தில் மற்ற நாடுகளைக் காட்டிலும் எவ்வாறு முன்னேற வேண்டும்? என்ற நல்லெண்ணத்தோடும் சமூக அக்கறையோடும், நல்லுணர்வோடும், இயற்றப்பட்ட ஒரு படைப்பாகும்.

வாழ்த்து மடல்

மறைந்த முன்னாள் குடியரசுத்தலைவர் – ஐயா அப்துல்கலாம் அவர்களுக்கு இந்த வாழ்த்து மடல் சமர்ப்பணம்:

இலஞ்சம் தவிர்த்து
நெஞ்சம் நிமிர்ந்தவர்கள் நீங்கள்!
நிமிர்ந்தது நீங்கள் மட்டுமல்ல
உங்கள் குடும்பத்தின் மரியாதையும் கூட.
நினைத்திருந்தால் ஆகியிருக்கலாம்
குறுக்கு வழியில் கோடீஸ்வரனாக....
அப்படி ஆகியிருந்தால்
ஏழைகளின் இரத்தம் உறிஞ்சிய
பாவம் உங்கள் மீது படிந்திருக்கும்.

உங்கள் வழி நேர்வழி - அதில்
நெடுந்தூரம் நடக்க நேர்ந்திருக்கலாம்.
பிறர்போல் செந்தூரம் கடக்காமலிருந்திருக்கலாம்
பயணம் முழுக்க வலிகள் வந்திருக்கலாம்
ஆனால்,
பழிகள் சுமத்தப்படாத வழி உங்களது.
பிழைக்கத் தெரியாதவர் என்ற
பட்டம் கிடைத்திருக்கலாம்
ஆனால்,
நிலைத்து நிற்கப்போவது
நீங்கள் பெற்ற பேரும் புகழும் தான்
நீங்கள் எங்களுக்கு
உற்றார் இல்லை, உறவினர் இல்லை
ஏன் - உதவியவர் கூட இல்லை
ஆனாலும்
உங்களை வாழ்த்துவதற்காகவும்
அதனை விட வணங்கிச் செல்வதற்காகவும்
நான் மிகவும் கடமைப்பட்டுள்ளேன்.
உங்கள் நிழற்படங்களை
எத்தனையோ இடங்களில்
எத்தனையோ விதங்களில்
பார்த்திருக்கக்கூடும் நீங்கள்.
நீங்கள் பார்க்கவே முடியாத படம்
நிறையவே இருக்கப்போகிறது.
என்றும் என்றென்றும்

எங்கள் நெஞ்சங்களில்.

இனி நீங்கள்

யாரோ அல்ல;

எங்கள் எல்லோருக்குமான ஆசான்.

நீங்கள் நடந்த தடங்கள்

இனி எங்களுக்கான பாடங்கள்.

வாழ்த்துகிறோம்!! வணங்குகிறோம்!!

முன்னுரை

நமது நாட்டில் ஊழலைப் பற்றிப் பலரும் பேசுகிறார்கள்; எழுதுகிறார்கள். அவர்கள் பொதுவாக ஊழல் என்றால் கையூட்டு வாங்குவது என்று எண்ணியும், பேசியும் வருகின்றனர். ஊழல் என்பது கையூட்டுப் பெறுவது மட்டுமல்ல. செய்ய வேண்டியதைச் செய்யாததும், காலம் தாழ்த்துவதும் இவை போன்று விதிகளுக்கு அப்பாற்பட்ட செயல்கள் யாவும் ஊழல்தான். ஊழல் என்றால் ஊழ் அல்லாதது என்று பொருள். ஊழ் என்பது சட்டம் விதி ஆகும். சட்டத்திற்குப் புறம்பானவை எல்லாம் ஊழல்தான். ஒரு சமுதாயத்தில் ஊழல் மலிந்துள்ளது என்றால் அச்சமுதாயம் சீரழிந்துள்ளது என்பதே பொருள். சீரழிந்த நிலையின் வெளிப்பாடே கையூட்டு. ஊழலின் ஊற்றுக்கண் அவரவர் தம் தம் கடமையைச் செய்யாமையே. கடமையைச் சரிவரச் செய்யாததால் சட்டப்படி செய்யப்படுவதைச் செய்யத் தூண்டுவதற்குக் கையூட்டு கொடுக்கப்படும். ஓர் அரசு அலுவலர் தாம் செய்ய வேண்டிய கடமையைச் சரிவரச் செய்யாதபோது அதனால் பாதிக்கப்படும் நபர் அவ்வரசு அலுவலர் தாம் செய்ய வேண்டிய கடமையைச் செய்யக் கையூட்டுத் தர முன்வருகின்றார். நாளடைவில் அக்கையூட்டு வழங்கினால்தான் காரியம் நடக்கும் என்ற நிலை வருகின்றது. அந்த நிலையில்தான் மக்கள் எங்கும் இலஞ்சம் எதிலும் இலஞ்சம் என்று கூறத் தொடங்குகின்றனர்.

அரசு என்ற ஒன்று ஏற்படுத்தப்பட்டு அதற்கென்று சில அதிகாரங்கள் அளிக்கப்பட்டதுமே ஊழல் உதயமாகி விடும். எங்கு அதிகாரம் குவிக்கப்படுகிறதோ அங்கு ஊழல் தலைதூக்கும் என்பதில் ஐயமில்லை. தமிழ் இலக்கியத்தில் முதன் முதலாக ஊழல் பற்றிய குறிப்பு சிலப்பதிகாரத்தில் காணப்படுகிறது. சிலப்பதிகாரத்தின் பொருளைத் தொகுத்து உரைக்கும் அதன் ஆசிரியர் பின்வருமாறு சொல்லுகிறார்.

“அரசியல் பிழைத்தோர்க்கு அறம் கூற்று ஆவதூஉம்
உரைசால் பத்தினிக்கு உயர்ந்தோர் ஏத்தலும்
சூழ்வினைச் சிலம்பு காரணமாகச்
சிலப்பதிகாரம் என்னும் பெயரால்
நாட்டுதும்....”

அதாவது, இளங்கோவடிகள் “அரசாட்சியில் சிறிது பிழை செய்தாலும், அரசு பதவியில் இருப்போர்க்கு அறமே எமனாகும் என்பதையும், புகழ்பெற்ற பத்தினியைச் சாதாரண மனிதரே அன்றி முனிவரும் தேவரும் போற்றுவர் என்பதையும், முன் செய்வினை முதிர்ந்து வந்து பயனைத் தரும் என்பதையும், சிற்பக் கலை மிக்க சிலம்பு காரணமாக உருவான சிலப்பதிகாரம் என்ற பெயரால் ஒரு காப்பியத்தை இயற்றிய யாம் இம்மூன்று உண்மைகளை நிலை நாட்டுவோம்” என்கிறார்.

சிலப்பதிகாரத்தின் இரண்டாம் காண்டமான மதுரைக் காண்டத்தில் ஊழல் செய்த அரசனைக் கண்ணகி எவ்வாறு எதிர்க்கிறாள் என்பதைக் காண்போம்: கோவலன் கொல்லப்பட்ட செய்தி ஊரில் பரவியது. அதை அறிந்த ஒரு பெண் அச்செய்தியைக் கண்ணகியிடம் சொன்னாள். தனது கணவனைக் கள்வன் என்று கூறிக் கொலை

செய்தனர் என்பதை அறிந்து அழுது துடித்தாள் கண்ணகி. தனது மற்றொரு சிலம்பைக் கையில் எடுத்துக் கொண்டு பாண்டியனைக் காண அரண்மனையை நோக்கிச் சென்றாள். அரசன் ஆராயாது, தனது கணவனைக் கொன்ற கொடுமையை அஞ்சாது எடுத்துரைத்தாள்.

"சூழ்கழல் மன்னா நின்நகர்ப் புகுந்து ஈங்கு
என்காற் சிலப்பு பகர்தல் வேண்டி நின்பாற்
கொலைக்களப் பட்ட கோவலன் மனைவி
கண்ணகி என்பது என் பெயரே"

(வழக்குரை காதை: 60-63)

என்றாள் கண்ணகி, அதற்குப் பாண்டியன்

"பெண் அணங்கே,
கள்வனைக் கோறல் கடுகோல் அன்று
வெள்வேல் கொற்றம் காண்...

(வழக்குரை காதை: 63-65)

என்றான்.

பிறகு கண்ணகி "தன் கால் பொற்சிலம்பு மாணிக்கப் பரல்களைக் கொண்டது" என்று சொல்லி அதை நிரூபிக்கிறாள். தனது சிலம்பு முத்துப்பரல்களை உடையது என்பதால், கோவலனிடம் இருந்து பெற்ற சிலம்பு மாணிக்கப் பரல்களை உடையது என்பதைக் கண்ட வேந்தன் திடுக்கிடுகிறான்.

"தாழ்ந்த குடையன் தளர்ந்த செங்கோலன்
பொன்செய் கொல்லன் தன்சொல் கேட்ட
யானோ அரசன் யானே கள்வன்
மன்பதை காக்கும் தென்புலம் காவல்

என்முதல் பிழைத்தது கெடுக என் ஆயுள்
என மன்னவன் மயங்கி வீழ்ந்தனனே......”

(வழக்குரை காதை: 73-78)

ஊழல் செய்த மன்னனைப் பார்த்து அச்சமின்றி வாதாடித் தன் பக்கம் உள்ள நியாயத்தை எடுத்துரைத்து உண்மையை நிலை நாட்டினாள் கண்ணகி, தனது வாதத்திறமையால் மன்னவன் தன் தவறை உணரச் செய்தாள் கண்ணகி. தன் தவறை உணர்ந்த அரசன் தனக்குத் தானே தண்டனை அளித்துக் கொண்டான்.

கண்ணகி அத்துடன் நிற்கவில்லை, இத்தகைய மன்னனிடம் அரசாட்சியை ஒப்படைத்துள்ள மக்களும் அவ்வூழலுக்குத் துணை போனவர்கள் என்று அவ்வூரையே அழிக்க முற்பட்டாள்.

“நான்மாடக் கடல் எனப்படும் மதுரையில் வாழும் மகளிரும், ஆடவரும், தேவரும், மிக்க தவமுடையோரும் கேளுங்கள்! நான் விரும்பிப் போற்றிய குற்றமற்ற எனது கணவனைக் கொலை செய்த மன்னனையும் அவன் ஆட்சி செய்த இந்நகரத்தையும் கண்டு நான் கோபமுற்றதில் தவறு ஏதும் இல்லை” என்று கூறி மதுரையை எரியச் செய்தாள். ஆனால் அதே சமயம் “அந்தணர், அறவோர், பசு, பத்தினிப் பெண்டிர், முதியோர், குழந்தைகள் ஆகியோர் இருப்பிடங்களை விட்டுவிட்டுத் தீவினையாளர் பகுதி மட்டுமே எரியட்டும்” என்று அவள் ஆணையிட்டாள்.

மேலோட்டமாகப் படித்தால் சிலப்பதிகாரக் கதையில் கண்ணகி தன் கணவன் கோவலனுக்கு இழைக்கப்பட்ட அநீதியை எதிர்த்து வாதாடி வென்றாள் என்று தோன்றும். ஆனால் ஆழ்ந்து சிந்திக்கும்போது, கோவலனைப்பற்றி அரசன் ஆராய்ந்திருக்க வேண்டும்;

அதை அவன் செய்யவில்லை; மேலும், கோவலனிடமிருந்து கைப்பற்றப்பட்ட சிலம்பைப் பரிசோதித்திருக்க வேண்டும்; அதையும் செய்யவில்லை; கோவலனுக்கு தன் நிலை விளக்கமளிக்க போதிய வாய்ப்பு அளித்திருக்க வேண்டும்; அதையும் செய்யவில்லை. இவ்வாறு அரசன் தான் செய்ய வேண்டிய கடமைகளிலிருந்து தவறினான் என்பதும், சில வகையான கடமைகளில் சிறிதும் குற்றம் வரக்கூடாது என்பதும் இங்கு நோக்கத் தக்கவை.

வள்ளுவரும்,

"அறனிழுக்கா தல்லவை நீக்கி மறனிழுக்கா மானம் உடைய தரசு" – (குறள் – 384)

- என்றும் (விளக்கம்: ஆட்சி முறைக்கு உரிய அறத்தில் தவறாமல் அறமல்லாதவற்றை நீக்கி, வீரத்தில் குறைபடாத மானத்தை உடையவனே சிறந்த அரசன் ஆவான்.

"தினைத்துணையாங் குற்றம் வரினும் பனைத்துணையாக் கொள்வர் பழி நாணுவார்" – (குறள் – 433)

(விளக்கம்: பழி நாணுகின்ற பெருமக்கள் தினையளவாகிய சிறுகுற்றம் நேர்ந்தாலும் அதை பனையளவாகக் கருதிக் (குற்றம்செய்யாமல்) காத்துக்கொள்வர்.)

- என்றும் திருவள்ளுவர் கூறியுள்ளார்.

ஆட்சியில் இருப்பவர்கள் சிறிய தவறும் செய்யக்கூடாது. அதற்கெதிராக அவர்கள் ஊழல்காரர்களாக இருக்கிறார்கள் என்றால், அவர்களை அப்பதவியில் அமர்த்திய மக்களும் அதற்குப் பொறுப்பு என்பனவற்றைச் சிலப்பதிகாரம் நமக்கு உணர்த்துகிறது. இன்றைய சூழலில் மக்களாட்சி நிலவும் நாட்டில் ஆட்சியில் இருப்போர் ஊழல் செய்தால் அதற்கு மக்களின் பொறுப்பு மன்னராட்சி காலத்தைவிட

அதிகம் என்பதில் யாருக்கும் ஐயமிருக்க முடியாது. தத்தம் கடமையை ஆட்சியில் இருப்போர் செய்யாததாலேயே ஊழல் மலிந்து காணப்படுகிறது என்பதால் மக்கள் கடமையைச் செய்தால்; அவ்வாறு செய்வதையே ஒழுக்கமாகக் கொண்டால்; ஆட்சியில் இருப்போர் கடமை தவறுவதைச் சகிக்கமாட்டார்கள். அத்தகைய நிலை வரவேண்டும் என்பதில் மக்களுக்கு ஒருபோதும் ஐயமிருக்ககூடாது.

முகப்பு

“ஊழலும் ஊழல் நிமித்தமும்” - ஊழலுக்கு எதிராக படைக்கப்பட்ட ஓர் படைப்பாகும். ஊழல் என்பது யாது? அஃது எங்கெல்லாம் நடந்தேறுகிறது; அதனால் மக்களுக்கு ஏற்படும் இடையூறுகள் என்னென்ன? என்பதைத் தெள்ளத் தெளிவாக எம்முடைய படைப்பில் குறிப்பிடப்பட்டுள்ளன. மேலும் ஊழலுக்கான காரணங்கள் பற்றியும்; ஊழலால் நம் பாரதநாடு எவ்வாறு பொருளாதார பிரச்சனைகள் போன்றவற்றை சந்திக்கிறது என்பதைப் பற்றியும்; தெள்ளத் தெளிவாக இந்நூல் விளக்குகிறது. பொருளாதார நெருக்கடியால் ஓர் நாடு எவ்வாறு வீழ்ச்சியுறுகிறது; அதிலிருந்து மீள்வதற்கான வழிமுறைகள் என்ன என்பதைப் பற்றியும்; கலப்பட ஊழல்கள் பற்றியும்; மேலும் ஊழலை நாம் எப்படி ஒழிக்க வேண்டும் என்பதைப் பற்றியும்; இலஞ்சம் மற்றும் ஊழலை ஒழிப்பதற்கான அவசியத்தைப் பற்றியும்; ஊழலுக்கெதிரான அரசு அமைப்புகள் பற்றியும்; ஊழலை ஒழிக்க அவசிய நடவடிக்கைகள் பற்றியும்; விரிவாக எம்முடைய படைப்பில் விவரிக்கப்பட்டுள்ளது. மேலும் இந்தியாவில் ஊழலுக்கெதிராக நடைமுறைப்படுத்தப்பட்டுள்ள சட்டங்கள் பற்றியும்; இலஞ்ச ஒழிப்பு மற்றும் ஊழல் தடுப்புத்துறை பற்றியும்; ஊழலற்ற பாரதத்தை உருவாக்க நாம் என்ன செய்ய வேண்டும் என்பதைப் பற்றியும்; அவற்றை ஒழிக்க இளைஞர்களின் பங்கு என்ன? என்பதைப் பற்றியும்; இப்படைப்பில்

மக்கள் அனைவரும் புரிந்து கொள்ளும் பொருட்டு மிக எளிமையான முறையில் தொகுக்கப்பட்டுள்ளது. இப்படைப்பானது யாரையும் புண்படுத்தும் நோக்கத்துடன் படைக்கப்பட்டதல்ல. ஊழலுக்கு எதிராக நடக்கும் அறப்போராட்டங்கள் பற்றியும்; ஒரு நாடு எவ்வாறு முன்னேற வேண்டும்? ஊழலை நாம் எவ்வாறு தடுக்க வேண்டும்? நாட்டை எவ்வாறு வளர்ச்சிப் பாதையில் செல்ல வைக்க வேண்டும்? என்ற நல்லெண்ணத்தோடும், சமூக அக்கறையோடும், நல்லுணர்வோடும், இயற்றப்பட்ட ஒரு படைப்பாகும்.

"ஊழலும் ஊழல் நிமித்தமும் – விளக்கவுரை"

1. ஊழல் என்றால் என்ன?

"நடுவின்றி நன்பொருள் வெஃகின் குடிபொன்றிக் குற்றமும் ஆங்கே தரும்"

விளக்கம்: நடுவு நிலைமையின்றி பிறரது நல்ல பொருளைக் கவர ஆசை கொண்டால்; அந்த ஆசை அவனது குடியைக் கெடுக்கும், அப்பொழுதே குற்றமும் வந்து சேரும்.

ஊழல் (CORRUPTION) என்பது, வழங்கப்பட்ட அதிகாரத்தையோ, பதவியையோ தவறாகப் பயன்படுத்தி தனிப்பட்ட பயன்களைப் பெற்றுக்கொள்வதைக் குறிக்கும். ஊழல் என்பதில், இலஞ்சம், கையாடல் போன்றவை உள்ளடங்கும்.

ஒரு ஊழியர் தன் கடமையை செய்யவோ அல்லது செய்யாமல் இருக்கவோ, ஒரு குறிப்பிட்ட பணியில் சாதகமாக செய்யவோ அல்லது பாதகமாக செய்யவோ, சட்டப்படியாக ஊதியம் அல்லாத பணத்தையோ அல்லது பொருளையோ பெறுதல், அல்லது பெற ஒப்புக்கொள்ளுதல், ஆகியவை ஊழல் தடுப்புச் சட்டம், 1988 பிரிவு 7-ன் கீழ் ஊழல் எனும் குற்றச்செயலாகும்.

ஊழல் நிறைந்த செயலில் ஒரு அதிகாரியின் தனிப்பட்ட நலனுக்காகவோ அல்லது அதனுடன் தொடர்புடைய நபர்களின் நலன்களுக்காகவோ எப்போதும் ஒரு நன்மை இருக்கிறது.

ஊழலின் தோற்றம், வெளிப்படையாக, மற்றவர்களை விட தனக்கு சற்று சிறந்த அணுகுமுறைக்கு ஒரு பரிசை கொடுக்கும் பழக்கத்தில் உள்ளது. அதே நேரத்தில், பரிசளித்த நபர் தனது உத்தியோகபூர்வ அல்லது தொழில்முறை கடமைகளை மிக விரைவாகவும் திறமையாகவும் நிறைவேற்றுவார் என்று கருதப்படுகிறது.

“இரவிலே வாங்கினோம் சுதந்திரம், இன்னும் விடியவேயில்லை” என்றெழுதினான் ஒரு தமிழ்நாட்டுக் கவிஞன். இந்தியாவின் ஒட்டுமொத்தப் பிரச்சனைகளையும் இரண்டே வரிகளில் கொட்டித்தீர்த்திருக்கிறது அவனுடைய பேனாமுனை. ஊழல் பிரச்சனை நம் நாட்டில் பெரிய பிரச்சனைதான். அதை இல்லாமலாக்க எல்லோருக்கும் விருப்பமிருக்கிறது. ஆனால் வழிதான் தெரியவில்லை. ஊழலை மையமாக வைத்து வெள்ளித்திரையில் ‘இந்தியன்’ படத்தைக் காட்டிப் பார்த்தும் ஊழலை ஒழிக்க முடியவில்லை. ஊழல்கள் மலிந்த சினிமா உலகம் ஊழலுக்கு எதிராக படத்தை எடுத்து பணம் பண்ணிவிடுகிறது. என்ன விசித்திரம்! இன்றைக்கு அண்ணா ஹசாரே! பற்றித்தான் பத்திரிகை முழுவதும் வாசிக்கிறோம். காந்தியைப்போல உடைதரித்து ஊழலுக்கு எதிராக போர்க்கொடி எழுப்பியிருக்கிறார் இந்த

மனிதர். ஊழலை இவர் ஒழிக்கப் போகிறாரா? அல்லது ஊழல் இவரை ஒழிக்கப் போகிறதா? யாருக்குத் தெரியும். எப்படிப் பார்த்தாலும் இன்றைக்கு எல்லாருக்கும் மெல்லுவதற்கு கிடைத்திருக்கும் அவல் ஊழல்தான்.

என்னடா, ஊழல் பற்றிய அக்கறையில்லாதது போல் இப்படி எழுதியிருக்கிறானே என்று நினைக்கிறீர்களா? உண்மையில் ஊழல் மட்டுமல்ல அதைப்போன்ற எத்தனையோ பாவங்களையும் நான் வெறுக்கத்தான் செய்கிறேன். வீட்டிலிருந்து ஆபிஸுக்குக் கூட நிம்மதியாகப் போக முடியாதபடி வழியில் மரித்து காரணமில்லாமல் காசு வசூலிக்கும் போலீஸ்காரரில் இருந்து, காசு கொடுத்து வாங்கிய ரிசர்வேஷன் இரயில் டிக்கெட் இருந்தும் நம் நம்பருள்ள சீட்டை இன்னொருவருக்கு அதிக காசுக்கு விற்றுவிடும் ரெயில்வே ஆபிசர்வரை நம் சொந்த நாட்டிலேயே நம்மை சிறைவைத்திருக்கும் ஊழலை யாரால் வெறுக்காமல் இருக்க முடியும். அதை நான் வெறுக்கவே வெறுக்கிறேன். ஊழலை வெறுப்பதால் மட்டும் ஊழல் இல்லாமல் போய்விடுமா? ஊழலைப் பற்றி பேசினாலோ, எழுதினாலோ, போராட்டம் நடத்தினாலோ அல்லது கடுமையான லோக்பால் சட்டம் கொண்டு வந்தாலோ ஊழல் போய்விடுமா? “அண்ணா ஹசாரேவால்” மட்டும் ஊழலை அழித்துவிட முடியுமா? ஊழல் எங்கிருந்து வந்தது? மனிதனை அதை செய்ய வைப்பது எது? என்றெல்லாம் இன்னும் நாம் கேட்க ஆரம்பிக்காமல் இருப்பதுதான் எனக்கு வருத்தமாக இருக்கிறது. நீங்கள் கேட்டிருக்கிறீர்களா? இல்லை, இன்னும் கேட்கவில்லை. எனக்குத் தெரியும். பொறுமையாக நான் சொல்லப்போவதை வாசியுங்கள்.

ஊழல் உலகத்தில் தானாகத் தோன்றிவிடவில்லை. அது நம்மைப் பிடித்திருக்கும் ஒரு நோய். ஒவ்வொரு

இந்தியனிலும் ஊழல் நோய் ஏதோ ஒரு விதத்தில் இருக்கிறது. ஊழலே செய்யாத இந்தியனை இந்தியா இதுவரைப் பார்த்ததில்லை. லைசென்ஸ் இல்லாமல் வண்டியோட்டுகிற உங்கள் ஊழல் உங்கள் கண்களுக்குத் தெரிவதில்லை. ஆபீஸ் நேரத்தைத் திருடி சொந்த வேலைகளைச் செய்வதும், போலிஸ்காரர் இல்லாத ஒருவழிப் பாதையில் தைரியமாக வண்டியோட்டுவதும், சொந்த மனைவிக்குத் தெரியாமல் தண்ணியடிப்பதும், பணத்தை செலவழிப்பதும், நாள் முழுவதும் பொய் சொல்லுவதும், சொன்ன வார்த்தைகளை மதித்து நிறைவேற்றாமல் இருப்பதும் உங்களுக்கு ஊழலாகத் தெரியவில்லை. என்னடா, இப்படிப் போட்டு உடைக்கிறானே! என்று உணர்ச்சிவசப்படுகிறீர்களா? கொஞ்சம் யோசித்துப் பாருங்கள். ஊழல் எங்கிருந்து வருகிறது?

அதிகாரம் என்பது அடிப்படையில் ஒருவர் சொல்வதைக் கேட்டு மற்றவர் செயல்படுவது. இது தவறானதோ, மோசமானதோ அல்ல. அப்படி ஒருவர் சொல்வதைப் பிறர் கேட்பதன் மூலம்தான் சமூக ஒருங்கிணைப்பும், இயக்கமும் சாத்தியமாகிறது. பிரச்சினை அதிகாரம் ஆதிக்கமாகி பிறரை வற்புறுத்துவது, அடிமையாக்குவது போன்றவற்றில்தான் இருக்கிறது. அதிகாரம் தவறல்ல. ஆதிக்கமே தவறு.

அதிகாரம் உருவாவது மூன்று விதங்களில் நடக்கலாம். பலசாலி பலவீனமானவரை தாக்குவார் என்ற அச்சத்தினால் நடக்கலாம். சாட்டைகளைக் கையில் வைத்துக்கொண்டு அடிமைகளை அடித்து வேலை வாங்குவதை நாம் சரித்திரப் படங்களில் பார்த்திருக்கிறோம். அது போல ஆயுதங்கள் துணை கொண்டு ஒருவர் அதிகாரத்தைச் செலுத்த முடியும். தாதாகிரி என்று இதை இப்போது குறிப்பிடுகிறார்கள். இது பெரும்பாலும் ஆதிக்கமாகவே வெளிப்படும்.

இன்னொரு வழி பணம் கொடுப்பதன் மூலம் ஒருவரைச் செயல்பட வைக்கமுடியும். பொதுவாக ஊதியம் கொடுப்பதன் மூலமே ஒருவரை வேலைக்கு அமர்த்த முடியும். தேவையான பண்டங்களை வாங்கிக்கொள்ள உதவும் பணம் என்ற குறியீடு இதைச் சாதிக்கிறது. அதனால் செல்வந்தர்கள், நிலப்பிரபுக்கள், தொழிலதிபர்கள் போன்றவர்கள் மிகுந்த அதிகாரம் மிக்கவர்களாக இருக்கிறார்கள். பணம் பத்தும் செய்யும் என்பது போன்ற பழமொழிகள் இதை உணர்த்தும். பணத்தால் உருவாகும் உறவு ஆதிக்கமாகவும் இருக்கும் அதிகாரமாகவும் இருக்கும்.

இதைத்தவிர மிகவும் பழையதொரு வழி நன்கு பேசி ஒருவர் மனதை வசப்படுத்தி அவரை நாம் சொல்வதைச் செய்ய வைப்பது. இது படித்தவர்கள், நீதிமான்கள், மதகுருக்கள் கைக்கொள்ளும் வழி. சொல்லின் மூலம் அதிகாரத்தைச் சாத்தியமாக்குவது. மக்களாட்சி அரசியலிலும் இது உதவும். அதிகாரப் பகிர்வுக்கு பரவலுக்கு இணக்கமான வழி.

இந்த மூன்று அதிகாரத்தின் பாதைகளையும் கல்வி, செல்வம், வீரம் என்று குறிப்பிடலாம். ஒரு நவீன புராணக் கற்பனையான சரஸ்வதி சபதம் படத்தில் வரும் "கல்வியா, செல்வமா, வீரமா?" என்ற பாடல் உங்களுக்கு நினைவிருக்கும். இந்த மூன்றில் எது அதிக அதிகாரம் பெற்றது என்பதே படத்தின் முக்கிய கேள்வி. 'படைத்தளபதி' - வீரம், 'அரசி' - செல்வம், 'கவிஞர்' - கல்வி. அவர்களுக்குள் நடக்கும் அதிகாரப் போட்டிதான் கதை.

இதில் முக்கியமான அம்சம் என்னவென்றால் நடைமுறை வாழ்வில் இந்த மூன்று வடிவங்களுக்கிடையே தொடர்ந்த பரிவர்த்தனை மற்றும் உருமாற்றம் இருக்கத்தான் செய்யும். செல்வந்தர் வீட்டில் பிறந்த ஒருவர் எந்தக் கவலையும்

இல்லாமல் கல்வி கற்கலாம் என்பதால் சிறந்த அறிஞர் ஆகலாம். அதே போல ஏழையாய் பிறந்து கற்றலில் சிறந்த நபர் செல்வந்தர் ஆகலாம். அந்த காலத்தில் வீரம் மிகுந்தவர் மராத்திய சிவாஜி போல படை திரட்டி சாம்ராஜ்யத்தை உருவாக்கலாம்.

ஊழல் என்றால் என்ன?

ஊழ் என்பதற்கு முறை, விதி, பழவினை என்று பலபொருளுண்டு. ஊழ்+அல் = ஊழல். ஊழ்(முறை) அல்லாதவைகளே ஊழல் ஆகும். அதாவது, முறை தவறிய, விதி மீறிய செயல்களே ஊழல் எனக் கூறலாம்.

இலஞ்சம் = ஒரு காரியம் ஆகவேண்டும் என்பதற்காக உயர் அதிகாரியிடமோ வேறு மனிதர்களிடமோ முறைகேடாகப் பணம் அல்லது பொருள் அளிப்பதே இலஞ்சம் என்று இதுநாள் வரை சொல்லப்பட்டு வருகின்றது.

லாவண்யம் = என்றால் அழகு. இங்கே லஞ்சத்தோடு லாவண்யத்தைச் சேர்த்திருப்பது அதை பகடி செய்யவே; வஞ்சப் புகழ்ச்சி (புகழ்வதுபோல் இகழ்வது) என்று வைத்துக்கொள்ளுங்களேன்.

கையூட்டு என்றால் என்ன?

கையூட்டு = கை+ஊட்டு - கையிலே ஊட்டுவது என்றால் அது பெரும்பாலும் பணமாகவோ அல்லது பொருளாகவோதானே இருக்கமுடியும்! எனவே இலஞ்சத்திற்கான மாற்றுச் சொல்லாகக் கையூட்டைக் கருதலாம்.

“சாம பேத தான தண்டம் என்ற நால்வகைக் குடிமைசார் நடைமுறைகளில் தானம் என்பது இலஞ்சமா?

“சாம தான பேத தண்டோபாயம்” என்று எதிரியைப் பணியவைக்க நான்கு விதமான உபாயங்கள்/வழிகள் (சாணக்கியரால்) சொல்லப்பட்டுள்ளன.

சாமம் – சமாதான வழியில், அன்பான வார்த்தைகளால் எதிரியைப் பணிய வைத்தல்.

தானம் – சாமம் பயன்படவில்லையானால் தானமாக (இலஞ்சம் தான்... சற்றே நாகரிகமாகத் தானம் என்கின்றனர்.) அவர் விரும்பும் பொருளைக் கொடுத்து வசப்படுத்துவது.

பேதம் – அந்த நபரை தம் கூட்டத்திலிருந்து பேதப்படுத்தி, ஒதுக்கிவைத்துப் பணியவைத்தல். (சினிமாவில் வரும் நாட்டா(ண்)மைகள் பெரும்பாலும் இதைச் செய்வதைப் பார்த்திருக்கலாம். இதுவரைக் கையாளப்பட்டு வந்த அன்பான அணுகுமுறைகள் மாற்றம் பெற்று அடக்குமுறை ஆரம்பமாவது பேதத்திலேயே தெரியவருகிறது.

தண்டம் – தண்டித்தல். (தடி, உருட்டுக்கட்டை எது வசதியோ அதைப் பயன்படுத்தலாம்).

2. ஊழல் கருத்துக் குறியீடு - ஓர் பார்வை

ஊழல்கருத்துக்குறியீடுஎன்பதுஜெர்மன்நாட்டில்பெர்லினில் இயங்கி வரும் "டிரான்ஸ்பரன்சி இன்டர்நேஷனல்" என்னும் அமைப்பால் உலக நாடுகளின் ஊழல் நிலையின் மதிப்பீடு ஆகும். ஊழல் என்பது தனிப்பட்ட இலாபத்துக்காக அதிகாரத்தை தவறாகப் பயன்படுத்துவது என்று இந்த அமைப்பு வரையறை செய்கிறது. 2003-இல் இருந்து இந்த அறிக்கை வெளியிடப்படுகிறது. பொதுவாக வளர்ச்சி கூடிய நாடுகளான வட அமெரிக்கா, ஐரோப்பா, ஆஸ்திரேலியா, ஜப்பான் - ஊழல் குறைவாகவும், வளர்ச்சி குன்றிய நாடுகளான ஆப்பிரிக்கா, ஆசியா, தென் அமெரிக்கா - ஊழல் அதிகமாக இருப்பதையும் குறிப்பிடுகிறது.

இந்தியா எந்தத் துறையில் முதலிடத்துக்குச் செல்கிறதோ இல்லையோ, ஊழலில் முதலிடத்தில் உள்ளது. அதற்கான ஆதாரத்தை "டிரான்ஸ்பரன்சி இன்டர்நேஷனல்" என்னும் நிறுவனம் வெளியிட்டுள்ளது.

"கவர்ல அமௌன்ட் வச்சுக் கொடுக்குறதுக்குதான் கவர்மென்டுன்னு சொன்னாங்க" என்று 'இந்தியன்' படத்தில் கவுண்டமணி நகைச்சுவைக்காக சொல்வார். ஆனால், தற்போது அதை சற்று உரக்கச் சொல்லி இருப்பதுடன், இந்தியாவில் அதுவே நடைமுறையாக உள்ளது என 'டிரான்ஸ்பரன்சி இன்டர்நேஷனல்" என்னும் நிறுவனம்

தெரிவித்துள்ளது. 'குளோபல் கரப்ஷன் பாராமீட்டர்' என்று அந்த நிறுவனம் வெளியிட்டுள்ள அறிக்கையில், தெற்காசிய நாடுகளில் வசிக்கும் மக்களிடம் நடத்தப்பட்ட கருத்துக்கணிப்பு முடிவுகள் வெளியாகி கடும் அதிர்ச்சியை ஏற்படுத்தியுள்ளன.

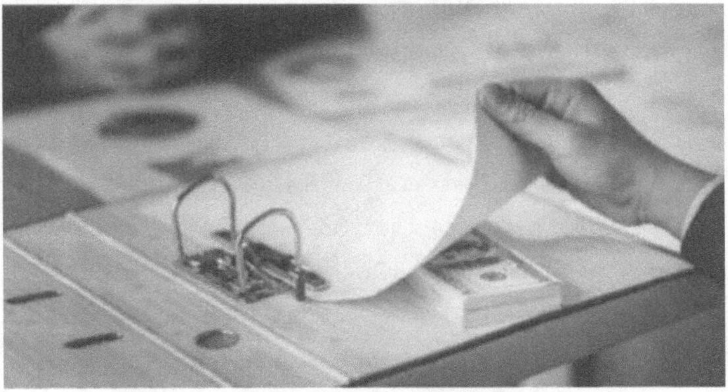

எந்த ஒரு நாடும் முழு அளவிலான மதிப்பெண்ணைப் பெறாமல் இருக்கக் காரணம், அந்த நாட்டில் ஊழலும், முறைகேடுகளும் நடைபெறவில்லை என்றாலும் வெளிநாடுகளில் தொழில் செய்யும் அந்த நாட்டைச் சேர்ந்த நிறுவனங்கள் முறைகேடுகளில் ஈடுபடுவது தெரியவந்துள்ளது. அரசு எந்திரங்கள் அனைத்துமே ஊழலில் திளைத்திருப்பதாகத் தகவல்கள் தெரிவிக்கின்றன.

ஊழல் நிறைந்த நாடுகளின் பட்டியல் வெளியீடு: இந்தியாவின் இடம் என்ன?

2020-ஆம் ஆண்டில் ஊழல் குறைவாக உள்ள நாடுகளின் பட்டியலில் இந்தியா 86வது இடத்தில் உள்ளது. சர்வதேச கண்காணிப்பு அமைப்பான டிரான்ஸ்பரன்சி இன்டர்நேஷனல், ஊழல் உணர்வுக் குறியீடு-2020

(சிபிஐ) எனும் 2020-ஆம் ஆண்டில் ஊழல் குறைவான நாடுகளின் பட்டியலை வெளியிட்டது. 180 நாடுகளிடையே நடத்தப்பட்ட ஆய்வில், இந்தியா கடந்த 2019-ஆம் ஆண்டை விட 2020-இல் ஆறு இடங்கள் பின்தங்கி 86வது இடத்திற்கு சென்றுள்ளது. பொதுத்துறையில் நிலவும் ஊழலின் அளவைக் கொண்டு 0 முதல் 100 வரையிலான மதிப்பெண்களுடன் ஊழலை வகைப்படுத்தியுள்ளன. அதாவது, அதிக மதிப்பெண் உள்ள நாடுகள் ஊழல் குறைந்ததாகவும், குறைவான மதிப்பெண்கள் கொண்ட நாடு ஊழல் அதிகமானதாகவும் வகைப்படுத்தப்பட்டுள்ளன. இந்த பட்டியலில், 40% மதிப்பெண்களுடன் இந்தியா 86-வது இடத்தில் உள்ளது. கடந்த 2019-இல் 41% மதிப்பெண்களுடன் 80-வது இடத்தில் இருந்தது குறிப்பிடத்தக்கது. இந்த ஊழல் உணர்வுக் குறியீடானது, எந்த நாட்டிலும் உண்மையான ஊழல் அளவை பிரதிபலிக்கவில்லை என்று நிபுணர்கள் கருதுவதாகவும் "டிரான்ஸ்பரன்சி இன்டர்நேஷனல்" விளக்கமளித்துள்ளது. 88% மதிப்பெண்களுடன் நியூசிலாந்து மற்றும் டென்மார்க் நாடுகள் ஊழல் குறைந்த நாடுகள் பட்டியலில் முதலிடத்தில் உள்ளன. சோமாலியா மற்றும் தெற்கு சூடான் ஆகிய இரண்டு நாடுகளும் வெறும் 12% மதிப்பெண்களுடன் பட்டியலில் 179-வது இடத்தைப் பிடித்துள்ளன.

"ஊழலில் எந்த நாடு முதலிடத்தில் இருக்கிறது?", "எங்கெல்லாம் இலஞ்சம் தலை விரித்தாடுகிறது?", "இலஞ்சம் மற்றும் ஊழல் குறித்த இந்திய மக்களின் பார்வை எப்படி இருக்கிறது?", "எந்தப் பதவியில் உள்ளவர்கள் எந்த மாதிரியான ஊழல்களைச் செய்வதாகக் கருதுகிறீர்கள்?" என்பன உள்ளிட்ட பல்வேறு கேள்விகள் கேட்கப்பட்டன. மக்கள் அளித்த பதில்களின் அடிப்படையில் வெளியாகியுள்ள தகவல்கள் அறிக்கையாக வெளியாகியுள்ளது. அந்த

அறிக்கை சொல்லும் செய்தி, இந்திய மக்களை கடும் அதிர்ச்சிக்கு உள்ளாக்கி உள்ளது.

SCORE	COUNTRY/TERRITORY	RANK
87	Denmark	1
87	New Zealand	1
86	Finland	3
85	Singapore	4
85	Sweden	4
85	Switzerland	4
84	Norway	7
82	Netherlands	8
80	Germany	9
80	Luxembourg	9
78	Iceland	11
77	Australia	12
77	Austria	12
77	Canada	12
77	United Kingdom	12
76	Hong Kong	16
75	Belgium	17
74	Estonia	18
74	Ireland	18
73	Japan	20
71	United Arab Emirates	21
71	Uruguay	21
69	France	23
69	United States of America	23
68	Bhutan	25
67	Chile	26
66	Seychelles	27
65	Taiwan	28
64	Bahamas	29
62	Barbados	30
62	Portugal	30
62	Qatar	30
62	Spain	30
61	Botswana	34
60	Brunei Darussalam	35
60	Israel	35
60	Lithuania	35
60	Slovenia	35
59	Korea, South	39
59	Saint Vincent and the Grenadines	39
58	Cabo Verde	41
58	Cyprus	41
58	Poland	41
56	Costa Rica	44
56	Czech Republic	44
56	Georgia	44
56	Latvia	44
55	Dominica	48
55	Saint Lucia	48
54	Malta	50
53	Grenada	51
53	Italy	51
53	Malaysia	51
53	Rwanda	51
53	Saudi Arabia	51
52	Mauritius	56
52	Namibia	56
52	Oman	56
50	Slovakia	59
48	Cuba	60
48	Greece	60
48	Jordan	60
47	Croatia	63
46	Sao Tome and Principe	64
46	Vanuatu	64
45	Argentina	66
45	Belarus	66
45	Montenegro	66
45	Senegal	66
44	Hungary	70
44	Romania	70
44	South Africa	70
44	Suriname	70
43	Bulgaria	74
43	Jamaica	74
43	Tunisia	74
42	Armenia	77
42	Bahrain	77
42	Solomon Islands	77
41	Benin	80
41	China	80
41	Ghana	80
41	India	80
41	Morocco	80
40	Burkina Faso	85
40	Guyana	85
40	Indonesia	85
40	Kuwait	85
40	Lesotho	85
40	Trinidad and Tobago	85

கருத்துக் கணிப்பில் இந்தியா தொடர்பான விவரங்களைப் பார்ப்போம்:

இந்தியாவில் ஊழல் அதிகரித்து விட்டதாக 41 சதவிகித மக்கள் கருத்து தெரிவித்துள்ளனர். இதில் சீனா 71 சதவிகிதத்துடன் முதலிடத்தில் உள்ளது. இந்தியாவில் ஊழலுக்கு எதிராக அரசு எடுக்கும் நடவடிக்கைகள் நன்றாக இருக்கிறது என 53 சதவிகித மக்கள் குறிப்பிட்டுள்ளனர்.

இந்தியாவைப் பொறுத்தவரை ஊழலில் 69 சதவிகிதத்துடன் முதலிடத்தில் உள்ளது. 65 சதவிகிதத்துடன் வியட்நாம் இரண்டாம் இடத்திலும், 40 சதவிகிதத்துடன் தாய்லாந்து மூன்றாமிடத்திலும் உள்ளன. ஊழல் மிகவும் குறைந்த நாடாக, ஏறக்குறைய இல்லாத நிலை, 0.2 சதவிகிதத்துடன் ஜப்பான் திகழ்கிறது. அதனால்தான் பொருளாதாரத்தில் ஜப்பான் முன்னேறி உள்ளது. ஹாங்காங்,

தென் கொரியா, ஆஸ்திரேலியா, தைவான் ஆகிய நாடுகளில் எல்லாம் ஊழல் குறைந்த சதவிகிதத்திலேயே உள்ளது.

இந்தியாவைப் பொறுத்தவரை அடையாள அட்டைகள் வழங்குவதற்கும், அரசு மருத்துவமனைகளிலும்தான் அதிகபட்சமாக 59 சதவிகிதம் அளவுக்கு மக்களிடம் இருந்து இலஞ்சம் பெறுவதாகத் தெரிய வந்துள்ளது. அடிப்படைத் தேவைகளுக்கு இலஞ்சம் பெறுவது 53 சதவிகிதமும், காவல்துறையினர் இலஞ்சம் பெறுகிறார்கள் என்று 55 சதவிகிதம் பேரும் தெரிவித்துள்ளனர். இதில் வேடிக்கையான விந்தை என்னவென்றால், நீதி கிடைக்கும் என்று மக்கள் நாடிச் செல்லும் இந்திய நீதிமன்றங்களில்கூட இலஞ்சம் வழங்க வேண்டியுள்ளதாக 45 சதவிகிதம் பேர் தெரிவித்துள்ளனர். அரசுப் பள்ளிகளில் இலஞ்சம் பெறப்படுவதாக 58 சதவிகிதம் பேர் தெரிவித்துள்ளனர்.

இந்தியக் குடியரசுத் தலைவர், பிரதமர் போன்ற பதவிகளில் இருப்போரில் சிலர் மட்டும் ஊழல் செய்வதாக 36 சதவிகிதம் பேர் சொல்லி இருக்கிறார்கள். எம். பி, எம்.எல்.ஏக்களில் 43 சதவிகிதத்தினரும், அரசு அதிகாரிகளில் 40 சதவிகிதத்தினரும், உள்ளாட்சிப் பதவிகளில் 38 சதவிகிதத்தினரும் ஊழல் செய்வதாக தெரிவித்துள்ளனர். 50 சதவிகிதத்திற்கும் அதிகமான மக்கள் நேரடியாகவோ, மறைமுகமாகவோ இலஞ்சம் அல்லது நன்கொடை கொடுத்தே தங்களின் வேலைகளை முடித்துள்ளனர் என்று தெரிய வந்துள்ளது. பத்திரப்பதிவு துறையில் 44 சதவிகிதம், காவல் துறையில் 17 சதவிகிதம், உள்ளாட்சி அமைப்புகளில் 15 சதவிகிதம் மற்றும் மின்வாரியம், போக்குவரத்து, வருவாய்த் துறை போன்ற துறைகளில் 40 சதவிகிதம் அளவுக்கு இலஞ்சம் புழக்கத்தில் உள்ளது என அந்த ஆய்வு தெரிவிக்கிறது.

இதில் வேடிக்கையான விஷயம் என்னவெனில், பெரும் செல்வந்தர்களாக இருப்போரில் 41 சதவிகிதத்தினர் ஊழலில் ஈடுபடுவதாக வெளியாகியுள்ள தகவல் பேரதிர்ச்சியாக உள்ளது.

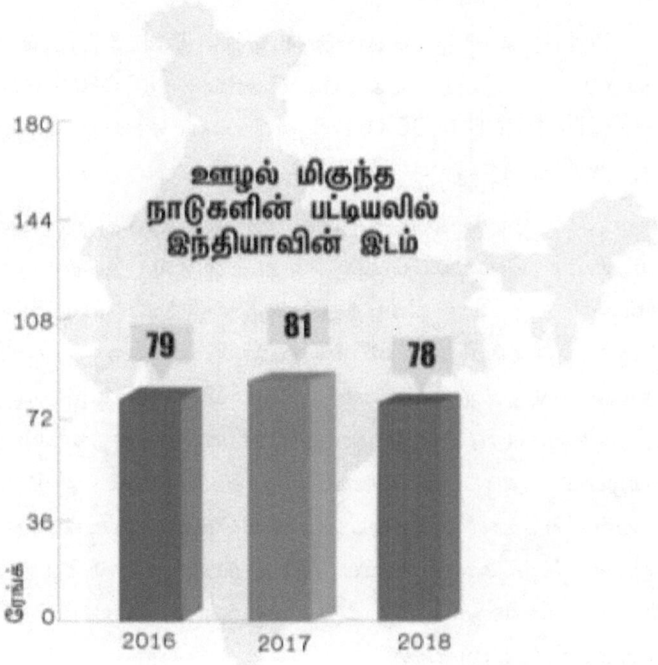

இந்தியாவில் ஊழல் ஒரு பெரும் பிரச்சினை. அது இந்தியாவின் பொருளாதாரத்தை மோசமாக பாதிக்கின்றது. இந்தியாவில் "டிரான்ஸ்பரன்சி இன்டர்நேஷனல்" ('TRANSPARENCY INTERNATIONAL') நடத்திய 2005-ஆம் ஆண்டின் ஆய்வின் படி 62 சதவிகிதத்திற்க்கும் மேற்பட்ட இந்தியர்களுக்கு இலஞ்சம் கொடுப்பது, அல்லது செல்வாக்கு பயன்படுத்தி பொது அலுவலகங்களில் வெற்றிகரமாக வேலைகளை முடித்துக் கொள்வதில் முதல் கை அனுபவம்

இருந்ததாக தெரியவந்துள்ளது. அதன் 2008 ஆய்வில், 40% இந்தியர்கள் இலஞ்சம் கொடுப்பது அல்லது ஒரு தொடர்பை பயன்படுத்தி பொது அலுவலகத்தில் வேலையை செய்து முடிப்பதில் முதல் கை அனுபவம் பெற்றுள்ளனர், என குறிப்பிடப்பட்டுள்ளது.

2011-இல் இந்தியா டிரான்ஸ்பரன்சி இன்டர்நேஷனலின் ஊழல் மலிவுச் சுட்டெண்ணில் (CORRUPTION PERCEPTIONS INDEX) 178 நாடுகளுள் 95 வது இடத்தில் இந்தியா இருந்தது.

2018-இல் உலக அளவில் ஊழல் மிகுந்த நாடுகளின் பட்டியல் வெளியிடப்பட்டுள்ளது. இதில் இந்தியாவுக்கு 78-வது இடம் கிடைத்துள்ளது. இந்தப் பட்டியலை "டிரான்ஸ்பரன்சி இன்டர்நேஷனல்" என்ற சர்வதேச தன்னார்வ நிறுவனம் வெளியிட்டுள்ளது. அரசு அலுவலகங்கள், பொது வணிக நிறுவனங்களில் நடைபெறும் ஊழலை அடிப்படையாகக் கொண்டு 180 நாடுகளை கணக்கில் கொண்டு இந்தப் பட்டியல் வெளியிடப்பட்டுள்ளது. ஆய்வு மேற்கொள்ளப்பட்ட 180 நாடுகளில் 3-ல் 2 நாடுகள் 50 புள்ளிகளுக்கும் கீழாக பெற்றுள்ளன. சராசரியாக 43 புள்ளிகள் பெற்றுள்ளன.

மொத்தம் ஆய்வுக்கு எடுத்துக்கொள்ளப்பட்ட 180 நாடுகளில், 20 நாடுகள் ஊழலுக்கு எதிராகத் தொடர்ந்து முன்னேறிக் கொண்டிருப்பதாகவும், அதே நேரத்தில் 16 நாடுகள் ஊழல்களில் தொடர்ந்து திளைத்துக்கொண்டிருப்பதாகவும் அந்த அமைப்பு தெரிவித்துள்ளது.

வெளிப்படையான அரசு நிர்வாகம் இருந்தால் மட்டுமே, ஊழலற்ற ஒரு நாட்டைக் கட்டமைக்க முடியும். அரசியல்வாதிகள், ஆட்சியாளர்கள் மற்றும் அரசு அதிகாரிகளால் மட்டுமே சாத்தியம் என்பதுடன் குடிமக்கள் அனைவருக்கும் அதுபோன்ற ஊழலற்ற சமுதாயத்தை உருவாக்குவதில் பெரும் பங்குண்டு என்பதை மறுப்பதற்கில்லை.

ஊழல் அதிகம் உள்ள நாடுகளின் பட்டியலில் சோமாலியா, தெற்கு சூடான், சிரியா ஆகிய நாடுகள் முதல் மூன்று இடங்களைப் பிடித்துள்ளன. இந்தப் பட்டியலில் கடந்த ஆண்டு 81-வது இடத்திலிருந்த இந்தியா மூன்று இடங்கள் முன்னேறி 78-வது இடத்தைப் பிடித்துள்ளது. சீனா கடந்த ஆண்டைவிட 10 இடங்கள் பின்தங்கி 87-வது இடம் பிடித்துள்ளது. பாகிஸ்தான் 117-வது இடத்திலும், இலங்கை 89-வது இடத்திலும், வங்கதேசம் 149-வது இடத்திலும், நேபாளம் 124-வது இடத்திலும உள்ளன. வியட்நாமுக்கு இதில் 117-வது இடம் கிடைத்துள்ளது. கடும் கட்டுப்பாடுகள் நிறைந்த நாடான வடகொரியாவுக்கு இதில் 176-வது இடமும், ரஷ்யாவுக்கு 138வது இடமும் கிடைத்துள்ளது.

ஊழல் குறைந்த நாடுகள் பட்டியல்:

ஊழல் மிகக் குறைந்த நாடுகளின் பட்டியலில் டென்மார்க் மற்றும் நியூசிலாந்து ஆகிய நாடுகள் முதல் இரண்டு இடங்களைப் பிடித்துள்ளன. இந்தப் பட்டியலில் கடந்த ஆண்டு முதல் இருபது இடங்களுக்குள் இருந்த அமெரிக்கா 22-வது இடத்துக்குத் தள்ளப்பட்டுள்ளது. இதில் ஜப்பான் 18-வது இடமும், ஆஸ்திரேலியா 12-வது இடமும் பிடித்துள்ளன.

இதுகுறித்து “டிரான்ஸ்பரன்சி இன்டர்நேஷனல்” தலைமை அதிகாரி ஒருவர் கூறும்போது, ஜனநாயகத்தின் அஸ்திவாரத்தை ஊழல் பலவீனமாக்குகின்றது. இதனை ஜனநாயகமற்ற ஊழல் நிறைந்த அரசியல்வாதிகள் பயன்படுத்தி வருவதை நாங்கள் பல நாடுகளில் கண்டு வருகிறோம் என்றார்.

வரி மற்றும் இலஞ்சம் மாநில எல்லைகளுக்கு இடையே வழக்கமானது; லாரி உரிமையாளர்கள் ஆண்டுதோறும் 22,200 கோடி (4.5 பில்லியன்) இலஞ்சம் செலுத்துகிறார்கள் என்று “டிரான்ஸ்பரன்சி இன்டர்நேஷனல்”

மதிப்பீட்டுள்ளது. அரசாங்க கட்டுப்பாட்டு அதிகாரிகள் 43% மற்றும் போலீஸ் 45% இலஞ்சம் பணத்தை பங்கு போட்டுக்கொள்கின்றனர். சோதனை சாவடிகள் மற்றும் நுழைவு புள்ளிகளில் ஒரு வாகனம் ஒரு நாளைக்கு 11 மணி நேரம் வரை நிறுத்திவைக்கப்படுகிறது. அத்தகைய நிறுத்தங்களில் கிட்டத்தட்ட 60 சதவீதம் சமையங்களில், அரசு அதிகாரிகளால் பணம் பிடுங்கப்படுகிறது. இந்த நிறுத்தங்களால் ஏற்படும் உற்பத்தித்திறன் இழப்பு ஒரு முக்கியமான தேசிய கவலை ஆகும். கட்டாய தாமதங்கள் தவிர்க்கப்பட்டால், டிரக் பயணங்கள் எண்ணிக்கை 40% அதிகரிக்கும். ஊழல் மற்றும் இலஞ்சம் பெறுவதற்கு தொடர்புடைய ஒழுங்குமுறை நிறுத்தம் நீக்கப்பட்டால், ஒரு 2007 உலக வங்கி வெளியிட்டுள்ள அறிக்கையின்படி, ஒரு தில்லியிலிருந்து மும்பை பயணம் பயண நேரம், பயணம் ஒன்றிற்கு 2 நாட்கள் குறையும். ஆசியாவின் முக்கிய பொருளாதாரங்களைப் பற்றிய 2009 ஆய்வில், சிங்கப்பூர், ஹாங்காங், தாய்லாந்து, தென் கொரியா, ஜப்பான், மலேசியா, தைவான், வியட்நாம், சீனா, பிலிப்பைன்ஸ் மற்றும் இந்தோனேசியா ஆகிய நாடுகளுடன் ஒப்பிடுகையில், இந்திய அதிகாரத்துவம் குறைந்த செயல் திறன் கொண்டதாக இருக்கிறது.

அதிகாரிகள், மாநில சொத்தை திருடுவதாகக் கூறப்படுகிறது. இந்தியா முழுவதும், நகராட்சி மற்றும் இதர அரசாங்க அதிகாரிகள், தேர்ந்தெடுக்கப்பட்ட அரசியல்வாதிகள், நீதித்துறை அதிகாரிகள், ரியல் எஸ்டேட் மேம்பாட்டாளர்கள் மற்றும் சட்ட அமலாக்க அதிகாரிகள் சட்டவிரோத வழிகளில் நிலத்தைப் பெற்று, மேம்படுத்தி விற்கிறார்கள்.

எந்த நாடுகளில் ஊழல் இல்லாத நாடும் என்று குறிப்பிட முடியாத அளவு ஊழல் எல்லா நாடுகளிலும் பரவியுள்ளது என்று அந்த நிறுவனம் தெரிவித்துள்ளது. மீதமுள்ள நாடுகளில் ஊழல் சார்ந்தோ, ஊழல் ஒழிப்பு சார்ந்தோ எந்த மாற்றமும் இல்லாமலும் இருக்கின்றன என்று கூறப்பட்டுள்ளது. ஊழல் காரணமாக ஜனநாயகம் முற்றிலுமாகப் பாதிக்கப்படுவதாகவும் ஊழல் நிறைந்த நபர்கள் அரசியல் போன்றவற்றில் ஈடுபடுவது பல நாடுகளில் சமீப ஆண்டுகளில் அதிகரித்துள்ளதாகவும் அந்த நிறுவனம் தெரிவித்துள்ளது.

3. ஊழல் கவிதைகள் – ஓர் தொகுப்பு

<u>அரங்கேறும் நாடகம்:</u>

இன்னும் சில தினங்களில் தேர்தல்,
வீதிக்கு வீதி பிரச்சாரங்கள்,
வறட்டு பேச்சுக்கள்,
செல்லரித்துப்போன அறிக்கைகள்,
திரைக்கு பின் நடித்தவர்கள்,
இன்று மக்கள் முன்.....!!
வாக்காளன் ஏமாளி அதிலும் தமிழன்,
ஏமாளிகளின் தலைவன்!
அரங்கேறும் நாடகங்கள் ஒரு பக்கம்,
விமர்சிக்கும் பண்பாளர்கள் மற்றொரு பக்கம்!
காரசார விவாதங்கள் நடந்தென்ன லாபம்,
முடிவு ஊழலுக்கு சாதகம் தான்!!

நினைவுகள் தொடரலாம்:

நாட்டை மாற்று அதற்கு முன் நீ மாறு....

நாட்டை குறை சொல்வதை விடுத்து

நம்மை சீர்தூக்கி பார்ப்போம் முதலில்!

அயலான் கண்ணில் துரும்பை பார்க்கும் முன்

உன் கண்ணில் இருக்கும் உத்ரம்

நினைவுக்கு வரட்டும்!

எங்கும் ஊழல், விமர்சிக்கும் முன்

மேசைக்கடியில் நேற்று நீ கை நீட்டியது

நினைவுக்கு வரட்டும்!

யாரோ துப்பிய எச்சிலை அருவருக்கும்முன்

சற்றுமுன் நீ துப்பியது

நினைவுக்கு வரட்டும்!

என் கனவு தேசம்:

நெருடல் இல்லாத காற்று!

சுழற்சிக்கு உட்படாத குடிநீர்!

இடித்துக்கொள்ளாத வீடுகள்!

மனம் விரும்பும் மனிதர்கள்.... ஐந்தரை வயதில்
ஆரம்பக்கல்வி!

அனைவருக்கும் ஒரே பள்ளி!

அரசே நடத்தும் மருத்துவமனை!

ஆசையில்லாத ஆட்சியாளர்கள் ... இலவசம் விரும்பாத
மக்கள்!

ஊழல் செய்யாத ஆட்சியாளர்கள்!

தட்டி கேட்கும் பாமரன்கள்!

அனைத்திலும் ஐம்பது சத பெண்கள்

கண்டுபிடிப்பில் புதுமை!

கருத்தியலில் முதுமை!

மறைந்துபோன வறுமை!

அனைத்திலும் முதன்மை!

இதுவே என் கனவு தேசம்!

<u>வருங்கால தூண்கள்:</u>

வருங்கால தூண்களே...

ஊழலற்ற இந்தியா...

நேர்மையான அரசியல்வாதி...

பொதுநலமான அரசியல்...

மக்களுக்கான அரசாங்கம்...

நீதி வழுவாத நீதிமன்றம்...

பொய் பேசாத வழக்கறிஞர்...

மிகைப்படுத்தப்படாத திரைப்படம்..

ஈகை குணம் படைத்த செல்வந்தர்கள்...

தரகு இல்லாத வணிகம்...

மக்கள் பணி செய்யும் அதிகாரிகள்...

பிறர் பொருளுக்கு ஆசைப்படாத மக்கள்...

இவையெல்லாம் சாத்தியமெனில்...

இந்தியா.. சுதந்திர இந்தியா...!!!

<u>விடியலே வா:</u>

சாதிக்க நினைப்போரை மலையும் தடுத்திடாது
தாண்ட நினைத்தோரை கல்லும் தடுக்கிடாது
போதிக்க ஊரிலே பெரியோர்கள் பலருண்டு
வீணாக இருந்தோமெனில் காணாமல் போயிடுவோம்

முதலடி வைத்ததுமே முள்ளும் குத்திடலாம்
வலிக்குதென நினைத்தோமெனில் வரும்வெற்றி மாறிடலாம்
முள்ளை மிதித்துநின்று வலியைப் பொறுத்தோமெனில்
முள்ளும் மலராகும் வான்மேகம் மலர்தூவும்

புயலது அடிக்குமெனில் இலைகள் உதிர்ந்திடலாம்
கடலது கோபம்கொள்ள கரைகள் அழுதிடலாம்
எரிமலை பொங்கிடவே தரையெல்லாம் கருகிடலாம்
லட்சிய வெறிகொண்டால் எதையும் எதிர்த்திடலாம்

முயற்சி செய்வதற்கான முயற்சியை எடுத்துவிட்டால்
அயர்ச்சி ஓடிவிடும் நம்பிக்கை விதை மரமாகும்
பயிற்சி செய்துவந்து பந்தயத்தில் கலந்துகொள்ள
தளர்ச்சி தளர்ந்தோடும் கிளர்ச்சி மனம்கொள்ளும்

புழுவினைக் கட்டித்தூண்டில் மீனினைப் பிடிப்பதுபோல்
மயக்கும் காரணிகள் சுற்றிலும் பயமுறுத்தும்
எழுச்சியே கொள்கையென்று நினைக்கும் இதயத்திற்கு
தடைக்கல்லும் படிக்கல்லாகும் நாளையே விடியலாகும்

ஊழலில் வாழும் உலக மனித அரசியல்:

இனத்தைத் தூண்டும் அரசியல்,
மதத்தைக் கொண்டும் அரசியல்,
சாதிகளால் தாங்கிப் பிடிக்கப்படும் அரசியல்,
பொய்யர்கள் இவர்கள் நறுக்கப்பட வேண்டியவர்கள்...

அங்கொரு ஊழல்,
இங்கொரு ஊழல்,
எங்கு பார்த்தாலும் ஊழல்,
மானிட பிறப்பே பெரும் குற்றம் என்று எங்கும்
பறைசாற்றும் ஊழல் மையம்...

பொய் கற்று கொடுத்தார்,
பொய்யில் வாழ்வது காணச் செய்தார்,

பெரியவர்கள் சொல்வதெல்லாம் பொய்களே, கள்ளமனம்
பாறை போலே வளர்ந்துவிட்டதாலே...

சொன்னபடி வாழ்வதே சத்தியமெனப்படுவது..
நேரத்திற்கேற்ப தன்னை மாற்றிக் கொள்வது வெற்று
வேடமே...
அது பொய்மை,
அது என்றும் பொய்மை...

ஆடம்பரவாதிகளைக் கண்டாலே வெறுப்பு.
மரியாதை இல்லாது பேசுவோரிடம் பேசுவதே
பெருங்குற்றம்.
விலகி இருந்துவிடுங்கள் போலி உறவுகளைவிட்டு...
வெறுக்கின்றேன் போலிகளை,
வெறுக்கின்றேன் போலி காதலர்களை.
வெறுக்கின்றேன் போலியாய் வாழ்பவர்களை...

போலிகளோடு கலவாது வாழ்வது உத்தமம்.
போலிகளின் விருப்பமெல்லாம் பணமுடிப்பை நோக்கியே
இருக்கும்.
அயர்ந்த நேரம் ஒன்றையொன்று ஏமாற்றி ஓடும்.
இதெல்லாம் வாழ்க்கையா என்று காறி உமிழத் தோன்றும்
காண்போர்க்கு.

உடல் மேல் கொண்ட விருப்பமெல்லாம் நிலையல்ல,
உடல் விட்டே உயிர் போனால்...

<u>லஞ்ச புகழ்ச்சி அணி:</u>

பணிவாய் குனிந்து நின்றிட வேண்டும்!
பாதயாத்திரை பல கண்டிட வேண்டும்!
குறைகள் மறைக்க குழைந்திட வேண்டும்!
'பொருள்'பட கனமாய் பேசிட வேண்டும்!
புன்னகை மலராய் பூத்திட வேண்டும்!
மானம் இருப்பதை மறந்திட வேண்டும்!
மன்னிப்பை மறவாமல் கோரிட வேண்டும்!
ரகசிய ரசிகனாய் மாறிட வேண்டும்!
சமயங்களில் ரட்சகனாய் மாற்றிட வேண்டும்!
சட்ட வார்த்தைகளை பூட்டிட வேண்டும்!
வசதிகளை வாய்ப்புகள் ஆக்கிட வேண்டும்!
தேவையெனில் தாசிகளை ஒழித்திட வேண்டும்!
தாமதங்களை தணிக்கை செய்திட வேண்டும்!
ஆறாம் அறிவினை அழித்திட வேண்டும்!
குறைவின்றி 'குடி'த்தனம் அமைத்திட வேண்டும்!
பலசாதி பழமொழி உரைத்திட வேண்டும்!
இந்திய சமுதாயத்தில் இணைந்திட வேண்டும்.

<u>இலஞ்சம்:</u>

இது அன்பளிப்பில் ஆரம்பித்த அவலம்.

அழிவின் படிக்கட்டு, வக்கிர காரியங்களின் பிறப்பிடம்.

நம் பணத்தில் நாமே நம் நாட்டுக்கு வைத்துக் கொண்ட சூன்யம்.

சில்லறையில் ஆரம்பித்து கோடியை தொட்டு விட்ட வினோதமான வியாபாரம்.

பிறந்தது ஆனா, பெண்ணா என்பதை சொல்ல கூட பணம் எதிர்ப்பார்க்கிறார்கள்.

இது எழுத படாத சட்டமாக இன்னும் சில தனியார் மருத்துவமனைகளில் கடைப்பிடிக்கப்படுகிறது.

நாம் ஏன் இதை அங்கீகரிக்க வேண்டும்.

பிறக்கும் போதே,

நம் குழந்தையின் வாழ்க்கையை லஞ்சத்தில் இருந்து ஏன் ஆரம்பிக்க வேண்டும்.

வரிசையில் நிற்க்க பொறுமையின்றி பொது மருத்துவமனையில் ஆரம்பித்து

நியாய விலை கடை வரை ஐந்து பத்து ருபாய் கொடுத்து முன்னே செல்கின்றனர்.

இந்த சிறு புத்திக்காரர்களால் நம் நாடு பின்னே சென்றுக் கொண்டிருக்கிறது.

அளவிற்கு மீறிய வேகத்தில் சீறி பறப்பது,

பின் போக்குவரத்து காவல் அதிகாரியிடம் மாட்டிக் கொள்வது.

செய்த தவறுக்கான தண்டனையை சந்திக்க முன் வராமல்

ஐம்பது நூறில் முடிக்க நினைத்து அங்கே லஞ்சத்தை திணித்து விட்டு தப்பிப்பது..

வருடம் தவறாமல் பதிவு செய்து, வரும்

அரசாங்க தேர்வுகள் ஒன்று விடாமல் எழுதி தகுதிக்கேற்ற ஒரு வேலைக்கு காத்திருந்து கிடைக்காமல் போனவர் எத்தனை பேர்.

இதற்கு காரணம் என்ன..?

யாரோ ஒருவர் கொடுத்த ஆயிரம் இரண்டாயிரம் இலஞ்சம்

அவன் தகுதியற்றவனாக இருந்தாலும் வேலை கிடைக்க செய்கிறது.

ஐந்து பத்தில் தொடங்கி,

ஐம்பது நூறில் அடி எடுத்து வைத்து,

ஆயிரத்தை கடந்து இப்போது கோடியை தொட்டும் கூட முடிவின்றி சென்றுக் கொண்டிருக்கிறது

வளர்ச்சியை தடுக்கும் வக்கிர பாதையில்.

எத்தனை எத்தனை நிகழ்வுகள் நம்மை சுற்றி நடக்கிறது

அத்தனையிலும் கலந்திருக்கிறது அழிக்க முடியாத இலஞ்சம்.

இலஞ்சம் கொடுத்து பதவியை, வேலையை, கல்லூரியில் இடத்தை வாங்கி சுகம் அனுபவிக்கும் இவர்களும் நம் நாட்டவர்கள் தான்.

இவர்களால் பாதிக்கப்பட்டு

வறுமையிலும் வேதனையிலும் செத்துக் கொண்டிருப்பவர்களும்

இந்நாட்டவர்கள் தான்.

நாம் நம்மையே தண்டித்துக் கொள்ளும் அவல நிலையில் இருக்கிறோம்.

இலஞ்சம் ஒழிய வழி என்ன?

பொறுத்திருந்து வரிசையில் செல்வோமே.

திறமை இருப்போருக்கு வழி விடுவோமே.

செய்த தவறுக்கு தண்டனை எதுவாயினும் சந்திப்போமே.

முடிந்தவரை தவறுகளை தவிர்ப்போம்.

நேர்மையாக இருக்க பழகுவோம்.

நம்மை சுற்றி உள்ளவர்களை கொஞ்சம் நினைவில் கொள்வோம்.

இலஞ்சம் கொடுப்பது யாராயினும் தட்டிக் கேட்போம்.

வாங்க மறுப்போம்.

இளைஞர்கள் நாம் நினைத்தால் இதை மாற்றி அமைக்கலாம்

என்று நான் நம்புகிறேன். நீங்களும் நம்புங்கள்.

ஒவ்வொரு மாணவரும், ஒவ்வொரு குழந்தைகளும்

உறுதிமொழி எடுத்துக் கொள்ள வேண்டும்.

வீட்டில் தந்தை, ஊழல் செய்பவராக இருந்தால்,

அவரிடம் குழந்தைகள் அன்பாக பேசி, அவரது தவறை உணர்த்த வேண்டும்.

ஆசிரியர்கள் சொல்லும் கருத்துகளையும்,

சமுதாயத்தில் ஊழல் செய்வோரின் நிலையையும்

எடுத்துக் கூற வேண்டும்.

ஊழல் செய்து வரும் பணத்தை வாங்க மறுத்தாலே,

ஒரு குடும்பத்தில் யாரும் ஊழல் செய்ய வேண்டும் என்ற எண்ணம் வராது.

50 கோடி மாணவர்கள் உள்ள இந்த நாட்டில்,

இவ்வாறு அனைவரும் கூறினாலே,

பெருமளவு லஞ்ச ஊழல் மறைந்து விடும் என்ற

அப்துல் கலாம் அவர்களின் கூற்றை ஆமோதிப்போம்.

<u>ஊழலை ஒழிப்போம்:</u>

இந்த நாட்டில்,
ஆட்சிகள் மாறலாம்!
ஊழல்செய்யும்,
காட்சிகள் மாறவில்லை!

இந்த ஆட்சியில்
இந்த ஊழல் என்று
இல்லாத ஆட்சி
எந்த ஆட்சி?

அதிகாரிகளின் ஊழல்
பலரைப் பாதிக்கிறது!
ஆட்சியாளரின் ஊழல்
நாட்டையே நாசமாக்குகிறது!

தாயைகூட,
தருணம் வந்தால்
ஊழல் செய்து
விற்று விடக்கூடிய
உலுத்தர்களுக்கு..
தாய்நாட்டுப் பற்றா
தெரியப்போகிறது!

இந்த நாட்டில்
எல்லாத்துறையிலும்
ஊழல் ஊடுருவியிருப்பது தான்
பிந்தங்கிய வளர்ச்சியின்
பின்னணிக் காரணம்!

நடந்துவந்த பாதையில்
நடந்துவந்த ஊழலை
முன்பே நிறுத்தியிருந்தால்,
முன்னேறிப்போயிருக்கும் நாடு
பலபடிகள் முன்னே!

பந்து பரிமாறுவதுபோல்
பணத்தை பரிமாறி
ஊழல் செய்து,
உயர்ந்தவர்கள் சிலபேர்!
உயர்வை இழந்தவர்கள் பலபேர்..

சட்டமும் நீதியும் கூட
கண்முன்னே நடக்கும் ஊழலை
கண்டும் காணாமல்
கண்கட்டிவித்தை
காட்டப்பார்க்கின்றன...

அரசியலில் இருப்பவர்கள்
இன்னும் இன்னும்
ஊழல் செய்ய
ஆசைப்படுவதால் தான்
ஊழலை ஒழிக்க முடியவில்லை!!!

ஊழல் இல்லாத
அபிவிருத்தித் திட்டங்களை
அரசு உருவாக்க வேண்டும்!

ஊழல் செய்து உறிஞ்சாமல்;
தன்பணத்தில்

தானே செய்தது போல்
தம்பட்டம் அடிக்காமல்
மக்கள் நலத்திட்டங்கள்
வேண்டும்!

திருடர்களுக்கு
திருடர் பட்டம் கொடுக்கும் தேசம்!
ஊழல் செய்தவர்க்கு
சிறப்பு திருடர் என்று
சிறப்புப் பட்டம் கொடுக்க வேண்டும்!!

திருடர்களின் படத்துடன்
திருடர்கள் ஜாக்கிரதை என்று
அறிவிக்கும் அரசு
ஊழல் செய்தவரை
உருவப்படத்துடன்
உலகுக்கு அறிவிக்க வேண்டும்!!

நெஞ்சுக்கு நேர்மையாய்
நினைத்தால்,
முயன்றால்,
முடியும்...
ஊழலை ஒழிக்க!!!

<u>ஊழலற்ற 'இந்தியா':</u>

ஏழை வீட்டு உலைக் கரியை
எடுத்து எப்படியோ மறைக்க
பதவி எனும் முகமூடியைத்
தேடித் திரியும் சிலர்..!!

முகமூடியைக் கழட்ட
முகம் தெரியா ஒருவர்
உண்ணாமல் முயல
'முயலாமையின்' அர்த்தம் தெரியா
வரும் காலத் தூண்களாய்
நாம் ஏன் அமைதியாய்..??

தீப்பொறியாய் இருந்தபோதே
துளி நீரால் அணைத்திருக்க வேண்டும்..
தீப்பிழம்பாய் மாறிவிட்டது..!!
'சுனாமி'யாய்க் கிளம்புவோம்
சுத்தமாக்க நம் நாட்டை..!!
நாமும் வரவேற்போம்
ஊழலற்ற 'இந்தியா'வை..!!

<u>ஊழல் ஒழியும்:</u>

ஊழலென்ப தென்னவென்று உலகில் உள்ளோர்
ஊடகங்கள் பறைசாற்ற அறிந்தோம் இன்று

முழக்கமிட்டு முடிந்தவரை உரைத்தல் நன்று
முழுமதியாய் இருக்கின்ற பொருளாதாரம்
வீழ்த்துகின்ற ஒருசெயலே ஊழல் என்போம்
வீழ்ச்சிதாக்கி நிலைகுலையும் இந்த நாட்டில்
தாழ்சியின்றி வாழுதற்கே நம்மில் பல்லோர்
தரம்கெட்டு செய்கின்ற செயலே ஊழல்!!!

தொழில் செய்து ஏற்றமுற்றால் நட்டமென்றே
தொகுத்த போலிச் செலவு காட்டி தொகையும் சேர்ப்பார்
பழியென்று உணராது பேரம் பேசி
பதவியிலே இருப்பவரும் திட்டமிட்டே
செழிப்புறவே தனக்குமொரு தொகை கேட்பார்
செய்பணிக்கு இலாபத்தில் பங்கு என்பார்
அழிவுகளில் கொடுக்கின்ற நஷ்ட ஈட்டில்
அளப்பறிய பொருள்சேர்ப்பார் தனது வீட்டில்!!!

விதிமீறி செயல்பட்டு உறவு வாழ
விதைத்திடுவார் அரியதொரு திட்டம் ஒன்றே
கதியற்றோர் வாழ்வுதன்னில் கலக்கம் ஏற்றி
கணக்கின்றி நஷ்டத்தை விளைத்திடுவார்
எதில்தான் ஊழலென்று எவரறிவார்
எரிபொருளாம் நிலக்கரியில் சுரங்க ஊழல்
அதிவேக அலைக்கற்றை ஒதுக்கல் ஊழல்
அகிலத்தில் ஊழலில்லாத் துறைகள் இல்லை!!!

புதிதாக வகுக்கின்ற கொள்கை எல்லாம்

புகுத்திடுவார் மாண்புமிக்கோர் ஊழல்! ஊழல்!!

மதியுடையோர் எல்லோரும் ஒன்று கூட்டி

மறைவின்றி மக்களுக்காய் திட்டம் செய்க !

எல்லோரும் வெளிப்படையாய் இருந்தால் போதும்

எவர்செய்வார் ஒதுக்கப் பதுக்கல் நாட்டில்!

பாதிப்பெண்ணி நேர்மையுடன் நாமே நடந்தால்

பாரதத்தில் முழுமையாய் ஒழியும் ஊழல் !!!

இளைஞனே சரித்திரம் படைக்க வா:

ஊழல்...!

உலகைக் கொள்ளும் கொடிய நோய்...!

வரும் காலம் வல்லரசாம்...

யாருக்குத் தெரியும்,

போகின்ற போக்கைப் பார்த்தால்...!

கத்தைத்தாள் காட்டாமல்

காரியத்தாள் கைமாறாது...!

உண்மையைக் கொன்றே

ஊழல்

உலாவி வருகிறது...!

காரியம் தாமதம் ஆக
ஊழல்..!
அது அந்நிய நாட்டில்...!

காரியம் நடக்கவே
ஊழல்..!
அது இந்திய நாட்டில்...!

யாரோ ஒருவன் கையில்
ஒருலட்சம் கோடி...!

யாரென்று தெரிந்தும்
நாமோ,
இன்னும் தெருக்கோடி...!

கொடுப்பவன் கொடுத்தால்தானே
எடுப்பவன் கெடுத்துக்கொண்டிருப்பான்,
ஊழலால் உலகை...!

தள்ளாத வயதிலும்
தாயகம் காக்க எழுகிறான்...!

இளைஞனே...!
முன்னின்று வா...!

முயன்று செய்...!

முழுமூச்சு கொடு...!

"திசைஎட்டும் ஊழல் ஒழியட்டும்...!"

இந்த உலகம்,

"ஊழல் இல்லா உலகம் செய்தோம்...!!"

என்ற சரித்திரம் படைக்கட்டும்....!!!

இலஞ்சம் நம்மோடு பேசினால்:

கை ஊடல் என்று எனக்கு பெயர்.

விரும்பியோ, இல்லை விரும்பாமலோ,

ஏற்பது மக்களின் தலைவிதி.

கொடுப்பது என்பது கட்டாய கடமை.

அலுவகம் முதல் அரசியல்வாதி வரை,

என் நண்பர்கள்.

நான் போகாத இடமில்லை,போனால்

முடியாத வேலையில்லை.

வருமானத்தை பார்க்காமல்,

தன்மானம் விற்று கேட்பதால்,

என் அசுர வளர்ச்சி.

உண்மையை விற்று,

என்னை வளர்த்து விட்டார்கள்.

வரவேற்றுவிட்டார்கள்

லஞ்சமாகிய நான், பல வழிகளில்,

கொடுத்தும், சிலரை கெடுத்தும்,

வாங்க வைத்துவிட்டேன்....

எனக்கு - நபிகள், இயேசு, ராமர்,

வரும் வரை மரணமில்லை

தனிமனித ஒழுக்கம் - ஒழித்திடுவோம் ஊழலை:

தனிமனித ஒழுக்கமே என்றும்

தேசத்தில் தவறுகளை தீர்மானிக்கும்,

ஊழல்; ஊழல் என்று மக்கள்

அரசியல்வாதிகளையும்

அரசாங்க ஊழியர்களையும்

ஆங்காங்கே கண்டறிந்து

ஆர்பாட்டம் நடத்தினாலும்,

தான் செய்யும் தனிமனித ஊழலை

தரம் கண்டு திருத்துகின்றனரோ?

எங்கும் ஊழல் எதிலும் ஊழல்

என்று ஊழலை பற்றி

ஒருவாறாய் பேசும் மனிதா

நீ செய்யும் ஊழல் அதை

என்ன செய்து திருத்திகொள்வாய்.

ஊழல் என்ற சொல்
அரசியலிலும் ஆட்சியிலும்
மக்கள் அலுவலகங்களிலும் மட்டுமல்லவே
உன்னையே நீ ஒருமுறை கேட்டுவிடு
உண்மையான ஊழல் நம்
ஒவ்வருவரிடத்தும் தான் உள்ளது.

நம்மில் எத்தனை மனிதர்கள்
ஓட்டுனர் உரிமம் வைத்து
உண்மையாக வாழ்கிறோம்,
பதினெட்டு வயதிற்குமுன்
பையனுக்கு இருசக்கரவாகனம்
வாங்கித்தந்தால் மட்டும்போதுமா?

உரிமம் வேண்டாமா அது ஊழல் இல்லையா?
வாகன பதிவீட்டு புத்தகம்கூட
புதுப்பிப்பதில் ஊழல்.
வீட்டுவரி கட்டுவதில் ஊழல்,
சொத்து வரிகளில் ஊழல்,
நம்மை நம்பும் நண்பர்களிடமே
நாசுக்காய் ஊழல் செய்கிறோம் !

இலஞ்சம் இலஞ்சம் என்று
லாவகமாக பேசும் நாம் தானே

அதன் அஸ்திவாரமும் ஆணிவேரும்,
தகுதி இல்லாத ஒருவன்
தன் வேலைக்காக இலஞ்சம் தருகிறான்,
தவறு தன் பக்கம் இருக்க
அதிகாரிகளின் மேல் மட்டும் அவதூறா?

தன் தவறை மறைக்க
தன் காரியம் கைகூட
தகுதிக்குமேல் இலஞ்சம் தருகிறோம் நம்
தனிப்பட்ட தேவைகளுக்காக
தவறின் ஆரம்பமே இங்குதானே...

உரியதை செய்ய அவன் இலஞ்சம் கேட்டால்
உன் உரிமை அங்கு மறுக்கபடுகிறது,
உரிமை அல்லா ஒன்றிற்கு நாம் தரும் விலை
ஊழலை அங்கே உரித்துக்காட்டுகிறது.
வாங்குபவன் நல்லவன் என்று அர்த்தமல்ல.
தவறு என்பது நம் பக்கமும் தானே?

எத்தனைபேர் சாலைவிதியை
சரியாய் பின்பற்றுகிறோம்
மருத்துவ ஊர்திக்கு (ஆம்புலன்ஸ்)
மனதார வழிவிடும் எண்ணம்
மனிதனில் எத்தனைபேருக்கு உள்ளதோ?

சட்ட திட்டத்தை சகட்டுமேனிக்கு தாண்டுகிறோம்
விதிகளையும் கண்டபடி மீறுகிறோம்.
சாலைவிதியும் மீறிவிட்டால்
காவலர் கேக்கும் முதல் கேள்வி
இங்கு கொடுத்தால் இத்தனை
நீதிமன்றம் சென்றால் இத்தனை
சட்டென்று நம் கை சரளமாக கொடுக்கிறதே..

இதுதானே ஊழல்
இதன் பெயர்தானே இலஞ்சம்
ஊழல் இலஞ்சம் என உணர்வில்லாது வாழும்
ஒவ்வொருவருக்கும் உயர்வான தண்டனை
உடனடியாக தரவேண்டும்...

தன்னுரிமை ஒவ்வொன்றும்
தரப்படாமல் மறுக்கும் நேரம்
தளராமல் போராடி
தகுதிகளை பெற்றிடுவோம்.
இன்று உனக்கு நேர்ந்த மறுப்பு
நாளை எனக்கு நேரும் மறுப்பு...

தன்கடமை மீறி
தனித்துவத்தை இழந்து
தரணியிலே வாழ்ந்து
தவறு; தவறு என பேசி

தன் தவறை மறந்துவிட்டால்
ஒழிந்திடுமா ஊழலும் லஞ்சமும்...

ஒவ்வொரு குடிமகனும்
தன்கடமை இன்னதென
தானறிந்து நடந்துகொண்டால்
தவறுகளை திருத்திடலாம்
தன்னுரிமை பெற்றிடலாம்
ஊழல்களை ஒழித்திடலாம்
உண்மையாக வாழ்ந்திடலாம்...

4. இந்தியாவில் ஊழலுக்கான காரணங்கள்

"இலஞ்சம் பெற்று வாழ்வாரே வாழ்வார்

மற்றோர்எல்லாம் கெஞ்சியே சாவார்"

– என்று வள்ளுவர் பூமிக்கு வந்தால் புது குறள் எழுதுவார்.

இந்தியாவில் ஊழலுக்கான காரணங்கள்

இந்தியாவில் ஊழலை ஊக்குவிக்க பல காரணங்கள் இருப்பதாக உலகின் மிகப்பெரிய தணிக்கை மற்றும் இணக்கம் நிறுவனங்களில் ஒன்றான 'KPMG' அதன் 2011-ஆம் ஆண்டு அறிக்கையில் குறிப்பிடுகிறது. அந்த அறிக்கையின்படி அதிக வரிகளும், மிக அதிக அதிகாரத்துவ கட்டுப்பாடுகளும் முக்கிய காரணங்கள் ஆகும். இந்தியாவில் நிறைய ஒழுங்குமுறை அமைப்புகள் இருக்கின்றன. அவைகளுக்கு ஒரு தனி நபரையோ அல்லது ஒரு நிறுவனத்தையோ எதிலிருந்தும் தடுத்து நிறுத்துவதற்கு அதிகாரம் உண்டு. இந்த அதிகாரத்தை ஊழல்வாதிகள் இலஞ்சம் வாங்குவதற்கு பயன்படுத்திகொள்கிராார்கள். இலஞ்சம் கட்டாமல் இருந்தால் காரியம் தாமதமடைந்து பாதிக்கப்படும். இதற்கு இலஞ்சம் செலுத்துவதே மேல் என்று மக்கள் முடிவெடுக்கிறார்கள். சில சமயங்களில் அதிக வரி கட்டுவதற்கு பதிலாக ஊழல்வாதிகளுக்கு இலஞ்சம் கொடுப்பது மிகவும் மலிவாக இருக்கிறது. இது இந்தியாவில்

மட்டுமல்லாமல் உலகில் 150 நாடுகளில் ஊழலுக்கான மிகப் பெரிய காரணம் ஆகும். ரியல் எஸ்டேட் தொழிலில், இந்தியாவில், உயர் மூலதன ஆதாயத்தின் வரி, பெரிய அளவிலான ஊழலுக்கு ஊக்குவிக்கிறது. இந்தியாவில் மட்டுமல்லாமல் வளர்ந்த நாடுகளில் உட்பட பல நாடுகளில் இந்த பிரச்சனை இருக்கிறது. உலக வரலாற்றில் பல கலாச்சாரங்களிலும் பல நூற்றாண்டுகலாகவும் நடக்கிறது.

வரி விகிதங்கள் மற்றும் ஒழுங்குமுறை சுமைக்கு கூடுதலாக ஒளிபுகா செயல்முறைகளாலும் ஊழல் வாழ்கிறது என்று, 'KPMG' அறிக்கை கூறுகிறது. வெளிப்படைத்தன்மை இல்லாதது இலஞ்சம் கேட்பவர்களுக்கும் கொடுப்பவர்களுக்கும் இடமளிக்கிறது.

உலகின் பிற நாடுகள் போல, அதிக கட்டுப்பாடுகள் மற்றும் அங்கீகார தேவைகள், சிக்கலான வரிகள் மற்றும் உரிமம் வாங்கும் முறைகள், கட்டாய செலவு திட்டங்கள், ஊழல்வாதிகளுக்கு அபராதம் இல்லாமை, வெளிப்படையான சட்டம் மற்றும் நடைமுறைகள் இல்லாமை இவை அனைத்தும் இந்தியாவில் ஊழலுக்கான காரணங்களாக, சர்வதேச நாணய நிதியம் ('INTERNATIONAL MONETARY FUND') நடத்திய ஆய்வு ஒன்றில் வீட்டோ டான்சி ('VITO TANZI') கூறுகிறார். ஹார்வர்ட் பல்கலைக்கழக ஆய்வு ஒன்று இவை அனைத்தும் இந்தியாவில் ஊழல் மற்றும் நிலத்தடி பொருளாதாரத்திற்கான சில காரணங்கள் என்று கண்டுபிடித்துள்ளது.

ஊழலின் விளைவுகள்

KPMG இன் ஓர் அறிக்கையின்படி, "உயர் மட்ட ஊழல் மற்றும் மோசடி இப்போது நாட்டின் நம்பகத்தன்மையை

மற்றும் [அதன்] பொருளாதார வளர்ச்சியை தகர்க்க அச்சுறுத்துகிறது".

ஊழல் அதிகாரத்துவ தாமதத்தை மேலும் அதிகரிக்கலாம். திறமையின்மையையும் அதிகப்படுத்தும். இதனால் ஊழல்வாதிகள் மேலும் அதிகமாக இலஞ்சம் வாங்குவதற்கு வாய்ப்பு உண்டு. நிறுவன செயல்திறன் பற்றாக்குறைகளால் மூலதனத்தின் பிரைவேட் மார்ஜினால் ப்ரொடக்ட் (PRIVATE MARGINAL PRODUCT) மற்றும் முதலீட்டு விகிதம், இவைகளை குறைக்கிறது. நாட்டின் வளர்ச்சியை மறைமுகமாக பாதிக்கிறது. லெவின் மற்றும் ரேநேல்ட்(LEVINE AND RENELT), பொருளாதார வளர்ச்சிக்கு முதலீட்டு விகிதம் ஒரு மிக முக்கிய உறுப்பு என்று காட்டினர். அதிகாரத்துவ திறமையின்மை வளர்ச்சியை நேரடியாக பாதிக்கிறது. எடுத்துக்காட்டாக, முதலீட்டுகளை தவறான இடத்தில் போடுவது. மேலும், ஒரு குறிப்பிட்ட அளவு வருமானத்திற்கு குறைவான பொருளாதார வளர்ச்சியை ஊழல் உண்டாக்கும்.

குறைந்த ஊழல், உயர் வளர்ச்சி விகிதங்கள்

இந்தியாவில் ஊழலின் நிலை அமெரிக்கா போன்ற வளர்ந்த நாடுகளில் அளவு போல் குறைவாக இருந்தால், இந்தியாவின் மொத்த உள்நாட்டு உற்பத்தி விகிதம் ஒவ்வொரு ஆண்டும் கூடுதல் 4-5 சதவீதம் முதல் 12-13 சதவீதம் வரை அதிகரிக்கும். ஊழல் காரணமாக ஒரு ஆண்டில் இழந்த இந்திய வளர்ச்சி மற்றும் வேலை வாய்ப்பு 50 பில்லியன் அமெரிக்க டாலருக்கும் மேல் நிகரானது என்று "சி. கே. ப்ரகுஅலாத்" (C. K. PRAHALAD) மதிப்பிடுகிறார்.

ஊழலின் அளவு இந்தியாவில் வெவ்வேறு பகுதிகளில் வேறுபடுகிறது. ஜூலை 2011-ல் வெளியிடப்பட்ட ஒரு அறிக்கையில், குஜராத் மாநில அரசாங்கம் மிகவும் கடுமையான இலஞ்சம் ஒழிப்பு விதிகளை வகுத்துள்ளது; இதனால் அதிகாரிகள் இலஞ்சம் கேட்க முடியாது, மற்றும் தொழில் முனைவோர் நிறுவனங்களுக்குள் தலையிடவதில்லை என்று தி எகோநோமிஸ்ட் (THE ECONOMIST) கூறுகிறது. மிகவும் குறைந்த ஊழல் மற்றும் திறமையான அதிகாரத்துவம் குஜராத் மாநிலத்தில் உள்ளது என்று அவ்வறிக்கை கூறுகிறது. அம்மாநிலத்தின் வளர்ச்சி விகிதம், வேகமாக பொருளாதாரம் வளர்ந்து வரும் சில சீனா பகுதிகளுடன் ஒப்பிடும் அளவிற்கு அதிகமாக உள்ளது. மேலும், குஜராத்தின் வளர்ச்சி பிற இந்திய மாநிலங்களின் வளர்ச்சியை விட அதிகமாக இருந்துக்கொண்டே இருக்கிறது.

வளர்ந்த நாடுகளிலும் கூட ஊழல் இருக்கிறது என்று ஆறுதல் கொண்டாலும் நம் நாட்டில் நிலவி வரும் ஊழல் அதன் விரைந்த வளர்ச்சிக்குத் தடையாக இருப்பது வருத்தம் அளிக்கிறது. ஊழல் என்ற சொல்லுக்கு நரகம், அருவருப்பு, தாறுமாறு என்று அகராதிகள்

பொருளுரைக்கும். அருவருக்கத்தக்கது ஊழல் என்பது இதனால் புலனாகும். ஏனெனில் ஒரு நாட்டின் வளர்ச்சியைச் சிதைத்து, நிலைகுலையச் செய்வது ஊழல். ஊழல் என்னும் முறைகேட்டைச் சமுதாய ஒழுக்கக்கேடு என்று கூறலாம். ஊழல் என்று பொதுவாகக் குறிப்பிடப்பெறும் இது முறையற்ற செயல், முறையற்ற பணப்புழக்கம் என்று இரண்டு வழிகளில் நடைபெறுகிறது. முறையற்ற செயல் என்பது அதிகார துஷ்பிரயோகம். அதாவது செல்வாக்கைப் பயன்படுத்தித் தமக்கு வேண்டியவர்களுக்குச் சலுகை காட்டும் கீழ்த்தனம். தகுதியுடையோரைப் புறந்தள்ளிவிட்டு சிபாரிசின் பேரில் தகுதியற்றவர்களை நியமிக்கும் கள்ளத்தனம். அரசுப் பணிகளிலும் அரசு ஒப்பந்தங்களிலும் இத்தகைய நடைமுறையைக் காணலாம். தனியார் நிறுவனங்களிலும் கூட இத்தகு அவலங்கள் பெருகிவிட்டன. சில நேரங்களில் பணம் கைமாறிக்கொண்டும் சிபாரிசு நடைபெறுகிறது. முறையற்ற பணப்புழக்கம் என்பது இலஞ்சம். காரியம் ஆகவேண்டும் என்பதற்காக உயர் அதிகாரிக்கோ, அரசியல்வாதிக்கோ, வேறு எவருக்கோ முறைகேடாகக் கொடுக்கும் பணம் அல்லது பொருள் இலஞ்சமாகும்.

பத்திரப்பதிவு செய்ய உரிய கட்டணம் போக சார்பதிவாளருக்கும் பணம் கொடுக்க வேண்டியிருக்குது" என்று ஒருவர் புலம்புகிறார். "பட்டா மாறுதலுக்கு அரசுக்குச் செலுத்த வேண்டிய கட்டணம் போக நில அளவையாளருக்கு ஐந்தாயிரம் கொடுத்தேன்" என்று ஒருவர் அங்கலாய்க்கிறார். "பள்ளி ஆசிரியர் பணிக்கு நாற்பது லட்சம் கேட்கிறார்கள்" என்பது ஒருவரின் ஆதங்கம். பிள்ளைக்கு எல். கே. ஜி. யில் இடம் கிடைக்க கணிசமாக ஒரு தொகை வேண்டும்" என்று கவலைப்படுகிறார் ஒரு தந்தை. "அரசு ஒப்பந்தம் பெறுவதற்கு இரண்டு சதவீதம் கமிஷன் கொடுத்தாக

வேண்டும்'' இது ஒப்பந்தக்காரர் ஒருவரின் புலம்பல். ''அரசு தரும் மானியத்தைப் பெறுவதற்கும் ஒரு தொகை கொடுத்தாக வேண்டும்'' என்று ஒருவர் கண்ணீர் வடிக்கிறார். ''பணியிட மாறுதலுக்குப் பல லட்சம் கேட்கிறார்'' என்று ஒருவர் பதறுகிறார். நாடுகளுக்கிடையே நடைபெறும் ஒப்பந்தங்களிலும் ஊழல் மிகுந்துள்ளதாக அன்றாடம் செய்திகள் வருகின்றன. மாதச்சம்பளம் வாங்கும் உயர் அதிகாரிகளும், மக்கள்பணி ஆற்றும் அரசியல்வாதிகளும் லஞ்சக்கையேந்திகள் ஆகிவிட்டனர். சேவைசெய்யவேண்டிய பள்ளி நிர்வாகங்களோ பணம் பறிக்கும் கொள்ளைக்கும்பல் ஆகிவிட்டன. இப்படி எல்லாத்துறைகளிலும் கையூட்டு சர்வசாதாரணம் ஆகிவிட்டது. ஒரு காலத்தில் இலைமறை பிஞ்சாக இருந்த ஊழல் இப்போது இலையை மறைக்கும் பெரும் பூசணிக்காயாகப் பருத்துவிட்டது.

'ஊழல் என்பது குற்றமே இல்லை. கொடுப்பதும் வாங்குவதும் தப்பில்லை. இது சகஜம். 'இப்படி ஒரு மனநிலை இளையோரின் மனதில் வேரூன்றிவிட்டது. இப்படி ஊழல் மலிந்ததற்கு யார் காரணம்? அரசியல்வாதிகளா? அதிகாரிகளா? பொதுமக்களா? இவர்கள் மூவருந்தான். அரசியல்வாதிகளும், அதிகாரிகளும் தங்களிடமுள்ள அதிகாரத்தால் எதையும் செய்யலாம் என்று துணிந்துவிட்டார்கள்.

பேராசையும், குறுக்குவழியில் பணம் சம்பாதிக்கும் எண்ணமும் ஊழல் செய்ய அவர்களை உந்தித்தள்ளுகிறது. அதேபோல் எந்த வழியிலாவது காரியத்தை முடிக்கவேண்டும் என்ற பொதுமக்களின் ஆர்வம் அவர்களை ஊழலுக்குத் துணைபோகச் செய்கிறது. மொத்தத்தில் 'யார் எப்படிப் போனால் நமக்கென்ன. நம்ம காரியம் ஆனால் சரி' என்னும் மக்களின் சுயநல உணர்வுதான் ஊழலின் ஊற்றுக்

கண்ணாக இருக்கிறது. இலஞ்சம் அல்லது சிபாரிசு என்ற பெயரில் ஒருவரின் நியாயமான உரிமையை மற்றொருவர் தட்டிப் பறிக்க நினைப்பது அநியாயமாகும். ஊழல் தடுப்புச்சட்டம் 1988–ல் இருந்தே நடைமுறையில் உள்ளது. அமைச்சர்களுக்கும், அரசியல்வாதிகளுக்கும், அதிகாரிகளுக்கும் சட்டம் தண்டனை கொடுத்துக்கொண்டுதான் இருக்கிறது. இலஞ்சம் கொடுப்பதும் வாங்குவதும் குற்றமென்று எல்லோருக்கும் தெரியும். போதாக்குறைக்கு "லோக் ஆயுக்தா" சட்டமும் நடைமுறைப்படுத்தப்பட்டுள்ளது. இருந்தாலும் ஊழல் ஒழியாமல் பெருகிக்கொண்டுதான் இருக்கிறது.

"நோயாளியை குணப்படுத்த வேண்டுமானால், முதலில் மருத்துவர் ஆரோக்கியத்துடன் இருக்க வேண்டும்' - இது ஏதோ நகைப்புக்குரிய விஷயமாகத் தோன்றலாம். ஆனால், பல ஆண்டுகளுக்கு முன்பே ஷேக்ஸ்பியர் இந்த சமூகத்துக்கு அளித்துச் சென்ற சிறந்த தத்துவம் இது "மற்றவர்களின் தவறுகளைத் திருத்துவதற்கு முன்பு நாம் சரியானவர்களாக இருக்கிறோமா என்பதை யோசித்துப் பார்க்க வேண்டும்' என்பதுதான் அந்த உவமை கூறும் உண்மை. மானுட வாழ்வின் பல்வேறு தருணங்களில் அந்தக் கூற்றை நம்மால் பொருத்தி பார்க்க முடியும். கடந்த சில வருடங்களுக்கு முன்பு ஒரு மாநிலத்தில் அரங்கேற்றப்பட்ட அரசியல் சதிராட்டங்களைத் தொலைக்காட்சியில் பார்த்தபோது எனக்கு ஷேக்ஸ்பியர் குறிப்பட்ட அந்தத் தத்துவம்தான் நினைவுக்கு வந்தது.

ஒரு மாநிலத்தில் வெற்றி பெற்ற எம். எல். ஏ. க்கள் பலர் விலை போய்விடக் கூடாது என்பதற்காக சொகுசு விடுதிக்குள் சொந்த கட்சியாலேயே சிறை வைக்கப்பட்டனர். மந்தையில் அடைப்பதுபோல ஐந்து நட்சத்திர ஹோட்டல்களில்

மக்கள் பிரதிநிதிகளைப் பாதுகாத்து வைப்பது ஒன்றும் இந்திய தேசம் இதுவரை சந்தித்திராத விநோத நிகழ்வல்ல. ஆட்சியமைக்கத் தேவையான பெரும்பான்மை எந்தக் கட்சிக்கும் கிடைக்காதபோது, அரசியல் களம் பேரம் பேசும் இடமாக மாறிப்போவதும் புதிதல்ல. பல முறை இதுபோன்ற நிகழ்வுகளை நாம் பார்த்திருக்கிறோம். அத்தகைய சம்பவங்கள் ஒவ்வொரு முறை அரங்கேறும்போதும் அவற்றைப் பார்த்து ஒட்டு மொத்த சமூகமும் சிரிக்கும். மக்களால் தேர்ந்தெடுக்கப்பட்டவர்களை அதே மக்கள் விமர்சிப்பார்கள். ஆனால், சில நாள்கள் கழிந்த பிறகு அந்த நிகழ்வுகள் அனைத்துமே மக்களின் மனதில் இருந்து மறைந்து விடுகின்றன.

இப்படிப்பட்ட அரசியல் நாடகங்களால் ஜனநாயகத்தின் மாண்பு முழுமையாக சிதைத்து அழிக்கப்படுகிறது என்ற உண்மையும் அவர்களுக்கு மறந்துவிடுகிறது. ஒருவேளை, எம்.எல்.ஏ.க்களை விடுதிகளில் அடைக்காமல் வீட்டிலேயே இருக்கச் சொன்னால் என்னதான் ஆகிவிடப் போகிறது எனக் கேட்கலாம். நிச்சயமாக ஒன்றும் ஆகப்போவதில்லை. ஆனால், பெரும்பாலானோர் மாற்றுக் கட்சிக்கு விலை போய்விடுவார்கள், அவ்வளவுதான். ஆசை வார்த்தைகளுக்கும், அமைச்சர் பதவிக்கும் நாட்டம் கொண்டு தன்னை வெற்றி பெற வைத்த கட்சியை விட்டு இன்னொரு கட்சிக்குத் தயக்கமின்றித் தாவி விடுவார்கள்.

இதைப் பார்க்கும் நமக்கு, தனக்கு வாய்ப்பு கொடுத்த சொந்த கட்சிக்கே அவர்கள் துரோகம் இழைத்ததாகத் தோன்றும். ஆனால், நிஜம் என்ன தெரியுமா? அவர்களை நம்பி வாக்களித்த பல்லாயிரக்கணக்கான மக்களுக்குத்தான் அந்த எம். எல். ஏ. க்கள் மிகப்பெரிய துரோகத்தைப் பரிசாகத் தருகிறார்கள். வாக்குப்பதிவின்போது விரலில்

வைக்கப்பட்ட மை அழிவதற்கு முன்னதாகவே, வெற்றி பெற்ற எம்.எல்.ஏ.க்கள் மீது மக்கள் கொண்டுள்ள நம்பிக்கை அழிந்துவிடுகிறது. இத்தகைய நிலையைத் தடுக்கத்தான் விடுதிகளுக்குள் எம்.எல்.ஏ.க்களை அடைத்து வைக்கிறார்களோ, என்னவோ? இந்த நேரத்தில் இன்னொரு விஷயமும் சொல்லத் தோன்றுகிறது. நட்சத்திர ஹோட்டல்களில் எம்.எல்.ஏ.க்களை பாதுகாத்து வைத்திருப்பதன் மூலம் அவர்களை வெளியே எங்கும் செல்லாமல் வேண்டுமானால் தடுத்துவிட முடியும். அதே வேளையில், சம்பந்தப்பட்ட எம். எல். ஏ. க்களின் மனதில் தோன்றும் ஆசைகளையும், அமைச்சர் பதவிக் கனவுகளையும் அணை போட்டுத் தடுக்க முடியுமா? சரி, அதற்கும் கட்டுப்பாடுகளையும், கடிவாளங்களையும் அமைத்து எம். எல். ஏ. க்களை கடுங்காவலில் வைக்கட்டும். இதேபோன்ற மற்றொரு தருணம் உருவாகும்போது அவர்கள் விலை போக மாட்டார்கள் என்பது என்ன நிச்சயம்?

இது ஒருபுறம் இருக்கட்டும். இந்தக் கட்டுப்பாடுகள் அனைத்தையும் உடைத்தெறிந்து மற்றொரு கட்சிக்கு ஒரு எம். எல். ஏ. மாறிவிடுகிறார் என்று வைத்துக் கொள்வோம். ஏற்கெனவே பேசியபடி அவருக்கு உடனடியாக அமைச்சர் பதவியை புதிய கட்சி வழங்கி விடும். அவரும், "மக்கள் நலன் காப்பேன்" என உறுதியேற்று பதவிப் பிரமாணமும் செய்து கொள்வார்.

சற்று சிந்தித்துப் பாருங்கள்... பணத்துக்கும், பதவிக்கும் விலை போன அந்த அமைச்சரா பல்லாயிரம் கோடி ரூபாய் மதிப்பிலான திட்டங்களை மக்களிடம் முறையாகக் கொண்டு சேர்க்கப் போகிறார்? அவரா சாமானிய மக்களின் வாழ்க்கையை மேம்படுத்த சமரசமின்றி உழைக்கப் போகிறார்? நாணயத்துடனும், நன்னடத்தையுடனும்

பணியாற்றுமாறு அரசு அதிகாரிகளுக்கு அந்த அமைச்சரா அறிவுறுத்தப் போகிறார்? ஜனநாயக மாண்புகளையும், ஜாதி - மத பேதமற்ற கொள்கைகளையும் அவரா உயர்த்திப் பிடிக்கப் போகிறார்? எல்லாவற்றுக்கும் மேலாக, அந்த அமைச்சரா புரையோடிக் கிடக்கும் ஊழலை ஒழிக்கும் புருஷோத்தமராக உருவெடுக்கப் போகிறார்?

இதற்கான பதில் அனைத்தும் மக்களுக்குத் தெரியும். இருந்தும் சந்தர்ப்பவாத அரசியல்வாதிகளை நாம் சகித்துக் கொள்கிறோம். அரசு உயரதிகாரிகளும் சரி, வாக்காளர்களும் சரி மக்கள் பிரதிநிதிகளின் இந்த முறைகேடுகளை ஏற்றுக் கொள்ளத் தொடங்கிவிட்டால், "ஊழலை ஒழிக்க வேண்டும்", "இலஞ்சம் வாங்குபவர்களைத் தண்டிக்க வேண்டும்", "நாணயமான நாடாக இந்தியாவை உருவாக்க வேண்டும்" என்ற கனவுகளை எல்லாம் கைவிட்டுவிட வேண்டியதுதான்.

பொது வாழ்வில் நேர்மை மிகமிக அவசியம். அரசுத் துறைகளில் பணியாற்றும் கீழ் நிலை ஊழியர்களில் இருந்து மேல்மட்ட அதிகாரிகள், அமைச்சர்கள் வரை அனைவருக்கும் அது முக்கியம். அதில் மட்டும் சமரசமே இருக்கக் கூடாது. இல்லாவிடில் லஞ்ச லாவண்யம் எங்கும் பரவி விடுவது மட்டுமன்றி, சமூகத்தில் தவிர்க்க முடியாத சக்தியாகவும் அது மாறிவிடும். மக்கள் பிரதிநிதிகள் பேசும் வார்த்தைக்கும் செயலுக்கும் மலையளவு இடைவெளி இருக்கக் கூடிய நிலைதான் தற்போது உள்ளது. இதே நிலை நீடித்தால், "நாணயம், நேர்மை என்றெல்லாம் ஒரு சில விஷயங்கள் முன்னொரு காலத்தில் இருந்ததாமே" என்று எதிர்காலத் தலைமுறையினர் வியப்புடன் பேசிக்கொண்டிப்பார்கள்.

அதற்கான முன்னோட்டத்தைத்தான் தற்போது நாம் பார்த்துக் கொண்டிருக்கிறோம். சமூகத்தின் அடிமட்டத்தில்

கூட ஊழல் புரையோடிப் போயிருப்பதும், அதை எவரும் ஒரு பொருட்டாகக் கூடக் கருதாததுமே அதற்கு சான்று.

மற்றொரு புறம், ஆட்சி நிர்வாகத்தில் வெளிப்படைத் தன்மையை ஏற்படுத்த, மின் - ஆளுகை (இ-கவர்னன்ஸ்) (E-Governance) நடைமுறைகளும், தொழில்நுட்ப மாற்றங்களும் கொண்டுவரப்படுகின்றன. ஆனால், அந்த முயற்சிகளால் எந்தப் பலனும் இல்லை என்பது தெளிவாகத் தெரிகிறது. இருந்திருந்தால், அரசுத் துறைகளில் முன்பு மலிந்திருந்த முறைகேடுகளில் இம்மியளவாவது தற்போது குறைந்திருக்க வேண்டுமே. மாறாக அதிகரித்துக் கொண்டு அல்லவா செல்கிறது?

அரசு நிர்வாகத்தில் வெளிப்படைத்தன்மை அதிகம் நிறைந்துள்ள நாடுகளின் தரவரிசைப் பட்டியல் அண்மையில் வெளியிடப்பட்டது. அதில் 78-ஆவது இடத்தைத்தான் இந்தியாவால் பிடிக்க முடிந்தது. சரி, அதில் அதிர்ச்சியடைவதற்கோ, ஆதங்கப்படுவதற்கோ என்ன இருக்கிறது? தரவரிசையில் எப்போதும் இறுதி நிலையைப் பெறும் தகுதிதான் நமக்கு வாய்த்திருக்கிறது என்பது தெரிந்ததுதானே.

ஊழலும் லஞ்சமும் நாட்டை எவ்வாறு சீரழிக்கும் என்பது அனைத்து அரசியல் கட்சிகளுக்கும் நன்றாகத் தெரியும். ஆனால், எந்தக் கட்சி ஆட்சிக்கு வந்தாலும் அவற்றை ஒழிக்க நடவடிக்கை எடுக்காது. இதுதான் சமூகத்தின் மிகப்பெரிய நகைமுரண்.

மகாத்மா காந்தி சுதந்திரப் போராட்டத்தை முன்னெடுக்கும்போது ஒரு விஷயத்தில் மட்டும் தீர்மானமாக இருந்தார். விடுதலை வேள்வியை எந்த நிலையிலும் நெறி தவறாமல் நடத்த வேண்டும் என்பதுதான் அது. சில

நேரங்களில் அவரது நோக்கத்தை சிதைக்கும் சம்பவங்கள் சில அரங்கேறின. அப்போதெல்லாம் உடனடியாக அதற்கு தீர்வைக் கண்டறிந்து சத்தியம் தவறாத போராட்டத்தை மீண்டும் மீட்டெடுத்திருக்கிறார் காந்தி.

அதில் எந்த சமரசத்துக்கும் அவர் இடம் கொடுக்காமல் இருந்தார். எத்தனை நெருக்கடிகள் வந்தாலும் நேர்மையை மட்டும் ஒருபோதும் “மகாத்மா காந்தி” விட்டுக் கொடுத்ததில்லை. ஆனால், இன்றைக்கு நிலைமை அப்படியா இருக்கிறது? “மகாத்மா காந்தி” வகுத்த பாதையில் இருந்து முற்றிலும் வேறாக அல்லவா சமூகம் பயணித்துக் கொண்டிருக்கிறது.

இந்த நிலை மாற வேண்டும். நேர்மையான தேசமாக இந்தியா உருவாக வேண்டும். இளைய தலைமுறையினரின் மனத்தில் எதிர்கால இந்தியா பற்றிய கனவுகள் நிறைந்திருக்கின்றன. அவை மங்கி மறைவதற்குள் அவர்களிடையே புதிய நம்பிக்கையை மலரச் செய்ய வேண்டும். ஊழலற்ற தேசங்களின் பட்டியலில் இந்தியா முதல் 10 இடத்திற்குள்ளாவது வர வேண்டும். அப்போதுதான் அனைத்து மக்களும் பெருமிதத்துடன் இந்த தேசத்தில் வாழக்கூடிய நிலை உருவாகும். அந்த நிலை உருவானால், எம். எல். ஏ. க்களை நட்சத்திர விடுதிகளுக்குள் சிறைபிடிக்க வேண்டிய அவசியம் ஏற்படாது. அவர்களும் பணம், பதவிக்கு மயங்காத தலைவர்களாக உருவெடுப்பார்கள். அத்தகைய தலைவர்களால்தான் ஊழலை முழுமையாக ஒழிக்க முடியும். அந்த நாள் வரும் வரை “நோயாளியை குணப்படுத்த வேண்டுமானால், முதலில் மருத்துவர் ஆரோக்கியத்துடன் இருக்க வேண்டும்” என்ற ஷேக்ஸ்பியரின் வார்த்தையைத்தான் திரும்பத் திரும்ப நாம் சொல்லிக் கொண்டே இருக்க வேண்டியிருக்கும்.

இலஞ்சம் இல்லாத நாடு உலகில் எங்கேனும் இருக்கிறதா? தோண்டித்துருவி தேடிப் பார்த்தாலும் அப்படி ஒரு நாடு கிடைவே கிடையாது. வேண்டுமென்றால் புதிதாக எதாவது ஒரு நாடு தோன்றினால் உண்டு, ஆனால் அங்கு கூட முதலில் குடியேறினால் அதிகமான நிலம் புலன்களை வளைத்து போட்டு கொள்ளலாம் என்பதற்காக யாருக்காவது இலஞ்சம் கொடுத்தாலும் ஆச்சர்யப்படுவதற்கில்லை, வளர்ந்த நாடுகள் பணக்கார நாடுகளில் கூட அதிகாரிகள், அரசியல்வாதிகள், இடைத்தரகர்கள், என்று இருக்கும் கும்பல்கள் சர்வசாதாரணமாக இலஞ்சம் வாங்கி குவித்து இருக்கிறார்கள், ஏழை நாடுகளை பற்றி கேட்கவே வேண்டாம், இலஞ்சம் கொடுக்காமல் மழை கூட வானத்திலிருந்து கிழே இறங்காது, லஞ்சத்தை அடிப்படை மூலதனமாக வைத்தே பல தொழில்கள் அங்கு நடைபெற்று வருகின்றன, இலஞ்சம் கொடுப்பதும் வாங்குவதும் நின்று விட்டால் அந்நாடுகளில் தொழில் துறை கூட முடங்கி விடும்.

நமது இந்தியாவை பொறுத்தவரை இலஞ்சம் என்பது கல்தோன்றி மண் தோன்றா காலத்துக்கு முன் தோன்றியது என்றே சொல்லலாம், சாம, பேத, தானம் தண்டம் என்ற ஒரு வாசகத்தை நாம் அடிக்கடி பயன்படுத்துவோம், சிலருக்கு இதன் பொருள் தெரியும், பலருக்கு தெரியாது, ஒரு காரியத்தை முடிக்க வேண்டுமென்றால் அதற்கு யாராவது தடையாக இருக்கிறார்கள் என்றால் முதலில் அவர்களிடம் இதமாக பேசி பார்க்க வேண்டும். அதன் பெயர்தான் சாமம். பேசியும் அவர்கள் ஒத்துவரவில்லை என்றால் சம்பந்தப்பட்ட நபரின் மனதில் குழப்பத்தை ஏற்படுத்த வேண்டும், அல்லது அந்த நபரை சார்ந்தவர்களிடம் பிளவை ஏற்படுத்த வேண்டும், இதன் பெயர் தான் பேதம். நம்மால் குழப்பத்தை ஏற்படுத்த முடியவில்லை என்ற நிலை வருகின்ற போது அவர்களுக்கு

எதாவது பொருளாக அன்பளிப்புகள் கொடுத்து முடிக்க பார்க்க வேண்டும், இதன் பெயர் தானம். எதற்குமே ஒத்துவரவில்லை என்றால் ஆளை போட்டு தள்ளிவிட வேண்டியது தான் இது தான் தண்டம். இதில் முக்கியமாக கவனிக்க வேண்டியது காரியம் சாதிக்க அன்பளிப்புகள் வழங்கலாம் என்ற சிந்தனை தோன்றிய இடத்தில் தான் இலஞ்சம் என்பது பிறந்தது, அர்த்த சாஸ்திரம் எழுதிய சாணக்கியர் என்னென்ன வகையான லஞ்சங்கள் கொடுக்கலாம் என்று பெரிய பட்டியலே போட்டு வைத்திருக்கிறார். அதில் முக்கியமானது தங்கம், பெண்கள், நிலம், மது, இப்படி பட்டியல் நீள்கிறது, ஆனால் இந்த இலஞ்சங்கள் எல்லாம் அந்த காலத்தில் எதிரிநாடுகளை வீழ்த்துவதற்காகமட்டுமே பயன்படுத்தப்பட்டது. உள்நாடு என்று வரும் போது ஏறக்குறைய பதினான்காம் நூற்றாண்டு வரையில் அரசு நிர்வாகம் என்பது பெரிய அளவில் லஞ்சத்தை எதிர்கொள்ளவில்லை, அதிகாரிகளும் அரசனும் ஒரளவு பாவ புண்ணியம் பார்ப்பவர்களாகவே அன்று இருந்திருக்கிறார்கள்.

அரசியலாக இருக்கட்டும் அறிவியல் மற்றும் ஆன்மீகமாக இருக்கட்டும் இந்தியர்களுக்கென்று தனி பாணி உண்டு, அந்த பாணியை மற்றவர்களுடன் ஒப்பிடும் போது நமக்கே பிரமிப்பாக இருக்கும் அல்லது அதிர்ச்சியாக இருக்கும். இந்த லஞ்ச விஷயத்தை எடுத்து கொள்வோமே இதில் கூட நம் பாணி அலாதியானது தான். மற்ற நாடுகளில் இலஞ்சம் கடமையை செய்யாமல் இருப்பதற்கும் அல்லது கடமையை மீறி செயல்படுவதற்கும் தான் கொடுக்கப்படுகிறது. நம் நாட்டிலோ கடமையை செய்வதற்கே இலஞ்சம் கொடுக்க வேண்டியுள்ளது. இவ்வளவு அற்புதமான நிர்வாகிகளை உலகத்தில் எந்த மூலையில் தேடினாலும் காண்பது கடினம், இந்த அதிசய பிறவிகளை நிர்வாகிகளாக பெற்றதற்கு இந்திய

மக்கள் அனைவரும் பலநூறு வருஷம் தவமிருந்திருக்க வேண்டும். இலஞ்சம் வாங்குவதில் திறமைசாலிகள் யாரென்று போட்டி நடத்தினால் உலகளவில் முதல் பரிசு நமக்கு தான்.

அரசியல்வாதிகளும், அதிகாரிகளும், பொதுமக்களும் கூட இலஞ்சம் வாங்கக்கூடாது என்று எத்தனையோ தடுப்பு முறைகளை உருவாக்கியிருக்கிறார்கள். லஞ்ச ஒழிப்புத்துறை என்பது ஒவ்வொரு இலாக்காக்களிலும் தனித்தனியாக இருக்கிறது. உதாரணமாக தொலைபேசி துறையில் ஊழலை தடுப்பதற்கென்றே தனிபிரிவு உண்டு, இப்படி எல்லாதுறையிலும் தனிதனியாக உண்டு, இது தவிர ஊழல் தடுப்பு கண்காணிப்பு பிரிவு, லோக் ஆயுக்தா என்ற தனி அரசு நிறுவனங்களும் செயல்படுகின்றன. இத்தனையும் தாண்டி இலஞ்சம் எப்படி தாண்டவமாடுகிறது என்று அப்பாவியாக நாம் சிந்திக்க வேண்டியதே இல்லை, இந்த பிரிவுகள் எல்லாம் ஆளும் நிர்வாகத்திற்கு ஆகாதவர்களைத்தான் தோண்டி எடுப்பார்களே தவிர ஆளும் வர்க்கத்திடம் மௌனியாகி விட வேண்டியது தான், இது பொது விதியாகும்.

பங்கு சந்தையில் முதலீடு செய்பவர்கள் சில குறிப்பிட்ட நிறுவனங்களின் பங்குகளை இன்னின்ன காலத்தில் தான் வாங்க வேண்டும் என்று தெரிந்து வைத்திருப்பார்கள், ஆனால் அதில் கூட பல நேரங்களில் போட்ட முதல் பூஜ்யமாகி விடுவதுண்டு, தொழில் வியாபாரம் என்று வந்து விட்டாலே ஒரு நேரம் லாபமும் இன்னொரு நேரம் நஷ்டமும் வருவது இயற்கை, ஆனால் நஷ்டமே ஏற்படாத ஒரு துறை என்று ஒன்று இந்தியாவில் இருக்குமென்றால் அது வருவாய் துறை தான், அந்த துறையில் வேலைக்கு சேரும் போது கோவணம் கட்டி போனவன் கூட கோட்டும் சூட்டு மாகத்தான் போன பிறகு காட்சியளிப்பான்.

வருவாய் துறையில் கடைநிலை பணி தலையாரி வேலை தான், ஒரு தலையாரி ஓய்வு பெறுகிறான் என்றால் அந்த இடத்திற்கு அடுத்தவர்கள் வருவதற்கு நடக்கும் போட்டா போட்டி இருக்கிறதே அதை சொல்லி மாளாது. கிராம நிர்வாக அதிகாரி, வருவாய் கண்காணிப்பாளர், தாசில்தார் என்று ஒவ்வொருவரையும் தனித்தனியாக சந்தித்து விஷேசமாக கவனிக்க வேண்டும். வி.ஏ.ஓ பின்னால் புத்தக கட்டுகளை தூக்கி கொண்டு அலைய வேண்டிய வேலைக்கு பிள்ளையார் கோவிலில் சுண்டல் வாங்க அடிதடி நடப்பது போல போட்டி நடப்பது ஏன் என்று கேட்கவே வேண்டாம். கிராம நிர்வாக அதிகாரி வாங்குகிற இலஞ்சம் சரிபாதி தலையாரிக்கு வந்துவிடும், லட்ச கணக்கில் முதலீடு செய்து வியாபாராம் செய்பவனுக்கு கூட வருடத்தில் சில ஆயிரம் ரூபாய் தான் வருவாய் கிடைக்கும். ஆனால் தலையாரி வேலை கிடைத்த

சில மாதங்கிலேயே வட்டிக்கு பணம் கொடுக்க ஆரம்பித்து விடுவான்.

எல்லா அரசு ஊழியர்களையும் இலஞ்சப் பேர்வழிகள் என்று எப்படி சொல்ல முடியும். எனக்கு 'ராமசாமி' என்று ஒரு தாலுக்கா ஆபிஸ் குமாஸ்தாவை தெரியும், அவர் பத்து பைசா கூட இலஞ்சம் வாங்குவது கிடையாது. இவரை போல எத்தனையோ நல்ல மனிதர்கள் இருக்கலாம் அல்லவா? அவர்களைக் கண்டுபிடித்து பாராட்டலாமே என்று சிலர் கேட்கலாம்; உண்மையில் இலஞ்சம் வாங்காத சிலர் இருக்கிறார்கள். அவர்கள் யாரென்றால் வாய் திறந்து கேட்பதற்கு கூச்சப்படுபவர்கள், தப்பிதவறி குறைவாக கேட்டு மதிப்பை கெடுத்து கொள்வோமோ? என்று குழம்புவோர்கள், நாம் கேட்பதை பக்கத்து சீட்டுக்காரர் ஒட்டு கேட்டு விடுவாரோ என்று சந்தேகப்படுபவர்கள், இலஞ்சம் வாங்கினால் விஷயம் தெரிந்தவர்களுக்கு பிரித்து கொடுக்க வேண்டுமே என்று தயங்குபவர்கள், தான் இலஞ்சம் வாங்க சற்று யோசிக்கிறார்கள்.

பெரிய பொறுப்புகளில் புதியதாக வந்து அமருபவர்கள் உடனடியாக இலஞ்சம் வாங்க ஆரம்பிக்கமாட்டார்கள். இதற்கு இரண்டு காரணத்தை சொல்லலாம், முதலாவது இலஞ்சம் வாங்குவதற்கு சுலபமான வழிகள் எவையெல்லாம் உண்டு என்று ஆராய்வது, இரண்டாவது மிகவும் கண்டிப்பானவர்கள் போல் நடந்து கொண்டால் லஞ்ச பணம் சற்று அதிகமாகவும், அபாயமில்லாத வழியிலும் வந்து சேரும் என்பதற்கு, மூன்றாவதாக மிக குறைவான ஒரு காரணம் உண்டு, அதன் பெயர் மனசாட்சி. அரசாங்கம் சம்பளம் தருகிறது, அதற்கான வேலையை செய்யாமல் கையூட்டு பெறுவது பாவமல்லவா என்ற யோசனை ஆரம்பத்தில் வரும் அதன்பிறகு சுற்றியிருக்கும் ஊழியர்களின்

நிஜத்தன்மையைப் பார்த்து, கோவணம் கட்டியவன் ஊரில் வேட்டி கட்டியவன் பைத்தியகாரன் ஆன கதையாக ஆகி விடகூடாது என்று கும்பலோடு கும்பலாக கோவிந்தா போட ஆரம்பித்துவிடுகிறார்கள்.

இலஞ்சம் வாங்குவதில் நல்ல பழக்கப்பட்ட அல்லது அனுபவம் வாய்ந்த கில்லாடிகள் இருக்கிறர்களே அவர்களை கைதேர்ந்த கலைஞர்களுக்கு ஒப்பிடலாம், பரத நாட்டியம் கற்றுக்கொள்ள நாம் சென்றோம் என்றால் முதலில் உணர்வுகளை அதாவது காதல், பயம், பக்தி, வேண்டுதல், போன்றவற்றை முகபாவத்தின் மூலம் எப்படி வெளிபடுத்தலாம் என்று கற்று தருவார்கள். கண் அசைவின் மூலமாகவும் பாடல் வரிகளுக்கு அபிநயம் பிடிக்க கற்று தருவார்கள் அதன் பின் தான் கையசைவு, கால் அசைவு எல்லாம், லஞ்ச கில்லாடிகள் எந்த நாட்டிய பள்ளிகூடத்துக்கு போகாமலே பலவிதமான அபிநயங்களை, பாவங்களை கற்று இருக்கிறார்கள், அதை அவர்கள் பயன்படுத்தும் போது நாட்டிய பேரொளி பத்மினியும், அபிநய தாரகை சரோஜாதேவியும் கூட தோற்றுவிடுவார்கள்.

இப்பொழுதெல்லாம் காலம் ரொம்ப முன்னேறி விட்டது. மேஜைக்கடியில் பணம் வாங்குவதெல்லாம் திப்பு சுல்தான் காலத்து பாணி, அப்படி பணத்தை வாங்கி சட்டை பையில் வைத்திருக்கும் போது யாராவது ஒரு பிரகஸ்பதி மொட்டை பெட்டிஷன் அது இதுயென்று போட்டு அதிகாரிகள் வேலை மெனக்கட்டு சோதனைக்கு வந்து வாங்கும் பங்கையும் வாங்கி கொண்டு தற்காலிக வேலை நிறுத்தம் விசாரனை என்று ஏகப்பட்ட கெடுபிடிகள் செய்தால் என்ன செய்வது.

சுலபமாக உலகத்தில் வாழ முடிகிறதா என்ன? அரசு ஊழியர் மனைவி பத்தாயிரம் ரூபாய்க்கு குறைவாக புடவை

கட்ட முடியுமா? கழுத்திலும் காதிலும் பத்து, இருபது பவுனாவது போட வேண்டாமா? சாதாரண வீட்டில் வாழமுடியுமா சிமென்ட் தரையில் நடந்தால் கால் வலிக்கிறது என்பதற்காகவே மொசைக்கல்பதிக்க வேண்டி இருக்கிறது. மகள் டாக்டராக ஆசைப்படுகிறாள். மகன் இன்ஜினியங் காலேஜில் தான் சேர்வேன் என்று அடம் பிடிக்கிறான், பாழாய் போன படிப்பு இப்போது திறமைக்காகவா கிடைக்கிறது. லட்சகணக்கில் கொட்டி அழுதால் தான் பிள்ளைகளின் கனவை நினைவாக்க முடியும், பஸ்க்கு காத்திருக்கவெல்லாம் முடியாது. வியர்வை நாற்றத்தில், கூட்ட நெரிசலில் மனிதன் பயணம் செய்ய முடியுமா? அதற்கு கார் வேண்டும், பெட்ரோலும், டீசலும் தான் தினசரி ஏறி கொண்டே இருக்கிறதே இப்படி எத்தனையோ காரியங்களுக்கு இலஞ்சம் அத்தியாவசியமாக தேவைப்படுகிறது. இந்த சூழலில் இலஞ்சம் வாங்கி மாட்டிக் கொண்டால் எப்படி வாழ முடியும்.

அரசு ஊழியர்கள் அநியாமாக இலஞ்சம் வாங்கும் போது மாட்ட கூடாது என்று உதவ பல நல்ல மனிதர்கள் இருக்கிறார்கள், அரசு அலுவலகங்கள் அருகிலோ எதிரிலோ டீ, கடை அல்லது ஜெராக்ஸ் கடை இருப்பதை பார்த்திருப்பீர்கள், நமது பரிதாபத்துக்கு உரிய ஊழியர் அலுவலகம் முடிந்ததும் அந்த கடைகளில் உட்கார்ந்து கொஞ்ச நேரம் பேசுவார் கடைக்காரர் பேரில் இவ்வளவு அன்பா என்று யாரும் தவறாக நினைக்க கூடாது நமது கடமை தவறாத அரசு ஊழியர் தன் கையால் இலஞ்சம் வாங்கினால் பரிசுத்தம் கெட்டுவிடும் சிக்கலில் மாட்டிக்கொள்வேன் என்பதற்காக தனது அந்தபுர கரங்களாக டீ, கடைக்காரர்க்கு அந்தஸ்து வழங்கியிருக்கிறார் அவ்வளவு தான்.

தேசிய அளவில் நமது தமிழ்நாட்டுக்கு தனி சிறப்புகள் உண்டு. சினிமாக்காரர்களை ஆட்சியாளர்களாக்கி அழகு பார்ப்பதிலாகட்டும், சினிமா நடிகர்களுக்காக சங்கம் அமைத்து கட்டி புரண்டு சண்டை போடுவதிலாகட்டும் தமிழகனுக்கு நிகர் தமிழன் தான் யாரும் அவன் பக்கத்தில் நிக்க முடியாது. இத்தனை சிறப்பு மிக்க தமிழன் லஞ்ச விஷயத்தில் மட்டும் பழைய பத்தாம் பசலி கொள்கைகளை தூக்கி பிடித்து கொண்டு திரிவானா? அறிவில் சிறந்த தமிழ்நாடு அல்லவா? நமது மாநிலம், புத்தம் புதிதாக பல நூணுக்கங்களை கஷ்டப்பட்டு கண்டுபிடித்து தினம் தினம் உலகத்திற்கு வழங்கி கொண்டிருக்கிறான். அலுவலகத்தில் வாங்குவது கடை கன்னிகளில் கொடுத்து வைப்பது வீட்டுக்கு தேவையான கட்டில், பீரோ, ஏ. சி என வாங்குவது என்பதெல்லாம் இப்பொழுது மாமன் பெயரிலோ, மைத்துணன் பெயரிலோ, வங்கி கணக்கு திறந்து இணையதளம் வழியாக பண பரிமாற்றம் நடைபெறுகிறது. மனைவியின் பெயரில் நிறுவனங்களின் பங்குகள் வாங்கி கொடுக்கப்படுகிறது. சம்பந்தமேயில்லாத பஸ் போக்குவரத்து கூட சரிவர அமையாத ஊர் புறங்களில் ஏக்கர் கணக்கில் நிலம் வாங்குவது, சர்வதேச சுற்றுலா தளங்களுக்கு உல்லாச பிராயணங்களுக்கு ஏற்பாடு பண்ணித்தர சொல்வது, இன்னும் எண்னென்னவோ புரியாத வகைகளில் எல்லாம் லஞ்ச பணம் பரிமாறப்படுகிறது. சில பேருக்கு விடிய விடிய உட்கார்ந்து பார்த்தாலும் சதுரங்க ஆட்டத்தின் சூட்சமம் புரியாது, அது போல லஞ்சத்தை பொறுத்த வரை அவர்களின் நுணுக்கங்கள் நமது மண்டையில் ஏறவே மாட்டேன் என்கிறது.

என்ன பெரியதாக இலஞ்சம் வாங்கி விட போகிறார்கள், தப்பான வழியில் வரும் பணம், நேர்மையான வழியில் செலவாகாது என்பது அவர்களுக்கு தெரியாதா? என்று சில

அப்பாவிகள் நினைக்கிறார்கள், அத்தகைய அப்பாவிகளுக்கு ஒவ்வொரு வருடமும் துறைவாரியாக நடக்கும் ஊழலின் அளளவை சொன்னால் நன்றாக இருக்குமென்று நினைக்கிறேன். சமீபத்தில் நாடு முழவதும் ஒரு வருடத்திற்கு சாதாரண பொதுமக்களிடமிருந்து லஞ்சமாக அதிகாரிகள் எவ்வளவு பணத்தை சுரண்டி ஏப்பம் விடுகிறார்கள் என்று ஒரு தோராய கணக்கெடுப்பு நடந்தது. அதன் அடிப்படையில் இந்தியாவில் போலீஸ் துறையில் 215 கோடியும், போக்குவரத்து துறையில் 500 கோடியும், வீட்டு வசதி வாரியத்தில் 157 கோடியும், பத்திரபதிவு துறையில் 124 கோடியும் மின்சார துறையில் 105 கோடியும், மருத்துவபிரிவில் 87 கோடியும், வங்கிகளின் மூலமாக 83 கோடியும் உணவு பொருள் விநியோகத்துறையில் 45 கோடியும் வனத்துறையில் 24 கோடியும், குடிநீர் வடிகால் வாரியம் மூலம் 24 கோடியும், பள்ளிகல்வி அமைப்பின் மூலமும் கிராம வேலைவாய்ப்பு திட்டங்கள் மூலமும் சராசரி 7-கோடியும் ஒரு வருடத்தில் லஞ்சமாக பெறப்படுகிறதாம் இதில் முக்கியமாக கவனிக்க வேண்டியது இந்த கணக்கு எல்லாம் ஒரளவு வெளியில் தெரிந்த தோராய கணக்குகள் தான், ஒளிவு மறைவாக நடப்பது இதைவிட பல மடங்காகவே இருக்கும். இன்னும் ஒரு விஷயம் இந்த ஊழல் தினசரி நடக்கும் சம்பவங்கள் தான். அரசியல்வாதி பராமாத்மாக்களால் நடத்தப்படும் ஊழல் சிறப்பு திருவிழாக்கள் போன்றது. அதை இந்த கணக்கில் சேர்த்தால் நமக்கு பைத்தியம் பிடித்தாலும் பிடித்துவிடும்.

சொந்தம் என்பது தொடர்கதை தான் முடிவே இல்லாதது, என்று ஒரு பழைய திரைப்படல் பாடல் உண்டு, ஊழல் என்பதும் அப்படி தான் சாவே இல்லாதது என்று நமக்கு பாட தோன்றுகிறது, அரசியல்வாதிகளும் அதிகாரிகளும் தான் பொதுமக்கள் தலையைமொட்டை அடிக்க வேண்டுமா?

அவர்கள் மட்டுமென்ன அம்மா வயிற்றில் இருபது மாதங்களா குடியிருந்தார்கள்? நாங்கள் மட்டுமென்ன மொட்டையடிக்க தெரியாத தற்குறிகளா? என்று நினைத்து சில தனி மனிதர்கள் சீட்டு கம்பெனி, ரியல் எஸ்டேட், என்று இறங்கி சகட்டு மேனிக்கு மக்களின் தலைமுடியை மழிக்க துவங்கி விட்டார்கள், செயற்கை கோளிலிருந்து படமெடுத்தால் இந்தியாவில் முக்கால்வாசி தலை மொட்டையாக இருப்பதை பார்க்கலாம். ஒன்று இரண்டு முடி உள்ள தலை தென்பட்டால் நிச்சயமாக அந்த தலைகள் மொட்டை அடிப்பவர்களின் தலைகளாகத்தான் இருக்கும்.

5. இந்தியப் பொருளாதார நெருக்கடி

இந்தியப் பொருளாதாரம் தீவிரமான நெருக்கடியை நோக்கிப்போவது உண்மைதானா? ஆமாம். அதே சமயம், நொறுங்கிப்போகும் அளவுக்கு இல்லை, மீட்கும் நிலையில்தான் பொருளாதாரம் இருக்கிறது. நாட்டின் இன்றைய பொருளாதார நிலையைச் சில உண்மைகளிலிருந்து அறிவோம்.

1. இரு நிதியாண்டுகளாக, அட்டவணைக் குறியீட்டெண்ணுடனான ஜிடிபி (GDP) அடிப்படையிலான பொருளாதார வளர்ச்சி வீதம் குறைந்துவருகிறது.

2. இந்தியாவின் தேசிய முதலீட்டுக்கு முதுகெலும்பாக இருக்கும் குடும்ப சேமிப்பு 34% என்பதிலிருந்து 2017-ல் 24% ஆகச் சரிந்துவிட்டது. குடும்பங்கள் அல்லாத நிறுவனங்களின் சேமிப்பு ஜிடிபி (GDP) யில் 5% மட்டுமே. அரசின் தேவையில்லாத குறுக்கீடுகளாலும் வரிவிதிப்பு நடவடிக்கையாலும் வீழ்ச்சி ஏற்பட்டுள்ளது. 'பொதுச் சரக்கு சேவை வரி' (ஜிஎஸ்டி) நடைமுறை என்பது பெரும் தோல்வி.

3. அரசு வங்கிகளின் வாராக்கடன் அளவு விரைவாகவும், பெரிதாகவும் வளர்ந்துவிட்டது. வங்கிகள் புதிதாகக் கொடுக்கும் கடன் அளவைவிட வாராக்கடன் வளர்ச்சி வீதம் அதிகரித்தது. அரசுத் துறை வங்கிகள் நிதி வழங்கலை மேற்கொள்ள முடியாமல் நொறுங்கக்கூடிய அளவுக்கு வாராக்கடன் சுமை இருக்கிறது. இது 2022-இல் எல்லாத் துறைகளிலும் பிரதிபலிக்கும்.

4. அடித்தளக் கட்டமைப்புத் துறைகளுக்கு நிதி அதிகம் தேவைப்பட்ட நேரத்தில் மிக முரட்டுத்தனமாக நிதி ஒதுக்கலை நிதியமைச்சகம் வெட்டிவிட்டது. 'மேக் இன் இந்தியா' கொள்கை வெற்றிபெற அடித்தளக் கட்டமைப்புத் துறைக்கு மட்டும் சுமார் ரூ. 72 லட்சம் கோடி தேவை. ஆனால், உண்மையில் முதலீடு செய்யப்பட்ட தொகையின் 'உண்மை மதிப்பு' 2020-க்கு முன்பு இருந்ததைவிடக் குறைவு.

5. உற்பத்தித் துறையில் அதிலும் குறிப்பாக குறு, சிறு, நடுத்தரத் தொழில் பிரிவுகளில் வளர்ச்சி 2% முதல் 5% அளவுக்கே இருக்கிறது. இத்துறைதான் தொழில்

பயிற்சியே இல்லாத அல்லது ஓரளவு பயிற்சிபெற்ற தொழிலாளர்களுக்கும் வேலைவாய்ப்பு வழங்குகிறது.

6. இந்திய வேளாண் விளைபொருட்கள்தான் உலகிலேயே மிகவும் மலிவு. உற்பத்தித் திறன் குறைவாக இருந்தாலும் விளைச்சலை அதிகபட்சத்துக்கு உயர்த்த முடியவில்லை. வேளாண் விளைச்சலை இரட்டிப்பாக்கி, ஏற்றுமதியையும் அதே சமயத்தில் அதிகப்படுத்துவது அவசியம். அதிக பேருக்கு வேலைவாய்ப்பை வழங்கும் வேளாண் துறை தனது ஆற்றலுக்கும் குறைவாகவே உற்பத்தி, உற்பத்தித் திறன் இரண்டையும் அளிக்கிறது.
7. 2014 முதல் தொடர்ந்து நான்கு ஆண்டுகளுக்குக் கச்சா பெட்ரோலியத்தின் விலை சர்வதேசச் சந்தையில் வெகுவாகக் குறைந்தது. டாலருக்கு நிகரான ரூபாயின் மதிப்பும் 2018 நடுப்பகுதி வரை நிலையாகவே, ஒரு டாலருக்கு ரூ. 65 என்று இருந்தது. இவ்வளவு சாதகமான நிலைமை இருந்தும் ஏற்றுமதி, இறக்குமதி இரண்டுமே 2014-17 காலத்தில் குறைந்தது.
8. 2021-ஆம் ஆண்டு முதல் பெட்ரோல் மற்றும் டீசல் விலை கடும் ஏற்றத்துடன் காணப்படுகின்றது. 60-ரூபாய்க்கு விற்ற பெட்ரோல் இன்று 102-ரூபாய்க்கு விற்கப்படுகிறது. 55-ரூபாய்க்கு விற்ற டீசல் இன்று 100-ரூபாய்க்கு மேல் விற்கப்படுகிறது.

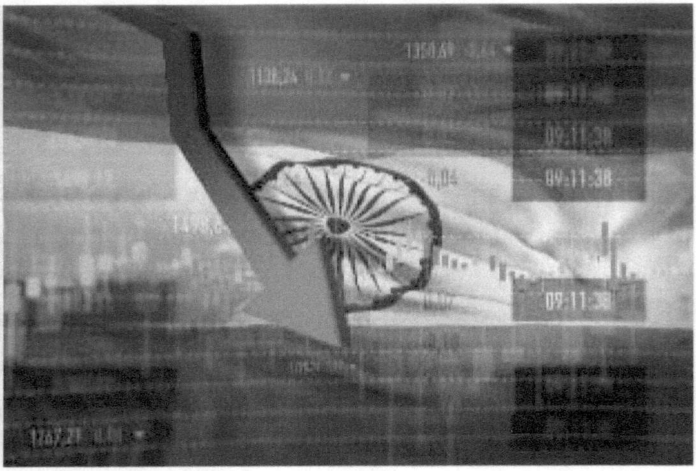

எவையெல்லாம் அச்சுறுத்தல்

2021-ஆம்ஆண்டு இந்தியப் பொருளாதாரத்துக்குச் சில நெருக்கடிகள் ஏற்பட்டுள்ளன. அமெரிக்க டாலருக்கு நிகரான ரூபாயின் மதிப்பு 75 ஆக இருக்கிறது. கச்சா பெட்ரோலியத்தின் விலை ஒரு பீப்பாய் 60 டாலர்களாக உள்ளது. இது நம்முடைய அந்நியச் செலாவணி கையிருப்புக்கு அச்சுறுத்தலாகியிருக்கிறது. பொருளாதார வீழ்ச்சி ஏற்படக்கூடிய இந்தத் தருணத்தில் நேர்மையாக நாம் நமது பொருளாதாரக் கொள்கைகளையும் நிர்வாகத்தையும் மறுபரிசீலனைக்கு உட்படுத்த வேண்டும். கொள்கைகளை மாற்றிக்கொண்டு உச்சம் தொட வேண்டும். கட்டமைப்புகளில் மாற்றம் செய்து ஆண்டுக்கு 10% வளர்ச்சியைப் பராமரிக்க வேண்டும். தனிநபர்களுக்கு வருவாயைப் பெருக்கிக்கொள்ள ஊக்குவிப்பு தர வேண்டும். வருமான வரியை முழுதாக ரத்துசெய்வதன் மூலம் ஊக்குவிக்கலாம். கடுமையான வரிகள், தீர்வைகள் மூலம் கட்டாயப்படுத்தி எதையும் செய்யக் கூடாது.

உலக அளவில் போட்டியிடக்கூடியதாக நம்முடைய பொருளாதாரத்தை மாற்ற வேண்டும். அமெரிக்கா, இஸ்ரேல் போன்ற நாடுகளின் சந்தைகளையும் நவீனத் தொழில்நுட்பங்களையும் நாம் கையாள வேண்டும். அதற்கு அரசியல் ரீதியாகவும் நாம் காய்களை நகர்த்த வேண்டும்.

தனிநபர்களும் குடும்பங்களும் தங்களுடைய வருவாயில் செலவு போக சேமிக்கும் அளவு குறைந்ததால்தான் ஜிடிபி (GDP) வளர்ச்சியும் சரிந்தது. பழையபடி உள்நாட்டு சேமிப்பு 35% ஆவதற்கு அரசு ஊக்குவிப்புகளை அளிக்க வேண்டும். அரசின் முன்னுரிமையாக இருக்கும் சில பிரச்சினைகளைத் தீர்க்கப் புதிதாகச் சில நடவடிக்கைகளை உடனடியாக எடுக்க வேண்டும்.

உடனடி அவசிய நடவடிக்கைகள்

1. சேமிப்புக்கு நல்ல வருவாய் கிடைக்கும் அளவுக்கு வட்டி வீதம் உயர்த்தப்பட வேண்டும், சேமிக்க முடியாமல் வரி விகிதங்களை அதிகப்படுத்தக் கூடாது, சேமிப்பது என்ற இயல்பான உணர்வை ஊக்குவிக்க வேண்டும்.
2. வங்கிகள் தரும் கடன்கள் மீதான வட்டி 9% ஆகக் குறைக்கப்பட வேண்டும்.
3. 2022-ஆம்ஆண்டுநிதியாண்டு முழுக்க அமெரிக்க டாலருக்கு நிகரான இந்திய ரூபாய் மதிப்பு 50 தான் என்று அரசே நிர்ணயிக்க வேண்டும். அடுத்து வரும் ஆண்டுகளில் இதில் தேவைக்கேற்ப மாறுதல்களைச் செய்துகொள்ளலாம்.

1965-ல் கடுமையான உணவுதானிய பற்றாக் குறையிலிருந்து 'பசுமைப் புரட்சி' மூலம் தன்னிறைவு நாடாக மாறியிருக்கிறோம். 1990-91-ல் கடுமையான அந்நியச் செலாவணி பற்றாக்குறை ஏற்பட்ட நிலையிலிருந்து விடுபட்டு

'உயர்வேகப் பொருளாதார நாடாக' மாறியிருக்கிறோம். இந்தியா சுதந்திரம் அடைந்த கடந்த 71 ஆண்டுகளில் மிக நெருக்கடியான பொருளாதார நிலையிலிருந்து எளிதாக மீண்டுவந்திருக்கிறது. அந்தப் பழைய வரலாறே நமக்கு நம்பிக்கையை ஊட்ட வேண்டும்.

நடப்பு நிதி ஆண்டில் இந்தியாவின் பொருளாதார வளர்ச்சி தொடர்ந்து சரிவைக் காணும் என்று பயன்பாட்டு பொருளாதார ஆராய்ச்சி தொடர்பான தேசியக்குழு தெரிவித்துள்ளது. மக்களின் நுகர்வு திறன் சரிந்து தேவை குறைந்துள்ளதால், வளர்ச்சி பாதிக்கப்படுவதாக அக்குழு தெரிவித்து உள்ளது. நடப்பு நிதி ஆண்டின் இரண்டாம் காலாண்டில் வளர்ச்சி 4.9 சதவீதமாக குறையும் என்று கூறி உள்ளது. முதல் காலாண்டில் இந்தியாவின் வளர்ச்சி கடந்த ஆறு ஆண்டுகளில் இல்லாத அளவில் 5 சதவீதமாக சரிந்தது. இந்நிலையில் தற்போதைய பொருளாதார நெருக்கடி நிலை காரணமாக இரண்டாம் காலாண்டில் வளர்ச்சி விகிதம் மேலும் குறையக் கூடும் என்று அக்குழு தெரிவித்து உள்ளது. மேலும், 2021-2022-ம் நிதியாண்டில் வளர்ச்சி 4.9 சதவீதமாக இருக்கும் என்று கணித்துள்ளது.

கடந்த 2019-2020ஆம் நிதியாண்டில் இந்தியாவின் ஒட்டுமொத்த உள்நாட்டு உற்பத்தி 7.6 சதவிகிதமாக பதிவானதன் மூலம் உலகின் மிக வேகமாக வளரும் பொருளாதார வளர்ச்சியைப் பெற்ற நாடாக இந்தியா முன்னேறியது.

2016-17ஆம் நிதியாண்டில் இந்தியாவின் ஒட்டுமொத்த உள்நாட்டு உற்பத்தி சதவிகிதம் 8 ஆக இருக்கும் என மத்திய புள்ளியியல் அலுவலகம் கணித்தது. ஆனால் பணமதிப்பு நீக்கத்தினால் ஒட்டுமொத்த உள்நாட்டு உற்பத்தி

சதவிகிதம் பாதிப்புக்கு ஆளானது. மார்ச் மாதம் முடிந்த 2016-17 நிதியாண்டில் ஒட்டுமொத்த உள்நாட்டு உற்பத்தி 7.1 சதவிகிதம் ஆக வளர்ச்சியடைந்துள்ளது.

இந்தியாவின் ஜிடிபி (GDP) எனப்படும் ஒட்டு மொத்த உள்நாட்டு உற்பத்தி விகிதம் குறித்து கடந்த ஆண்டு கணித்த சர்வதேச நாணய நிதியம், இந்தியா பொருளாதார வளர்ச்சி விழுந்து பின்னர் மீண்டு எழும் என்று தெரிவித்தது. 2018-19ஆம் நிதியாண்டில் ஜிடிபி (GDP) 6.5 சதவிகிதமாக சரிவடையும் என்றும் அடுத்தடுத்த ஆண்டுகளில் சீராக வளர்ச்சியடையும் ஜிடிபி (GDP) 2021 - 22ஆம் நிதியாண்டில் 8 சதவிகித வளர்ச்சியை எட்டும் என்று ஐஎம்எப் கணித்தது. ஆனால் இந்திய நிதித்துறை அமைச்சகமோ இன்னும் 5 ஆண்டுகளில் மொத்த உள்நாட்டு உற்பத்தி இரட்டை இலக்கத்தை எட்டும் என்று நம்பிக்கை தெரிவித்துள்ளது.

ஜிடிபி (GDP) 7.4 சதவிகிதம் இந்தியாவின் ஒட்டுமொத்த உள்நாட்டு உற்பத்தி 2020-21ஆம் நிதியாண்டில் 7.4 சதவிகிதமாக இருக்கும் என்றும் 2021-22 ஆம் நிதியாண்டில் 7.8 சதவிகிதமாக உயரும் என்றும் ஐஎம்எஃப் எனப்படும் சர்வதேச நாணய நிதியம் கணித்துள்ளது.

தொடர்ந்து பொருளாதாரத்தில் வேகமாக வளர்ந்து வரும் நாடாக இந்தியா உள்ளது. இந்தியாவின் வளர்ச்சி தற்போது வரை தொடர்ந்து அதிகரித்து வருவதாக கணித்துள்ளது. 2019-ஆம் ஆண்டு இந்தியாவின் பொருளாதாரம் உயருவதற்குக் கச்சா எண்ணெய் விலை வீழ்ச்சி மற்றும் பணவீக்கம் சரிவு போன்றவையே காரணம் என்று கூறப்படுகிறது. வளர்ச்சிக்கு காரணம் 2016ஆம் ஆண்டு நவம்பரில் உயர்பணமதிப்பு நீக்க நடவடிக்கை மற்றும் 2017-ஆம் ஆண்டு ஜூலையில் ஜிஎஸ்டி அமல்படுத்தப்பட்ட போது இந்தியாவின் பொருளாதாரம் சரிவடைந்தது. 2017-ல் சீனாவின் பொருளாதார வளர்ச்சி 6.9 சதவிகிதமாகவும், இந்தியாவின் வளர்ச்சி 6.7 சதவிகிதமாகவும் இருந்தது. ஆனால் தற்போது இந்தியாவில் முதலீடுகள் மற்றும் கொள்முதல்கள் அதிகரித்துள்ளதால் பொருளாதார வளர்ச்சி உயரும். தொழில் வளர்ச்சியில் இந்தியா குறிப்பிடப்படும்படியாக இடத்தை எட்டி உள்ளது. ஜிஎஸ்டி அமல் தற்போது இந்திய முதலீட்டை பலப்படுத்தி உள்ளது. வளர்ச்சிக்கும் இது முக்கிய காரணமாக அமைந்துள்ளதாக சர்வதேச நாணய நிதியம் கணித்துள்ளது.

ஆசியாவின் பொருளாதார வளர்ச்சி சீனாவின் பொருளாதார வளர்ச்சி 2019 மற்றும் 2020-ஆம் ஆண்டுகளில் 6.2 சதவிகிதமாக சரிவடையும். 2021-ல் இது 6 சதவிகிதமாக குறையும் என்றும் கணித்துள்ளது. சீனாவின் பொருளாதார வளர்ச்சி சரிவுக்கு அமெரிக்க இடையிலான வர்த்தகப் போர் முக்கியக் காரணமாக உள்ளது. இந்தியாவின் பொருளாதார வளர்ச்சி உயர்ந்தாலும் ஆசிய மற்றும் வளர்ந்து வரும் நாடுகளின் வளர்ச்சி 2019ஆம் ஆண்டு 6.8 சதவிகிதத்திலிருந்து 6.3 சதவிகிதமாகச் சரியும் என்றும் தெரிவித்துள்ளனர்.

உலகளவில், ஐந்தாவது பெரிய பொருளாதாரமாக, இந்தியா, 2025ம் ஆண்டில் உருவெடுக்கும் என்றும், 2030ம் ஆண்டில், மூன்றாவது இடத்தை பிடிக்கும் என்றும் ஆய்வறிக்கை ஒன்று தெரிவித்துள்ளது. பிரிட்டனைச் சேர்ந்த, பொருளாதாரம் மற்றும் வணிக ஆராய்ச்சி மையமான, சி. இ. பி. ஆர்., அதன் ஆண்டு அறிக்கையை வெளியிட்டது. அதில் கூறப்பட்டுள்ளதாவது கடந்த, 2019ம் ஆண்டில், இந்தியா, பிரிட்டனை பின்னுக்குத் தள்ளி, உலகின் ஐந்தாவது பெரிய பொருளாதார நாடாக முன்னேறியது. ஆனால், 2020-இல், ஆறாவது இடத்துக்கு வந்துவிட்டது.

இந்தியா பின்தங்கியதற்கு, கொரோனா பாதிப்புகளும் ஒரு முக்கிய காரணமாகும். மேலும், இந்திய ரூபாய் மதிப்பு சரிந்ததும் ஒரு காரணமாக அமைந்தது. அடுத்த ஆண்டில், இந்தியா, 9 சதவீதம் அளவுக்கும், 2022-ம் ஆண்டில், 7 சதவீதம் அளவுக்கும் வளர்ச்சி பெறும். இந்த வளர்ச்சிப் பாதையில், 2030-ம் ஆண்டில், இந்தியா, உலகின் மூன்றாவது பெரிய பொருளாதார நாடாக மாறும். 2025-ல் இங்கிலாந்தையும், 2027-இல் ஜெர்மனியையும், 2030-ல் ஜப்பானையும் முந்தும்.

பொதுவாக, ஒரு நாடு பொருளாதாரத்தில் அதிகம் முன்னேறிய நிலையில், அதன் வளர்ச்சி விகிதம் குறைவது இயற்கையே. இதன்படி, 2035-ம் ஆண்டில், இந்தியாவின் வளர்ச்சி விகிதம், 5.8 சதவீதமாக இருக்கும். டாலர் அடிப்படையில், 2030-ம் ஆண்டின் முற்பகுதி வரை, இந்தியாவை முந்தி, உலகின் மூன்றாவது பெரிய பொருளாதாரமாக ஜப்பான் திகழும். அத்துடன், ஜெர்மனியை நான்காம் இடத்திலிருந்து, ஐந்தாவது இடத்திற்கு தள்ளும்.

கொரோனா பாதிப்புகள் காரணமாக, இந்தியாவின் பொருளாதாரம் அதன் வளர்ச்சி வேகத்தை தற்போது இழந்துள்ளது. கடந்த ஏப்ரல் முதல் ஜூன் மாதம் வரையிலான இரண்டாவது காலாண்டில், இந்தியாவின் மொத்த உள்நாட்டு உற்பத்தி வளர்ச்சி, மைனஸ் 23.9 சதவீதமாக சரிந்தது. இது, அந்நாட்டின் பொருளாதார நடவடிக்கைகளில் கிட்டத்தட்ட கால் பகுதியை அழித்து விட்டது என்பதையே உணர்த்துகிறது.

உலகளவில் தேவைகள் சரிந்தது, கடுமையான ஊரடங்கு உத்தரவுகளினால், உள்நாட்டு தேவைகளும் பாதித்தது ஆகியவை இதற்கு முக்கிய காரணங்களாக அமைந்துவிட்டன. கட்டுப்பாடுகள் படிப்படியாக நீக்கப்பட்டதால், பொருளாதாரத்தின் பல பகுதிகள் மீண்டும் செயல்பாட்டுக்கு வர முடிந்தது. இருப்பினும், நிலைமை இன்னும் தொற்று நோய் பாதிப்புக்கு முந்தைய நிலைகளுக்குக் கீழே தான் உள்ளது.

அறுவடை:

இந்தியாவின் பொருளாதார மீட்சிக்கு முக்கிய காரணமாக, விவசாயத் துறை அமைந்துள்ளது. அறுவடை சிறப்பாக அமைந்தது. சர்ச்சைகளுக்கு இடையே மேற்கொள்ளப்பட்ட,

உயர் பணமதிப்பு நீக்கம் மற்றும் தற்போதைய விவசாயத் துறை சீர்திருத்த நடவடிக்கைகள் ஆகியவை நடுத்தர மற்றும் நீண்டகாலத்தில் பொருளாதார நன்மை பயப்பதாகவே இருக்கும். இந்தியாவில் தடையாக இருக்கும் உள்கட்டமைப்பு வசதிகளில் அரசு அதிக முதலீடு செய்வதை பொறுத்து, பொருளாதார வளர்ச்சி மேலும் வேகம் பெறும். இவ்வாறு தெரிவிக்கப்பட்டுள்ளது.

இந்தியாவின் பொருளாதார வளர்ச்சி பற்றிய மத்திய அரசின் சமீபத்திய தரவுகளை பார்க்கும்போது, நாட்டின் பொருளாதாரம் மந்தநிலையை நோக்கி செல்வது தெரிகிறது.

சீனாவை போன்றில்லாமல், கடந்த 15 ஆண்டுகளுக்கு மேலாக இந்திய பொருளாதாரம் உள்நாட்டு நுகர்வை மையமாக கொண்டே வளர்ச்சியடைந்து வருகிறது. ஆனால், சமீபத்திய மாதங்களில் வெளியிடப்பட்ட மத்திய அரசின் தரவுகளை பார்க்கும்போது, நுகர்வோரின் பணம் செலவிடும் வீதம் வீழ்ச்சியடைந்து வருவது புலனாகிறது.

பொருளாதார வளர்ச்சியில், சீனா, 2028-இல், அமெரிக்காவை பின்னுக்குத் தள்ளி, உலகின் முதல் மிகப் பெரிய பொருளாதார நாடாக உயரும். கொரோனாவால் சீனாவை விட, அமெரிக்கா அதிகம் பாதிக்கப்பட்டிருப்பதால், இதற்கு முன் கணித்திருந்ததை விட, ஐந்துஆண்டுகளுக்கு முன்னதாகவே, முதல் இடத்தை சீனா பிடித்துவிடும் என ஆய்வறிக்கை தெரிவிக்கிறது.

சீனாவை முந்தும் இந்தியாவின் பொருளாதாரம் – சர்வதேச நிதியம் கணிப்பு!!

கடந்த ஆண்டு கொரோனா நோய்த்தொற்றால் அனைத்து உலக நாடுகளின் பொருளாதாரமும் பாதிக்கப்பட்ட

நிலையில், இந்த ஆண்டில் பொருளாதாரம் சீனாவை விட இந்தியாவின் வளர்ச்சி அதிகமாக இருக்கும் என்று சர்வதேச நிதியம் தெரிவித்துள்ளது.

சர்வதேச பொருளாதாரம்:

உலகம் முழுவதும் கடந்த வருடம் முதல் கொரோனா நோய்த்தொற்று அதிக பாதிப்பை ஏற்படுத்தி வருகிறது. இதனால் உலக நாடுகளின் பொருளாதாரம் அதிகமாக பாதிக்கப்பட்டது. மேலும் சிலர் தங்களது வாழ்வாதாரத்தையே தொலைத்து நின்றனர். தற்போது இந்தியாவில் அனைத்து இடங்களிலும் அனைத்து வகை தொழில்களும் மிக சிறப்பாக இயங்கி வருகிறது. இதன் காரணமாக பொருளாதாரம் சரிவில் இருந்து மீளத் தொடங்கியது.

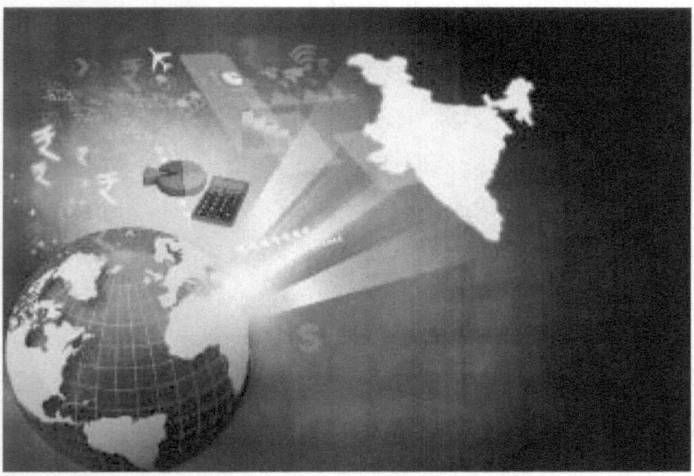

மேலும் இந்த ஆண்டு இந்தியாவின் பொருளாதாரம் அபார வளர்ச்சி அடையும் என்று பொருளாதார வல்லுநர்கள் தெரிவித்தனர். தற்போது இது குறித்து சர்வதேச நிதியம் ஓர் கருத்தை தெரிவித்துள்ளது. அதன்படி இந்தியாவின்

பொருளாதாரம் இந்த ஆண்டு 12.5% ஆக இருக்கும் என்று தெரிவித்தது. மேலும் வருகிற 2022ம் ஆண்டில் நாட்டின் பொருளாதாரம் 10% வளர்ச்சி அடையும் என்றும் தெரிவித்தது.

கொரோனா காலத்தில் பொருளாதாரத்தில் வளர்ச்சி அடைந்த சீனா இந்த ஆண்டில் அதன் பொருளாதாரத்தில் 8.6% உயரும் என்று தெரிவிக்கப்பட்டது. அதன்படி இந்த ஆண்டில் சீனாவை விட இந்தியாவின் பொருளாதாரம் அபார வளர்ச்சி அடையும் என்று தெரிவித்தது. அதேபோல் மைனஸ் 3.3% வீழ்ச்சி கண்ட சர்வதேச பொருளாதாரம் இந்த ஆண்டு 6% அதிகரிக்கும். வருடாந்திர உலக பொருளாதாரம் மதிப்பீட்டில் இந்த ஆண்டில் உலக பொருளாதாரம் 6% மற்றும் அடுத்த ஆண்டு 4.4% வளர்ச்சி இருக்கும் என்று தெரிவிக்கப்பட்டுள்ளது.

கொரோனா வைரஸ் தொற்றுநோயால் இந்திய பொருளாதாரம், கடுமையாக பாதிக்கப்பட்டுள்ள நிலையில் இந்தியாவின் பொருளாதாரம் நடப்பாண்டில் உள்ளதில் இருந்து 10.3% அளவுக்கு மிகப்பெரிய சரிவை சந்திக்கும் என சர்வதேச நாணய நிதியம் தெரிவித்துள்ளது. எனினும்

2021-ஆம் ஆண்டில் இந்தியா 8.8% வளர்ச்சி விகிதத்துடன் முன்னேற வாய்ப்புள்ளது என்றும் கூறியுள்ளது.

கொரோனாவால் உள்நாட்டு உற்பத்தி இந்தியாவில் கடுமையாக சரிந்தது. இதுபற்றி அறிக்கை வெளியிட்ட உலக வங்கி, இந்தியாவின் மொத்த உள்நாட்டு உற்பத்தியில் இந்த நிதியாண்டு 9.6% அளவுக்கு சுருங்கும் என்று கணித்திருந்தது.

தெற்காசியாவின் உலக வங்கியின் தலைமை பொருளாதார நிபுணர் “ஹான்ஸ் டிம்மர்” கூறுகையில், இந்தியாவில் நிலைமை நாம் முன்னர் கண்டதை விட மிகவும் மோசமாக உள்ளது இது இந்தியாவில் இதுவரை இல்லாத நிலைமை. இந்தியாவின் வளர்ச்சி இந்த நிதியாண்டின் முதல் காலாண்டில் மொத்த உள்நாட்டு உற்பத்தி சரித்திரத்தில் இல்லாத நிகழ்வாக 25 சதவீதம் சரிந்தது. உலக வங்கி இதுபற்றி வெளியிட்ட அறிக்கையில், வைரஸ் பரவுவது மற்றும் கட்டுப்படுத்தும் நடவடிக்கைகள் இந்தியாவில் உற்பத்தி மற்றும் விற்பனையை கடுமையாக பாதித்துள்ளது.

சீனாவை முந்தும்

இந்நிலையில் தற்போது சர்வதேச நாணய நிதியம் வெளியிட்டுள்ள உலகப் பொருளாதார அவுட்லுக் அறிக்கையில், இந்த ஆண்டு உள்நாட்டு உற்பத்தி பெரிய அளவில் சரிந்துள்ளதால், இந்தியாவின் பொருளாதாரம் இப்போது உள்ள அளவில் இருந்து 10.3% அளவுக்கு மிகப்பெரிய சரிவை சந்திக்கும். எனினும் அடுத்த ஆண்டு இந்தியாவின் பொருளாதாரம் 8.8% வளர்ச்சி விகிதத்துடன் முன்னேற வாய்ப்புள்ளது. வேகமாக வளர்ந்து வரும் இந்தியாவின் பொருளாதாரம் மீண்டும் ஒரு நிலையை

எட்டும். இந்தியாவின் அடுத்த ஆண்டு பொருளதார வளர்ச்சி விகிதம் சீனாவில் எதிர்பார்க்கப்படும் பொருளாதார வளர்ச்சி விகிதமான 8.2% ஐ விட அதிகமாக இருக்கும்" என தெரிவித்துள்ளது.

சர்வதேச நாணய நிதியம் மற்றும் உலக வங்கியின் வருடாந்திர கூட்டங்களுக்கு முன்னதாக வெளியிடப்பட்ட அறிக்கையில் உலகின் பொருளாதார வளர்ச்சி இந்த ஆண்டு 4.4% அளவுக்கு குறையும். ஆனால் 2021-ஆம் ஆண்டில் 5.2% அளவுக்கு உயரும். அமெரிக்காவின் பொருளாதாரம் 2020-ஆம் ஆண்டில் தற்போது உள்ளதைவிட 5.8% அளவு குறையும். ஆனால் அதன்பிறகு அடுத்த ஆண்டு 3.9 சதவீதம் ஆக வளரும். முக்கிய நாடுகளில் 2020-ஆம் ஆண்டில் பொருளாதார வளர்ச்சி என்று பார்த்தால், சீனாவில் மட்டுமே பொருளதாரம் நேர்மறையான வளர்ச்சியை அடையும். 1.9% நேர்மறையான வளர்ச்சி விகிதம் காட்டும் ஒரே நாடு சீனா மட்டுமே என்று சர்வதேச நாணய நிதியம் கூறியுள்ளது.

சர்வதேச நாணய நிதியத்தின் கூற்றுப்படி, புவி வெப்பமடைதலால் மிகப்பெரிய சேதத்தை சந்திக்கக்கூடிய நாடுகளில் இந்தியாவும் உள்ளது. இந்தியாவைப் பொறுத்தவரை, 2100 வாக்கில் காலநிலை மாற்றத்தைக் குறைப்பதற்காக செலவு செய்யப்போகும் தொகை என்பது மொத்த உள்நாட்டு உற்பத்தியின் லாபத்தில் 60% - 80% வரை இருக்கும் என்று எச்சரித்துள்ளது. காலநிலை மாற்றத்தால் ஏற்படும் இழப்புகளின் மதிப்பீடுகள் குளிர்ந்த பகுதிகளுக்கு (எடுத்துக்காட்டாக, ஐரோப்பா, வட அமெரிக்கா, மற்றும் கிழக்கு ஆசியா), ஓரளவு குறைவாக இருக்கும் என்று கூறியுள்ளது.

இந்தியாவுக்கு ஏற்றுமதி செய்யும் நாடுகளின் பட்டியலில் முதலிடத்தில் இருக்கிறது சீனா:

நீண்ட நாள்களாக நடைபெற்றுக்கொண்டிருக்கும் அமெரிக்காவுடனான வர்த்தகப் போர், இந்திய எல்லையில் ஆரம்பித்திருக்கும் யுத்தப் பதற்றம் என சீனாவுக்கு உலக நாடுகளுடனான பிணக்கு அதிகரித்துக்கொண்டே போகின்றது.

கொரோனா வைரஸ் சீனாவின் “வுகான்” மாகாணத்திலிருந்து பரவியதால், அனைத்து நாடுகளுமே இன்று சீனாவின் மீது கடும் கோபத்தில் இருக்கின்றன. குறிப்பாக இந்தியாவில், சீனா பொருள்கள் பயன்படுத்துவதை, சீனாவிலிருந்து பொருள்கள் இறக்குமதி செய்வதை தடை செய்யலாம் என்கிற கருத்து மீண்டும் மேலோங்கியிருக்கிறது. சமீபத்தில் அன்னிய நேரடி முதலீட்டு விவகாரத்தில், சீனாவை மட்டும் இந்தியா டார்கெட் செய்தது கவனிக்கத்தக்கது.

மிகப்பெரிய பொருளாதார நாடான அமெரிக்காவுடன், வர்த்தகத்தின் இணக்கமான சூழ்நிலை காணப்படாதபோது, சீனா தனது அண்டை நாடுகளுடன், குறிப்பாக இந்தியாவுடன் வர்த்தகத்தைப் பலப்படுத்தத் திட்டமிட்டிருந்தது. இது, இந்தியாவுக்குப் கூடுதல் வர்த்தக வாய்ப்பை ஏற்படுத்தும் என எண்ணிக்கொண்டிருந்த நிலையில்தான், இரு நாடுகளுக்கும் இடையே தற்போது போர் பதற்றம் உருவாகியிருக்கிறது.

கொரோனா பாதிப்பு காரணமாக, ஏற்கனவே, 30 - 40 சதவிகிதம் அளவுக்கு, சீனாவிலிருந்து இறக்குமதி செய்யப்படும் பொருள்களின் அளவு குறைந்துவிட்ட நிலையில், இப்போது ஏற்பட்டிருக்கும் மோதலை அடுத்து, இந்திய இறக்குமதியாளர்கள், சீன இறக்குமதி, ஆர்டர்களை

நிறுத்தி வைக்க முடிவு செய்துள்ளனர். தற்போது, ஏற்றுமதி அதிகரித்து, இறக்குமதி குறைந்துள்ளது.

இந்தியா - சீனா வர்த்தகம்!

இந்தியா - சீனா வர்த்தகம் தொடங்கி பல ஆண்டுகளாகிவிட்டன. 1984-ம் ஆண்டு ‹மோஸ்ட்ஃபாவர்ட் நேஷன்› (MOST FAVOURED NATION) என்கிற தகுதியை இந்தியாவும் சீனாவும் பரிமாறிக்கொண்டு வர்த்தக ஒப்பந்தம் செய்துகொண்டன. 1992-ல் இருநாடுகளுக்கும் இடையே விரிவான இரு நாட்டு வர்த்தக ஒப்பந்தம், `பை லாட்டரல் டிரேட் அக்ரிமென்ட் (BILATERAL TRADE) போடப்பட்டது.

1994-ல் இரு நாடுகளுக்கும் இடையே இரட்டை வரி விதிப்பு தவிர்ப்பு ஒப்பந்தம் செய்துகொள்ளப்பட்டது. இப்படியாக மெல்ல மெல்ல வளர்ந்தது இந்திய - சீன வர்த்தகம். ஆனால், இந்தியா சீனாவிடமிருந்து இறக்குமதி செய்யும் சீனப் பொருள்களின் மதிப்பு அதிகம். இந்தியா சீனாவுக்கு ஏற்றுமதி செய்யும் பொருள்களின் மதிப்பு குறைவு. எனவே டிரேட் டெஃபிசிட் (வர்த்தக பற்றாக்குறை), 2019-ல் கிட்டத்தட்ட 60 பில்லியன் அமெரிக்க டாலராக இருக்கிறது. இது மிக அதிகம்.

இந்தியாவுக்கு ஏற்றுமதி செய்யும் நாடுகளின் பட்டியலில் முதலிடத்தில் இருக்கிறது சீனா. ஆனால், இந்தியா ஏற்றுமதி செய்யும் நாடுகளின் பட்டியலில் 4-வது இடத்தில்தான் சீனா இருக்கிறது. அதாவது, அதிகம் பெற்றுக்கொண்டு, குறைவாக அனுப்பும் நாடாகச் சீனா இருக்கிறது. இது வளர்ச்சிக்கான வழி இல்லை என்பதே பொருளாதார நிபுணர்களின் கருத்தாக இருக்கிறது.

இந்தியாவுக்கு எதிராக சூழ்ச்சி நடக்கிறது!

நீண்ட நாள்களாகவே, இந்தியா தொடர்பான அனைத்து விஷயங்களையும் மிகவும் தந்திரமாகக் கையாண்டு வருகிறது சீனா. தன்னுடைய முதலீடுகளை மற்ற நாடுகள் வாயிலாக இந்தியாவுக்குள் கொண்டுவந்திருப்பதிலிருந்தே சீனாவின் ராஜ தந்திரத்தை நம்மால் புரிந்துகொள்ள முடிகிறது. அண்மையில் இந்தியாவுக்கும் சீனாவுக்கும் உருவாகியிருக்கும் போர் பதற்றமும் சீனாவின் தந்திரச் செயல்களில் ஒன்றாக இருக்குமோ என்கிற சந்தேகம் எழாமல் இல்லை.

"2006-ம் ஆண்டு இந்தியா மிக வேகமாக, அசோசியேஷன் ஆஃப் சவுத் ஏசியன் நேஷன் (ஏசியான்) என்ற அமைப்பின் கீழ் உள்ள புரூனே, கம்போடியா, இந்தோனேசியா, லாவோஸ், மலேசியா, மியான்மர், பிலிப்பைன்ஸ், சிங்கப்பூர், தாய்லாந்து, வியட்நாம் ஆகிய நாடுகளுடன் ப்ரீ டிரேட் அக்ரிமென்ட் (FTA) கையொப்பமிட்டது. ஆனால், இவற்றால் இந்தியாவுக்கு கிடைக்கும் பலன் என்று பெரிதாகச் சொல்ல முடியாது. காரணம், இந்தியாவின் மொத்த ஏற்றுமதியில் 25 சதவிகிதம் மட்டுமே இந்த எஃப். டி. ஏ கையொப்பமிட்ட நாடுகளுக்குப் போகிறது. ஆனால், இதே நாடுகள் இந்தியாவுக்குள் தள்ளும் பொருள்களின் மதிப்பு மிக அதிகம். எஃப். டி. ஏ-வில் இறக்குமதியும் அனுமதிக்க வேண்டும் என்பதால், அந்த நாடுகளிலிருந்து உலோகங்கள், பால் பொருள்கள், மிளகு, ஏலக்காய், தேங்காய் எண்ணெய் போன்றவை குறைந்த விலைகளில் கொண்டுவந்து கொட்டப்படுகின்றன.

இந்த ஏசியன் நாடுகள் தவிர, சீனா, ஜப்பான், தென்கொரியா, ஆஸ்திரேலியா மற்றும் நியூசிலாந்து ஆகிய நாடுகளையும் சேர்த்து ஓர் அமைப்பாக்கி, இந்த

நாடுகளுக்குள் எஃப். டி. ஏ போல, வரிகள் மற்றும் தடைகள் இல்லா வர்த்தகம் ஏற்றுமதி, இறக்குமதி செய்துகொள்ள முயற்சி நடக்கின்றது. அதன் பெயர், (REGIONAL COMPREHENSIVE ECONOMIC PARTNERSHIP) (RCEP). இந்த ஏற்பாட்டை முனைந்து செய்வது சீனா.

இந்த நாடுகளுக்கு நாம் செய்யும் ஏற்றுமதி என்பது நமது மொத்த ஏற்றுமதியில் 20 சதவிகிதம்தான். ஆனால், இந்த நாடுகளிலிருந்து நாம் செய்துகொள்ளும் இறக்குமதி என்பது நமது மொத்த இறக்குமதியில் 35 சதவிகிதம். இதனால் தற்போது நமக்கு டிரேடு டெஃபிசிட் அதிகமாக இருக்கிறது. இந்தியாவை இந்த அமைப்புக்குள் இழுக்கத் தொடர்ந்து முயற்சிகள் நடக்கின்றன. இருப்பினும், இந்தியப் பிரதமர் அவ்வளவு சுலபமாக விட்டுக் கொடுக்கக் கூடியவராகத் தெரியவில்லை. இந்தியா இதுவரை இதற்கு ஒப்புக்கொள்ளவில்லை. இந்தப் பிடிவாதத்தை இந்தியா இப்படியே கடைப்பிடிப்பதுதான் நல்லது.

கடந்த சில வருடங்களாகவே இந்தியாவும் சீனாவும் பொருளாதார ரீதியாகவும் வர்த்தக ரீதியாகவும் பின்னிப் பிணைந்துள்ள நாடுகளாக இருக்கின்றன. அதனால் சீனா - இந்தியா இடையே சுமூக நிலை ஏற்படாவிட்டால், அது வர்த்தகம் மற்றும் முதலீடுகளில் பாதிப்பினை ஏற்படுத்தும். அதிலும் கொரோனாவினால் இரு நாடுகளுமே பாதிக்கப்பட்டிருந்தாலும், கொரோனாவால் அதிகம் பாதிக்கப்பட்டுள்ளது இந்தியாதான். இதனால் இந்தியாவுக்கு பாதிப்பு சற்று அதிகமாக இருக்கும்.

அதே சமயம் உலகின் இரண்டாவது நாடு என்று பெருமைப்படக் கூறிக்கொண்டிருக்கும் சீனாவுக்கு, இந்தியா வர்த்தக ரீதியில் நட்பு நாடாக இல்லை எனில் நிச்சயம்

பெருத்த அடி வாங்கும் சீனா. ஆக இந்தியாவுடனான உறவை சுமுகமாக பேணுவது சீனாவுக்கும் மிக மிக அவசியமான ஒன்றாகும்.

இந்தியாவில் ஏற்கெனவே கொரோனாவால் பொருளாதாரம் பின்னோக்கிச் சென்று கொண்டுள்ளது. இந்த நேரத்தில் இது போன்ற பதற்றங்கள் இன்னும் பின்னடைவையே கொடுக்கும். நடப்பு நிதியாண்டில் சீனா இந்தியாவிலிருந்து இறக்குமதி செய்தது 5.3 சதவிகிதம்தான். ஆனால், இந்தியாவுக்கு ஏற்றுமதி செய்தது 14 சதவிகிதம் என சமீபத்திய அறிக்கை தெரிவிக்கிறது.

ஆர்கானிக் கெமிக்கல்ஸ், காட்டன் மற்றும் விவசாயம் சார்ந்த பொருட்கள், தாது மற்றும் சாம்பல், கனிம எரிபொருட்கள், எண்ணெய் மற்றும் அது சார்ந்த பொருட்கள், மீன் மற்றும் கடல் உணவுகள், எலக்ட்ரிகல் மெஷினரி மற்றும் உபகரணங்கள், பொறியியல் சாதனங்கள் போன்றவை அதிக அளவில் ஏற்றுமதி செய்யப்படுகின்றன.

சீனாவில் இந்திய பருத்தி!

அமெரிக்க நாடு உலகின் அதிக அளவு பருத்தி ஏற்றுமதி செய்யும் நாடாக உள்ளது. ஒருகாலத்தில் சீனாவின் மிகப்பெரிய பருத்தி ஏற்றுமதியாளராக அமெரிக்கா இருந்தது. ஆனால், அமெரிக்கா - சீனாவுக்கு இடையே வர்த்தக யுத்தம் ஆரம்பமானதிலிருந்து, சீன இறக்குமதியாளர்கள் அமெரிக்காவுக்குப் பதிலாக இந்தியாவிலிருந்து அதிக அளவில் பருத்தி இறக்குமதி செய்ய ஆரம்பித்தனர். கடந்த ஜனவரி மாதத்தில்தான், இந்திய வர்த்தகர்களும் சீன வர்த்தகர்களும் 7,00,000 - 8,00,000 பேல் (177.8 கிலோ) பருத்தி வர்த்தகத்துக்கு ஒப்பந்தம் செய்திருக்கிறார்கள். இது வழக்கத்தைவிட ஐந்து மடங்கு அதிகமாகும். இந்த

ஒப்பந்தத்தின்படி 4,00,000 பேல்கள் ஏற்கெனவே ஏற்றுமதி செய்யப்பட்டுவிட்டன. மீதி இருக்கும் பேல்கள் கொரோனா லாக்டவுன் (LOCK DOWN) காரணமாக நிறுத்திவைக்கப்பட்டுள்ளன. உலகெங்கும் சீன ஆடைகளுக்கு வரவேற்பு உள்ளதால் மூலப் பொருளான பருத்தியின் தேவை அந்நாட்டு உற்பத்தியைவிடப் பல மடங்கு உள்ளது. அமெரிக்க பருத்தியைவிட இந்தியப் பருத்தி நல்ல தரத்துடன் இருப்பதாலும், சமீப காலமாக இந்திய ரூபாய் மதிப்பு குறைந்து விலை மிகவும் மலிவாகக் கிடைப்பதாலும் சீன இறக்குமதியாளர்கள் இந்திய பருத்திகளை அதிகம் விரும்புகிறார்கள். அதே நேரத்தில் உபரியாக உள்ள பருத்தியை மட்டுமே இந்தியா ஏற்றுமதி செய்கிறது. போர்ச்சூழல் வர்த்தகத்தைப் பாதிக்காமல் இருக்கும்பட்சத்தில், விளைச்சல் அதிகமாகி உபரி பருத்தி அதிகமானால், சீனாவில் இந்தியப் பருத்தி பெருமளவில் இறக்குமதி செய்யப்படும் என்றே எதிர்பார்க்கப்படுகிறது.

இந்தியா ஈர்த்திருக்கும் அன்னிய நேரடி முதலீடு!

ஏப்ரல் 2000 முதல் மார்ச் 2021 வரையிலான இந்தியாவின் அந்நிய நேரடி முதலீடுகளில், மொரிஷியஷ் 141.9 பில்லியன் டாலர் மதிப்பிலான முதலீடுகளைச் செய்து முதலிடத்தில் இருக்கிறது. சிங்கப்பூர் 97.7 பில்லியன் டாலரும், ஜப்பான் 33.9 பில்லியன் டாலரும், நெதர்லாந்து 33.5 பில்லியன் டாலரும், அமெரிக்கா 29.8 பில்லியன் டாலர்களும் முதலீடு செய்துள்ளன. இதுவே லண்டன் 28.2 பில்லியன் டாலர்களும், ஜெர்மனி 12.2 பில்லியன் டாலர்களும், சைப்ரஸ் 10.7 பில்லியன் டாலர்களும், பிரான்ஸ் 8.5 பில்லியன் டாலர்களும், ஐக்கிய அரேபிய நாடுகள் 7 பில்லியன் டாலர்களும் முதலீடு செய்துள்ளன.

இதில் சீனா வெறும் 2.4 பில்லியன் டாலர்கள் மட்டுமே நேரடியாக முதலீடு செய்துள்ளது. ஆனால், சில முதலீடுகள் சிங்கப்பூர் மற்றும் ஹாங்காங் மூலம் சீனாவின் முதலீடுகள் இந்தியாவில் செய்யப்படுகின்றன. ஆக மொத்தத்தில் சீனா மூலம் இந்தியாவில் இதுவரை செய்த, தற்போது ஒப்பந்தம் செய்யப்பட்டுள்ள முதலீடுகள் என 26 பில்லியன் டாலர் எனக் கணக்கிடப்பட்டுள்ளது. ஆக இப்படியாக ஒவ்வொரு விஷயத்திலும் சீனாவும் இந்தியாவும் ஒன்றோடு ஒன்று பின்னி பிணைந்திருக்கையில், சீனா-அமெரிக்கா வர்த்தக போர் போல, இவ்விரு நாடுகளுக்கிடையே வர்த்தக போர் ஏற்பட்டால், அதிக பாதிப்பு இந்தியாவுக்குத்தான். ஏனெனில் பெரும்பாலான விஷயங்களில் இந்தியாதான் சீனாவைச் சார்ந்திருக்கிறதே தவிர, சீனா அல்ல என்கிறார்கள் பொருளாதார நிபுணர்கள்!

2021-2022 நிதியாண்டில் இந்தியாவின் பொருளாதார வளர்ச்சி 8.3% ஆக இருக்கும் என்று உலக வங்கி தெரிவித்துள்ளது. கொரோனா காரணமாக இந்தியாவின் ஜிடிபி (GDP) தொடர்ந்து சரிவை சந்தித்து வருகிறது. 2020-2021 முதல் மூன்று காலாண்டுகள் மோசமான சரிவை சந்தித்தது. 2021ஆம் நிதியாண்டில் இந்திய பொருளாதாரம் -7.3 சதவீதம் சரிந்துள்ளது. 40 வருடங்களில் இல்லாத சரிவாகும் இது. இந்த நிலையில் இந்த நிதியாண்டில் இந்தியாவின் பொருளாதார வளர்ச்சி 8.3% ஆக இருக்கும் என்று உலக வங்கி தெரிவித்துள்ளது. முன்பு இந்தியாவின் பொருளாதார வளர்ச்சி 10.1% ஆக இருக்கும் என்று கணித்து இருந்த நிலையில் தற்போது இது 8.3% ஆக இருக்கும் என்று தெரிவித்துள்ளது. இந்தியாவில் ஏற்பட்ட கொரோனா இரண்டாம் அலை காரணமாக இந்த மாபெரும் சரிவு ஏற்பட்டுள்ளதாக உலக வங்கி தெரிவித்துள்ளது. கடந்த

நிதியாண்டில் இரண்டாம் பாதியில் இந்தியா பொருளாதார ரீதியாக மீண்டு வருவதற்கான அறிகுறிகள் தென்பட்டன. ஆனால் இரண்டாம் அலையால் இது மீண்டும் சரிவை சந்தித்துள்ளது. லாக்டவுன் காரணமாகவும், பொருளாதார நடவடிக்கைகள் நடக்காத காரணத்தாலும், இந்தியா மீண்டும் சரிவை நோக்கி சென்றுள்ளது. இந்தியாவின் 2021-2022ஆம் நிதியாண்டு வளர்ச்சி உள்கட்டமைப்பு, கிராம அபிவிருத்தி மற்றும் சுகாதாரம் ஆகியவை மீது கவனம் செலுத்துவதன் மூலம், அதிக தொகையை இதில் செலவு செய்வதன் மூலம் சரிவில் இருந்து மீள முடியும். மக்களின் வாங்கும் திறன் குறைவாக இருப்பதும், நம்பிக்கையின்மை காரணமாகவும் வளர்ச்சி பாதிப்பு அடையும் என்று உலக வங்கி தெரிவித்துள்ளது. இதனால் இந்தியாவின் வளர்ச்சி 2022-23ல் 7.5% ஆக இருக்க வாய்ப்புள்ளது.

2023-2024 நிதியாண்டில் 6.5 சதவீத பொருளாதார வளர்ச்சி இருக்கும் என்று உலக வங்கி கூறியுள்ளது. கார்ப்பரேட், உற்பத்தி துறையில் இந்தியா கவனம் செலுத்த வேண்டும். இந்தியா பொருளாதார கொள்கைகளை துரிதப்படுவதன் மூலமும், திட்டங்களை வேகமாக செயல்படுத்துவன் மூலமும் இதில் மாற்றங்களை ஏற்படுத்த முடியும். பட்ஜெட்டில் வளர்ச்சிக்கான அம்சங்கள் இடம்பெறும் நிலையில் இதில் மாற்றங்கள் ஏற்படும் என்று உலக வங்கி கூறியுள்ளது.

அதே சமயம் உலக பொருளாதார வளர்ச்சி 5.6 சதவீதமாக இருக்கும் என்று உலக வங்கி தெரிவித்துள்ளது.

6. உலகப் பொருளாதார நெருக்கடி ஏற்பட்டதன் பின்னணி

உலகப் பொருளாதார நெருக்கடி ஏற்பட்டதன் பின்னர் உலக அளவில் இலஞ்சம் மற்றும் ஊழல் அதிகரித்துள்ளதாகவே தெரிய வருகின்றது. ஆனால், இதற்கெதிராக உரிய அதிகாரிகளால் மேற்கொள்ளப்பட்டு வருகின்ற நடவடிக்கைகள் அதிகரிக்கப்பட்டுள்ளதாக ஒரு தோற்றப்பாடு மக்கள் மத்தியில் காட்டப்படுகின்ற போதிலும், உண்மையிலேயே அவ்வாறான நடவடிக்கைகள் மேற்கொள்ளப்படுகின்றனவா என்ற சந்தேகங்கள் நமது மக்கள் மத்தியில் இல்லாமல் இல்லை. மேற்படி ஆய்வினைப் பொறுத்த வரையில் அதிகளவில் இலஞ்ச ஊழலில் ஈடுபடுகின்றவர்கள் பட்டியலில் முதலாமிடத்தில் அரசியல் துறை சார்ந்தவர்களும், இரண்டாமிடத்தில் காவல்துறைஅதிகாரிகளும், மூன்றாவதாக நீதித்துறை சார்ந்தவர்களும் இருப்பதாகக் கூறப்பட்டுள்ளது.

நமது நாட்டைப் பொறுத்த வரையில் கல்வித்துறையே இலஞ்சம் அதிகரித்துள்ள துறையாக இருப்பதாக ஊழல் மற்றும் இலஞ்ச ஆணைக்குழு வெளியிட்டுள்ள ஒரு தகவல் குறிப்பிடுகின்றது. எனவே. இலஞ்சம் மற்றும் ஊழல் தொடர்பிலான பாடத்திட்டமொன்றை பாடசாலை பாட நூல்களில் உள்ளடக்குவதற்கும் திட்டமிடப்பட்டுள்ளதாகத் தெரிய வருகின்றது. முறைப்பாடுகள் செய்யப்பட்டால் மாத்திரமே இலஞ்சம் மற்றும் ஊழல் பற்றிய விசாரணை ஆணைக்குழுவால் விசாரணைகளை மேற்கொள்ள முடியும் என்கின்ற வகையிலேயே தற்போதைய சட்ட ஏற்பாடுகள் நமது நாட்டிலே நடைமுறையில் இருக்கின்றன. இது, இலஞ்சம் மற்றும் ஊழலை இந்த நாட்டிலிருந்து முற்றாக ஒழிப்பதற்கு போதுமான சட்ட ஏற்பாடாக இல்லை என்றே தெரிய வருகின்றது. ஏனெனில், நமது நாட்டில் சுமார் 3000000-க்கும் அதிகமானோர் திடீர் செல்வந்தர்களாகியுள்ளனர் என்ற தகவலையும் இதே இலஞ்சம் மற்றும் ஊழல் பற்றிய விசாரணை ஆணைக்குழுவே தெரிவிக்கின்றது. இந்த நிலையில், முறைப்பாடுகள் செய்யப்பட்டால் மாத்திரமன்றி, சந்தேகத்திற்குரிய விஷயங்கள் குறித்து நேரடியாக ஆராய்ந்து, அவை தொடர்பில் விசாரணைகளை மேற்கொள்ளக்கூடிய வகையிலான அதிகாரங்கள் மேற்படி ஆணைக்குழுவுக்கு வழங்கப்பட வேண்டும் என்பதையே இது எடுத்துக்காட்டுவதாக அமைகின்றது என்பதை நான் இந்தச் சந்தர்ப்பத்திலே வலியுறுத்த விரும்புகின்றேன்.

சில அரசியல்வாதிகளின் பின்னணியில் அரச அதிகாரிகளே ஈடுபட்டு, இலஞ்சம், ஊழல் மற்றும் மோசடிகளுக்கான வழிகளை திறந்துவிட்டிருக்கின்றனர். எனவேதான், இவ்வாறான சந்தேகத்திடமான செயற்பாடுகள்

தொடர்பில் நேரடி ஆய்வுகளை மேற்கொண்டு, அவற்றை விசாரிக்கின்ற அதிகாரங்கள் மேற்படி ஆணைக்குழுவுக்கு வழங்கப்பட வேண்டும் என்ற கோரிக்கையை இங்கு முன்வைக்க விரும்புகின்றேன். அந்த வகையில், தற்போது நமது நாட்டில் நடைமுறையிலுள்ள ஊழல் இலஞ்ச ஒழிப்பு சட்டத்தில் திருத்தங்கள் மேற்கொள்ளப்பட வேண்டும்.

இலஞ்சம், ஊழல் மற்றும் அதனால் ஏற்படுகின்ற பொருளாதார சிதைவுகளாலும் குறிப்பாக சிறிய மக்களே மிக அதிகமாகப் பாதிக்கப்படுகின்றனர். சிறிய மக்களை ஒடுக்குவதற்கான ஒரு வழிமுறையாக இலஞ்சம் இருந்து வருகின்றது. தொழில் வாய்ப்புகளைப் பெறவோ அன்றி தங்களுக்கான வாழ்வாதாரங்களைப் பெற்றுக் கொள்வதற்கோ, தமது பிள்ளைகளுக்கான கல்வி வசதிகளைப் பெறவோ இலஞ்சம் முதன்மைப் படுத்தப்படுமானால், சிறியவர்களால் இலஞ்சம் கொடுக்க முடியாத நிலையில் அம் மக்களே பெரியளவில் பாதிக்கப்படுவதுடன், அம் மக்களுக்கான வாய்ப்புகள் திசை மாறிப் போய்விடுகின்றன.

வளரும் நாடுகளில் சுங்க நிர்வாகத்தில் ஊழலை எதிர்த்துப் போராடுவதில் சமீபத்திய அனுபவங்களை இந்த அத்தியாயம் ஆராய்கிறது. ஊழலை நிவர்த்தி செய்வதற்கான நடவடிக்கைகள், நெறிமுறைகள், தரநிலைகள் அல்லது ‹சிறந்த நடைமுறைகள்› ஆகியவற்றில் குறைவு இல்லை. வளர்ச்சிப் பயிற்சியாளர்கள் ‹யாரும் அனைவருக்கும் பொருந்துவதில்லை› என்ற மந்திரத்தை அடிக்கடி திரும்பத் திரும்பச் சொன்னாலும், ஒரு நாட்டின் ஆரம்ப நிலைமைகளின் அடிப்படையில் என்ன முன்னேற்றத்தை எதிர்பார்க்கலாம் மற்றும் என்ன செய்ய வேண்டும் என்பதற்கான வழிகாட்டுதல் இன்னும் உருவாக்கப்படவில்லை. சுங்கத்தில் உள்ள ஒருமைப்பாடு சிக்கல்களை மதிப்பிடுவதற்கும் ஊழல் எதிர்ப்பு

சீர்திருத்தங்களின் முன்னேற்றத்தை கண்காணிப்பதற்கும் தகவல் மற்றும் தரவு பகுப்பாய்வு பொதுவாக பலவீனமாக உள்ளது. எனவே இன்றைய பதிவு ஏமாற்றம் நிறைந்ததாக இருப்பதில் ஆச்சரியமில்லை. சுங்கத்துறையில் ஊழலைக் கையாள்வதற்கு சீர்திருத்தவாதிகள் முறையான விதிகள் மற்றும் சுங்க அதிகாரிகளின் நடத்தையை அடிக்கடி தீர்மானிக்கும் வேரூன்றிய முறைசாரா நடைமுறைகளுக்கு இடையே உள்ள முரண்பாடுகளை நிவர்த்தி செய்ய வேண்டும் என்று நாங்கள் வாதிடுகிறோம். ஊழல்-எதிர்ப்பு முயற்சிகளுக்கு முக்கிய வீரர்களின் விதிமுறைகள் மற்றும் ஊக்கங்களைப் பற்றிய புரிதல் தேவைப்படுகிறது, எனவே சுங்க நிர்வாகம் மற்றும் அது ஒரு பகுதியாக இருக்கும் சூழலின் முழுமையான பகுப்பாய்வின் அடிப்படையில் இருக்க வேண்டும். சீர்திருத்தங்களின் நிலைத்தன்மைக்கு உள்ளூர் உரிமை அவசியம், மேலும் சீர்திருத்தவாதிகளுக்கு அரசியல் ஆதரவை வழங்குவது முக்கியம். சீர்திருத்தச் செயல்பாட்டில் நம்பகத்தன்மையையும் நம்பிக்கையையும் நிலைநாட்ட வருவாய் வளர்ச்சியின் வடிவில் விரைவான வெற்றிகள் முக்கியமானவை. இருப்பினும், நிலையான மாற்றத்திற்கு காலப்போக்கில் நீடித்த முயற்சி, அர்ப்பணிப்பு மற்றும் தலைமைத்துவம் தேவை.

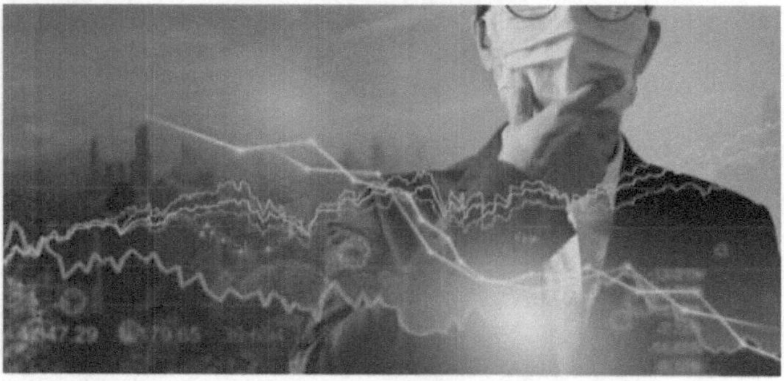

இந்த நிலையை வைத்துப் பார்க்கின்றபோது, கடந்த கால யுத்தம் காரணமாக அனைத்தையும் இழந்து நிற்கின்ற நமது மக்களின் நிலை எந்தளவுக்கு பரிதாபகரமானது என்பதை சிந்தித்துப் பார்க்க வேண்டும். வறுமை என்பது நமது மக்கள் மீது யுத்தம் காரணமாகவும், இயற்கைப் பேரழிவுகள் காரணமாகவும் உட்புகுத்தப்பட்டு, யுத்தத்தின் பின்னரான காலப்பகுதியிலே வறுமை நிலையிலிருந்து மீளக்கூடிய வாய்ப்புகள் நமது மக்களில் பலருக்கு இருந்தும், அவை தடுக்கப்பட்டும், புறக்கணிக்கப்பட்டும், அத்துமீறியச் செயற்பாடுகள் காரணமாகப் பறிக்கப்பட்டும் வருகின்றமை காரணமாக வறுமையானது, நமது மக்கள் மீது பலவந்தமாகத் திணிக்கப்பட்டுள்ள நிலையும் இல்லாமல் இல்லை. இவ்வாறான நிலையில் வாழ்ந்து வருகின்ற நமது மக்களிடையே இலஞ்சம் மற்றும் ஊழல்கள் தலைவிரித்திருக்கும் நிலையில், நமது மக்கள் தங்களது வாழ்க்கையில் தலைநிமிர முடியாத நிலையே தொடர்ந்திருக்கும் என்பதில் சந்தேகமில்லை.

7. இந்தியா என்றால் ஊழலா?

ஊழலில் முதலிடம்..! இந்தியாவின் வல்லரசு கனவு... கானல் நீரா?!

முதல் ஊழல் எதுவென்று சரியாகச் சொன்னால், "சுதந்திர" இந்தியாவோடு சேர்ந்தே ஊழலும் பிறந்து விட்டது. இந்தியா "வளர வளர" ஊழல் வளர்ந்தது. ஊழல் வளர வளர "இந்தியா வளர்ந்தது". பார்க்கப் போனால், எது "இந்தியாவின் வளர்ச்சி" என்று ஆளும் கும்பல் சொல்கிறதோ அது "ஊழலின் வளர்ச்சி" இல்லாமல் நடந்தே இருக்காது என்பதுதான் உண்மை.

அரசியல் என்றாலே ஊழல் என்றாகிவிட்டது. நம்மில் பலருக்கும், நடப்பவை அனைத்தையும் பார்க்கும்போது வெறுப்பும், எரிச்சலும் வருவது நியாயம் தான். ஆனால் இவனுக்கு வாக்களிக்காதே,அவனுக்கு வாக்களிக்காதே என்றும் எனக்கு வாக்களிக்க மனம் இல்லை என்றும் சொல்வதால் எதையும், யாரையும் தடுத்து நிறுத்த இயலுமா நம்மால்? முடியாது..... நடப்பது நடந்தே தீரும், நான் வாக்கு போடவில்லை என்றால் மற்றொருவன்.....! எப்படியும் கிழக்கில் சூரியன் உதித்தே தீரும், மாற்ற இயலுமா? என்று சொல்வான்.

ஊழலை ஒழிப்போம், ஊழல் இல்லாத ஆட்சி அமைப்போம் அனைத்து கட்சிகளும் கொள்கைகளாக வைத்திருக்கும் நிலையில் இந்தியாவிலேயே ஊழல் அதிகமாக உள்ள மாநிலம் தமிழகம் தான் என்ற அதிர்ச்சி தகவல் தற்போது வெளிவந்துள்ளது.

சிஎம்எஸ்-இந்தியா என்ற நிறுவனம் இந்தியாவில் உள்ள மாநிலங்களில் ஊழல் அதிகம் உள்ள மாநிலங்கள் எது என்பது குறித்து ஆய்வு செய்து அதன் அறிக்கையை வெளியிட்டுள்ளது. இதன்படி ஊழல் நிறைந்த மாநிலங்கள் பட்டியலில் தமிழ்நாடு முதலிடத்தில் உள்ளது. அரசு சேவைகளை பொதுமக்கள் பெறுவதற்கு தமிழகத்தில்தான் அதிகளவு இலஞ்சம் பெறப்படுவதாக இந்த நிறுவனத்தின் ஆய்வு மூலம் தெரிய வந்துள்ளது.

தமிழகத்தை அடுத்து தெலுங்கானா 2வது இடத்திலும், 4வது இடத்தில் ஆந்திராவும் உள்ளது. மேலும் பஞ்சாப், குஜராத் ஆகிய மாநிலங்களில் ஊழல் தடுப்பு மிக மோசமாகவே உள்ளதாகவும், இந்த விஷயத்தில் ராஜஸ்தான்,

கர்நாடகா, டெல்லி ஆகிய மாநிலங்கள் ஓரளவு கவனம் செலுத்தி வருவதாகவும் இந்த ஆய்வில் தெரிய வந்துள்ளது.

ஊழல் அதிகமாக உள்ள மாநிலங்களில் போக்குவரத்து, போலீஸ், வீட்டுவசதி, நில ஆவணங்கள், சுகாதாரம், மருத்துவமனை போன்ற இடங்களில்தான் ஊழல் அதிகமாக நடப்பதாகவும், அதேபோல் ஆதார் அட்டை மற்றும் வாக்காளர் அடையாள அட்டை பெறுவதற்காக அதிகளவு நபர்கள் இலஞ்சம் கொடுத்துள்ளதாகவும் இந்த ஆய்வு கூறுகின்றன.

அதிக மக்கள் தொகையால் இந்தியா பாதிப்படைகிறது. இந்திய மக்கள் தொகை கிட்டத்தட்ட 1.27 பில்லியன் அளவு ஆகும். இது மிகவும் அதிகமானதாகும். இந்தியா மக்கள் தொகையில் இரண்டாவது இடத்தில் இருந்தாலும், மக்கள் தொகை அடர்த்தியில் 33வது இடத்தில்தான் உள்ளது. 1970-ல் இந்திரா காந்தி இந்திய பிரதமராக இருந்தபோது ஒரு கட்டாய கருத்தடை திட்டத்தை செயல்படுத்தினார். ஆனால் அத்திட்டம் தோல்வியடைந்தது. அதிகாரப்பூர்வமாக இரண்டு அல்லது அதற்கு மேற்பட்ட குழந்தைகளை கொண்ட ஆண்கள் கட்டாய கருத்தடை செய்ய வேண்டும் என்று இருந்தது, ஆனால் திருமணமாகாத பல இளைஞர்கள், அரசியல் எதிரிகள் மற்றும் அறியாமையின் பிடியிலிருந்த ஏழை ஆண்களுக்கும் இந்த திட்டத்தால் பாதிப்பு ஏற்பட்டது என்று நம்பப்படுகிறது. இதனால் இந்தியாவில் இந்த திட்டம் இன்றும் அனைவரும் குடும்ப கட்டுபாட்டை வெறுப்பதற்கு காரணமாக இருப்பதாக குற்றஞ்சாட்டப்படுகிறது. இந்த திட்டம் பல தசாப்தங்களாக அரசு திட்டங்களைத் முடக்கிக்கொண்டிருந்தது.

இந்திய மக்கள் தொகையில் மூன்றில் ஒரு பங்கு (ஏறத்தாழ அமெரிக்காவின் முழு மக்கள் தொகை) வறுமை கோட்டிற்கு கீழ் உள்ளது. மேலும் இந்தியாவில் உலகின் மூன்றில் ஒரு பங்கு ஏழை மக்கள் வாழ்கின்றனர்.

உயர் வர்க்கம் சமீபத்திய சாதகமான பொருளாதார முன்னேற்றங்களால் பயன் அடைந்தாலும், இந்தியா குறிப்பிடத்தக்க அளவு வறுமையில் உள்ளது. 2005-இல் பதிவு செய்யப்பட்ட தரவு அடிப்படையில் உலக வங்கியின் புதிய மதிப்பீடுகளின்படி, இந்தியாவில் 456 மில்லியன் மக்கள் புதிய சர்வதேச வறுமை கோட்டிற்கு (ஒரு நாளைக்கு $1.125) கீழே வாழ்கின்றனர். உலக வங்கி மேலும் ஒரு மதிப்பீட்டில் உலக ஏழைகளில் 33% இந்தியாவில் தான் வசிக்கிறார்கள் என்று வெளியிட்டுள்ளது. மேலும், இந்தியாவில் உள்ள 828 மில்லியன் மக்கள் அல்லது 75.6 சதவீத மக்களின் ஒரு நாள் வருமானம் $2க்கும் கீழ் உள்ளது. உப சகாரா ஆப்பிரிக்காவில்(SUB-SAHARAN AFRICA) இந்த எண்ணிக்கை 72.2% ஆகும்.

இந்தியாவில் செல்வத்தின் பரவல் சீரற்ற நிலையில் உள்ளது. குறிப்பாக மேல்தர 10 சதவீத மக்களின் வருமானம் இந்தியாவின் 33% வருமானம் ஆகும். குறிப்பிடத்தக்க பொருளாதார முன்னேற்றம் இருப்பினும், நாட்டின் மக்கள் தொகையில் நான்கில் ஒரு பங்கு, அரசாங்கம் குறிப்பிட்ட வறுமை கோட்டிற்கும் (ஒரு நாளைக்கு $0.40) கீழ் உள்ளது. 2004-2005 காலத்தில் உத்தியோகபூர்வமான புள்ளி நிலவரப்படி 27.5% இந்தியர்கள் தேசிய வறுமை கோட்டிற்கு கீழே வாழ்ந்து வருகின்றனர். அமைப்பு சாரா துறை தொழில் நிறுவனங்களுக்காக மாநிலத்தால் நடத்தப்பட்டு வரும் தேசிய ஆணையத்தின் (NCEUS) 2007ஆம் ஆண்டு அறிக்கைப்படி இந்தியர்களில் 25% அல்லது 236 மில்லியன் மக்கள், ஒரு

நாளைக்கு 20 ரூபாய்க்கும் குறைவாக பெற்று வாழ்வதாக கண்டறியப்பட்டது. இதில் பெரும்பாலான மக்கள் "முறைசாரா தொழிலாளர் துறையில் வேலை மற்றும் சமூக பாதுகாப்பு இல்லாமல் வறுமையில் வாழ்ந்து வருகின்றனர்.

முறையான சுகாதாரம் இல்லாதது இந்தியாவில் ஒரு பெரிய விவகாரமாகும். 2008ஆம் ஆண்டு யுனிசெப் (UNICEF) நடத்திய ஆய்வின் புள்ளிவிவரங்கள் படி இந்திய மக்கள் தொகையில் வெறும் 31% மக்கள் முறையான சுகாதார வசதிகளை பயன்படுத்துகின்றனர். இந்தியாவில் ஒவ்வொரு பத்து இறப்புகளில் ஒன்று மோசமான சுகாதாரத்தினால்தான் என்று மதிப்பிடப்பட்டுள்ளது. ஒவ்வொரு இருபது மரணங்களில் ஒன்று வயிற்றுப்போக்கு காரணமாக நடக்கிறது. அதில் 88% ஐந்து வயதுக்கு கீழே உள்ள குழந்தைகள் ஆகும். மோசமான சுகாதாரத்தினால் விளைவாகும் நோய்கள் குழைந்தகளின் வளர்ச்சியை பாதிக்கிறது என்று யுனிசெப் (UNICEF) ஆய்வுகள் தெரிவிக்கின்றன. 2006 ஆம் ஆண்டில் சுமார் 450,000 மரணங்கள் வயிற்றுப்போக்கினால் நடந்தது. முறையான சுகாதார வசதிகளுக்கு அணுகல் இல்லாத மக்கள் பெரும்பாலும் பொது இடங்களில் அல்லது நதிகளில் கழிவகற்றுகின்றனர். மலத்தின் ஒரு கிராம் 10 மில்லியன் வைரஸ்கள், ஒரு மில்லியன் பாக்டீரியாக்கள்,1000 ஒட்டுண்ணி நீர்க்கட்டிகள் மற்றும் 100 புழு முட்டைகள் கொண்டிருக்கும் சாத்தியம் உடையது. இந்தியாவில் கங்கை நதியில் ஒவ்வொரு நிமிடமும் 1.1 மில்லியன் லிட்டர் கழிவுநீர் அகற்றப்படுகிறது. மனித கழிவு மூலம் அதிக அளவில் மாசுபடும் ஆற்றினால், குறிப்பாக வைரஸ்களால், மிகவும் மற்றும் எளிதில் பாதிக்கப்படையக்கூடிய குழந்தைகளுக்கு காலரா போன்ற நோய்கள் பரவுகிறது

மற்றும் இது மரணங்களில் முடிகிறது. போதுமான சுகாதார குறைபாட்டினால் நாட்டிற்கு பொருளாதார இழப்புகள் ஏற்படுகிறது. நீர் மற்றும் சுகாதார திட்டம் (WSP), இந்தியாவில் குறைவான சுகாதாரம் காரணமாக ஏற்படும் பொருளாதார பாதிப்புகளை (2010) ஆய்வு செய்த போது போதிய சுகாதாரம் இல்லாததால் 2006-இல் இந்தியாவின் மொத்த உள்நாட்டு உற்பத்தியில் 6.4 சதவீதம் அளவிற்கு அதாவது அமெரிக்க $53.8 பில்லியன் (2.4 டிரில்லியன் ரூபாய்) சமமான பொருளாதார இழப்புகள் ஏற்பட்டதாக காட்டியது. முறையான சுகாதார முக்கியத்துவத்தை உணர்த்த இந்திய அரசு கிராமப்புறங்களில் அடிப்படை சுகாதார வசதிகள் மேம்படுத்தும் முயற்சியில் 1986 ஆம் ஆண்டு மத்திய ஊரக சுகாதார திட்டம் (CRSP) தொடங்கியது. இந்த திட்டம் பின்னர் புதுபிக்கப்பட்டு 1999 ல் மொத்த சுகாதார பிரச்சாரம் (TSC) தொடங்கப்பட்டது. தனிநபர் வீட்டு கழிப்பிடங்கள் (IHHL), பள்ளி சுகாதாரம் மற்றும் சுகாதாரம் கல்வி (SSHE), சமூக சுகாதார வளாகம், அங்கன்வாடி கழிப்பறைகள் போன்ற திட்டங்கள் TSC கீழ் செயல்படுத்தப்பட்டது

டி. எஸ். சி மூலம், இந்திய அரசு குறைந்த அளவில் நகர்ப்புறப்படுத்தப்பட்ட பகுதிகளில் வசிப்பவர்களுக்கு தொடர்ந்து சுகாதார வசதிகள் வழங்குவதற்கு மாறாக இந்த பகுதிகளில் வசதிகள் தேவையை தூண்டுகிறது. இந்த திட்டத்தில் சம்பந்தப்பட்ட மக்கள் உரிமை எடுத்து அவர்களது சுகாதார வசதிகளை பராமரிப்பார்கள் மற்றும் அதே நேரத்தில், இந்திய அரசு கடன்கள் மற்றும் செலவுகளை குறைக்கும். இது இரண்டு பக்க உத்தியாகும். இது அரசாங்கத்தை மற்ற வளர்ச்சிக்கு வளங்களை ஒதுக்க அனுமதிக்கும். இதனால், அரசாங்கம் 2017க்கு முன்பு அனைவருக்கும் கழிவறை வசதிகள் அமைக்க

நோக்குகிறது. குறிக்கோளை நிறைவேற்ற, கிராமப்புற மக்கள் தங்கள் சொந்த சுகாதார வசதிகள் அமைக்க முன் வருவதை ஊக்குவிக்க ஊக்கத்தொகை வழங்கப்படுகிறது. கூடுதலாக, அரசாங்கம் அதன் மக்கள் தொடர்பு நுட்பங்கள் மூலம் முறையான சுகாதாரத்தின் முக்கியத்துவம் மற்றும் நன்மைகள் பற்றிய விழிப்புணர்வை மக்களிடையே ஏற்படுத்த குறிக்கோள் நிர்ணயித்துள்ளது. இது ஒரு பெரிய அளவு மக்களை சென்றடைய அச்சு ஊடகங்கள் மூலமாகவும் பெரிய குழு விவாதங்கள் மூலமாகவும் தனிப்பட்ட தொடர்பு மூலம் மற்றும் விளையாட்டுகள் மூலமாகவும் செய்யப்படுகிறது

ஊழல் இந்தியாவில் பரவலாக உள்ளது. 179 நாடுகளில் இந்தியா சர்வதேச ஊழல் குறியீட்டின் படி 95 வது இடத்தில் உள்ளது. ஆனால் அதன் மதிப்பு 2002ஆம் ஆண்டில் 2.7-இல் இருந்து 2011ஆம் ஆண்டு 3.1க்கு உயர்ந்துள்ளது. வரலாற்று ரீதியாகவே, ஊழல் இந்திய அரசியல் மற்றும் அதிகாரத்துவத்தில், ஒரு பரவலான அம்சமாக இருந்து வருகிறது.

இந்தியாவில் ஊழல் இலஞ்சம், வரி ஏய்ப்பு, பரிமாற்றம் கட்டுப்பாடுகள், கையாடல் போன்ற வடிவத்தில் நடக்கிறது. 2005ஆம் ஆண்டில் வெளிப்படைத்தன்மை இந்தியா (TRANSPARENCY INTERNATIONAL INDIA) என்ற நிறுவனம் நடத்திய ஆய்வின் படி 50% மேற்பட்டவர்களுக்கு, இலஞ்சம் செலுத்துவது அல்லது ஒரு பொது அலுவலகத்தில் வேலை செய்ய செல்வாக்கை பயன்படுத்துவது போன்றவற்றில் முதல்நிலை அனுபவம் உள்ளது என்று கூறப்படுகிறது. ஊழலால் ஏற்படும் முக்கிய பொருளாதார விளைவுகள் கருவூலத்தின் இழப்பு,ஆரோக்கியமற்ற முதலீட்டு சூழ்நிலை மற்றும் அரசு மானிய சேவைகள் செலவு அதிகரிப்பு ஆகும். ஊழலால் இந்தியாவின் கண்டுபிடிப்பு

மற்றும் அறிவியல் மற்றும் தொழில்நுட்ப ஆராய்ச்சியில் பற்றாக்குறை ஏற்படுகிறது. TI இந்தியா ஆய்வு படி சுகாதாரம், நீதித்துறை,போலிஸ் மற்றும் கல்வி போன்ற அரசு வழங்கும் 11 அடிப்படை சேவைகளில் 21,068 கோடி ரூபாய்க்கு ஊழல் நடப்பதாக கணக்கிட்டுள்ளது. சுலபமான வணிகம் செய்யும் அடிப்படையில் இந்தியா இன்னும், வளரும் நாடுகளில் கீழே உள்ளது. சீனா மற்றும் பிற சிறிய அளவில் வளர்ந்த ஆசிய நாடுகளுடன் ஒரு தொடக்க ஒப்புதல் பெறுவதற்கு அல்லது திவால் செயலாக்க எடுக்கும் சராசரி நேரத்தை இந்தியாவோடு ஒப்பிடும்போது அதிகமாக உள்ளது

இந்திய அரசியலமைப்பு சட்டம் 1949ல் முடிக்கப்பட்டதலிருந்து, கல்வி இந்திய அரசாங்கத்தின் முன்னுரிமைகளில் ஒன்றாக இருந்து வருகிறது. முதல் கல்வி அமைச்சராக மவுலானா ஆசாத் இருந்தபோது முதன்மை மட்டத்தில் இலவச கல்வி வழங்க ஒரு அமைப்பு நிறுவப்பட்டது. முதன்மை கல்வி இலவசமாக்கப்பட்டது. மேலும் 6-14 வயது குழந்தைகளுக்கு கட்டாயமாக்கப்பட்டது மற்றும் குழந்தை தொழில் தடை செய்யப்பட்டது. அரசாங்க கல்வி பெற சலுகைகள் அறிமுகப்படுத்தப்பட்டது - உதாரணமாக, பள்ளிகளில் மதிய உணவு திட்டம் அறிமுகப்படுத்தப்பட்டது. பல ஒத்த முயற்சிகள் எதிரொலித்தன. அதில் சர்வ ஷிக்ஸா அபியன் முன்வைத்த "அனைவருக்கும் கல்வி" மிகப்பெரிய முயற்சி ஆகும். இந்த வரிசையில், ஐக்கிய முற்போக்கு கூட்டணி (UPA) 2004 ஆம் ஆண்டில் தேசிய குறைந்தபட்ச பொது திட்டம் (NCMP) மூலம் தங்கள் மொத்த உள்நாட்டு உற்பத்தியில் 3 சதவீதமாக இருந்த தங்களது கல்வி செலவுகளை 6 சதவீதமாக அதிகரிக்க இலக்கு வைத்தது. இலவச மற்றும் கட்டாய கல்வி சட்டம் குழந்தைகளின் உரிமையாக 2009ல் விதிக்கப்பட்டது. இந்த

முயற்சிகள் இருந்த போதிலும், கல்வியறிவின்மை நாட்டின் வளர்ச்சிக்கு தடையாக இருந்து வருகிறது.

இந்தியாவின் வேலையின்மை விகிதம் ஆகஸ்ட் 16 ஆம் தேதியுடன் முடிவடைந்த வாரத்தில் 9.1% ஆக உயர்ந்துள்ளது. அதைப்போலவே கிராமப்புற வேலையின்மை விகிதம் ஆகஸ்ட் 9 ஆம் தேதியுடன் முடிவடைந்த வாரத்தில் 8.37% ஆகவும், ஆகஸ்ட் 16 ஆம் தேதியுடன் முடிவடைந்த வாரத்தில் 8.86% ஆகவும் உயர்ந்து வருகிறது என்று சி. எம். ஐ. இ வெளியிட்டுள்ள புள்ளிவிபரங்கள் தெரிவிக்கிறது.

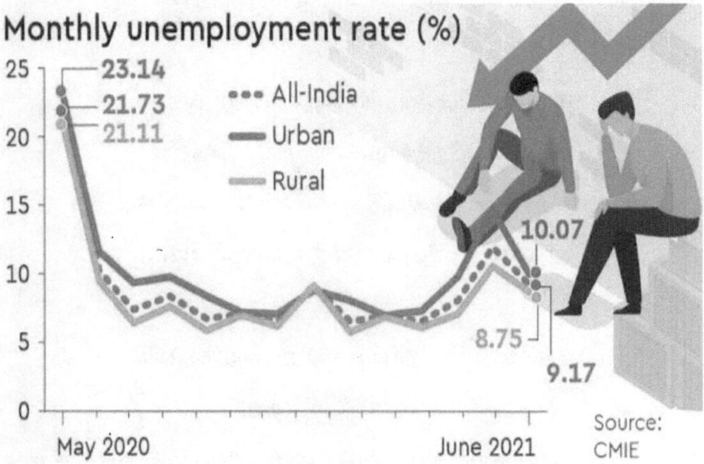

8. கலப்பட ஊழல்கள்

<u>கலப்படம்-நகைச்சுவை கவிதை:</u>

கேடு கெட்ட உலக வாழ்க்கை வெறுத்ததால்
சாகவேண்டி தற்கொலை செய்ய முயற்சித்தான் முனுசாமி...

கடைக்கு சென்று தாம்புக் கயிறு வாங்கி
கதவடைத்து நாற்காலியின் மீதேறி....
உத்திரத்தில் சுருக்கிட்டு, தலையை உள்நுழைத்து
காலால் உதைத்தான் நாற்காலியை.....

அந்தோ... பரிதாபம் கயிறு அறுந்துவிட
முனுசாமி தரையில்விழுந்தான்.......
காரணம் கயிற்றில் கலப்படமாம்...!

மூட்டைப்பூச்சி மருந்து குடித்தால் சாகலாம் -என்ற
ஒரு முதியவரின் அறிவுரை புத்தியில் மின்ன,
கடைக்குச் சென்று வாங்கி வந்து,
குளிர்பானம்போல் குடித்தான்...!

சிறு நேரம் வாந்தி, சிறிது நேரம் தலைச்சுற்றல்

ஆனால் அவன் சாகவில்லை....!

காரணம் மருந்திலும் கலப்படமாம்...!

மற்றொரு முயற்சியாய் மண்ணெண்ணெய்

ஊற்றி முயற்சித்தான் முடிவு வழக்கம் போல்....

உடலில் தீக்காயம்.... மருந்திட

மருத்துவமனைக்கு வந்தான்....!

முதலுதவியின் போதே மூர்ச்சையானான்...

சீரிய சிகிச்சையில் செத்தே விட்டான்...!

காரணம் மருந்திலும் கலப்படமாம்...!

கலப்பட ஊழல்

மரபார்ந்த உணவுப்பழக்கம் நமது என்று இப்போதெல்லாம் மார்தட்டிக் கொள்கிறோம். மண்பானை சமையல், இயற்கை உணவு, சிறு தானிய உணவு, பச்சைக்காய்கறிகள் என நமது உணவின் மகத்துவம் எல்லாம் நாம் தெரிந்து மட்டுமே வைத்திருக்கிறோம் அல்லது தெரியாமலே இருக்கிறோம். நமது பண்பாட்டு வழக்கமான "மருந்தே உணவு, உணவே மருந்து" என்ற வழக்கத்தை காற்றில் விட்டுவிட்டு சற்றேறக்குறைய விஷத்தை உண்டு உயிர் வாழ்ந்து கொண்டிருக்கிறோம்.

நாம் வெளியிலிருந்து வந்த அவசரகால, நவீன யுக உணவு முறைக்கு அடிமையாகிவிட்டோம் என்பது ஒரு புறம் நமது ஜீன்களை மெல்ல அழித்துக் கொண்டு நோய் நிறைந்த சந்ததியை உருவாக்கிக் கொண்டிருக்க, நமது பண்பாட்டு உணவுப் பொருட்களிலும் காசுக்காகவும் வியாபாரத்துக்காகவும் மனசாட்சியைக் கழற்றி வைத்துவிட்டு பல்வேறு வகைமையில் கலப்படம் செய்தும் நாம் நமது ஆரோக்கியத்தை அழித்துக்கொண்டிருக்கிறோம்.

எல்லாக் காலத்திலும் கலப்படம் நடைமுறையில் தான் இருந்திருக்கிறது. முன்பெல்லாம், பொருளின் அளவை அதிகரிக்க பாதிப்புகள் குறைவான பொருட்களை வைத்து உணவுக் கலப்படம் செய்து வந்தனர். உதாரணத்துக்கப் பாலில் தண்ணீர் சேர்ப்பது, காபி பொடியில் புளியங் கொட்டையை அரைத்து சேர்ப்பது என உடலுக்கு பாதிப்பை ஏற்படுத்தாத சில பொருட்களைச் சேர்ப்பார்கள். ஆனால், இன்றோ பெரிய நிறுவனங்கள் கூட தங்களது பொருட்களின் தரத்துக்காக, உடலுக்கு தீங்கை ஏற்படுத்தும் பொருட்களை சேர்க்கின்றனர். சாக்லெட்டில் தொடங்கி

ஆயத்த உணவுகள் வரை கலப்படம் தொடர்கிறது. குழந்தைகளுக்காகத் தயாரிக்கும் பால் உள்ளிட்ட அனைத்து உணவுப் பொருட்களிலும் இது தொடர்வது தான் வேதனையின் உச்சம். கலப்படம் என்பது என்ன என்பது நாம் கொஞ்சமாகத் தெரிந்து வைத்திருக்கிறோம் தான் என்றாலும், வியாபாரிகள் நம்மைவிடவும் ஆழமான அறிவுடன் இதில் இயங்குகிறார்கள். கலப்படம் என்ற சொல்லை சட்டம் எப்படி புரிந்து வைத்திருக்கிறது என்றால் உணவுப் பொருளில் கலப்படம் செய்யப்படும் நோக்கத்தில் சேர்க்கப்பட்ட அல்லது தெரியாமல் சேர்ந்த பொருட்கள் கலப்பட பொருட்கள் என சட்டத்தில் எழுதி வைத்திருக்கிறார்கள்.

உணவுப் பாதுகாப்புத் தரச் சட்டத்தில் பாதுகாப்பற்ற உணவு என்பதற்கு பின்வரும் விளக்கங்கள் குறிப்பிடப்பட்டுள்ளன.

1. தரம் குறைந்த விலை குறைந்த பொருட்கள் முழுமையாகவோ, பகுதியாகவோ உணவுப் பொருளின் தரத்தைக் குறைக்கும்படி சேர்க்கப்பட்டிருந்தால்

2. உணவில் உள்ள பொருட்கள் முழுமையாகவோ பகுதியாகவோ சுகாதாரமற்ற முறையில் தயாரிக்கப்பட்டு, கட்டப்பட்டு சுகாதாரமற்ற முறையில் பாதுகாக்கப்பட்டிருந்தால் அதனால் தரம் குறைந்து, சுகாதாரக் கேடு ஏற்பட்டால் அது கலப்படமாகக் கருதப்படுகிறது.

இதில் ஒரு வேடிக்கை என்னவென்றால் 1954ஆம் ஆண்டு உருவாக்கப்பட்ட "உணவுக் கலப்படத் தடைச் சட்டம்' நீக்கப்பட்டு ஆகஸ்டு 2011 முதல் "உணவுப் பாதுகாப்புத் தரச்சட்டம்' 2006 அமுலுக்கு வந்துள்ளது, இச்சட்டத்தில் "கலப்படம்' என்ற சொல் நீக்கப்பட்டு பாதுகாப்பற்ற உணவு பற்றிய விளக்கங்கள் சேர்க்கப்பட்டுள்ளன..

இணையத்தில் கட்செவியஞ்சலில் நிறைய காணொலிகள் மற்றும் செய்திகளைப் பார்க்கிறோம், எண்ணெயில் கலப்படம், பாலில் கலப்படம், பழங்களில் மருந்துகள் கலப்படம் என்றெல்லாம். அவை அனைத்துமே உண்மைதான். அவற்றைத் தாண்டியும் நிறைய உண்மைகள் இருக்கின்றன.

என்னென்ன பொருட்களில் எவ்வெவற்றைக் கலக்கிறார்கள் என நான் படித்ததை இங்கு பகிர்ந்து கொள்கிறேன்:

சர்க்கரை

சர்க்கரையில் சுண்ணாம்புத் தூள் சேர்க்கப்படுகிறது. இதனை கண்டுபிடிக்க, ஒரு கிளாஸ் நீரில் ஒரு ஸ்பூன் அளவு சர்க்கரையை கரைத்திடுங்கள். சுண்ணாம்பு இருந்தால் அது கிளாசின் கீழே போய் படிந்திடும். இல்லையென்றால் முழுமையாக தண்ணீரில் கரைந்திடும்.

பெருங்காயம்

சமையலில் சேர்க்கப்படும் சில பொருட்களால், உடலில் வாயுக்கூறு அதிகரிப்பதைத் தடுக்க, பெருங்காயம் சேர்த்துச் சமைக்கச் சொன்னது அனுபவ அறிவியல். வாயுவை மட்டுப்படுத்தும் தன்மை மட்டுமின்றி, கோழையகற்றும் திறனும் இசிவகற்றும் செய்கையும் பெருங்காயத்துக்கு இயல்பில் இருக்கிறது. இப்படிப் பல மருத்துவக் குணம் கொண்ட பெருங்காயத்தில் கற்கள், சாயங்கள், வேறு வகை பிசின்கள், மைதா மாவு போன்றவை கலப்படம் செய்யப்படுகின்றன.

உண்மையான பெருங்காயத்தை நீர் விட்டு அரைத்தால் வெண்மையாக மாறும். கலப்படத்தில் வெண்ணிறத்தை எதிர்பார்க்க முடியாது. சிறிது பெருங்காயத்தை நீரில் ஊறவைக்கும்போது, வேறு நிறம் வெளிப்பட்டால் சாயம் கலந்திருப்பதை உறுதிசெய்யலாம். கலப்படமற்ற பெருங்காயம் ஊறிய நீர் பால் நிறமாகும். கற்கள் கலந்திருக்கும் பெருங்காயத்தின் பகுதிகள் நீரில் கரையாது.

ஜீரண மண்டலத்தைச் சீராக்க வேண்டிய பெருங்காயம் கலப்படம் செய்யப்படுவதால், ஜீரண மண்டலத்தை பாதிப்படைய வைக்கும்.

ஏலக்காய்

ஏலக்காயில் உள்ளேயிருக்கும் அதன் எண்ணெயை நீக்கிவிட்டு டால்கம் பவுடர் சேர்க்கப்படுகிறது. இதனை பரிசோதிக்க மிகவும் எளிது. ஏலக்காயை லேசாக நுணுக்கினாலே அதில் சேர்க்கப்பட்டிருக்கும் டால்கம் பவுடர் கைகளில் ஒட்டிக் கொள்ளும்.

மஞ்சள் தூள்

மணம் உண்டாக்குவதோடு மிகப்பெரிய நோய்களையும் வராமல் தடுக்கும் ஆளுமை கொண்ட மஞ்சள் தூளில் மரத் தூள், சுண்ணாம்புத் தூள், மாவுப் பொருள் போன்றவற்றைக் கலப்படம் செய்துவிடுகின்றனர். செயற்கையாக மஞ்சள் நிறத்தைக் கொடுப்பதற்காக, விபரீத பாதிப்புகளைத் தரும் நிறமிகளையும் சேர்க்கின்றனர்.

புற்றுநோய் செல்களைத் தடுக்கும் அளவுக்கு மகிமை கொண்ட மஞ்சள், அதில் கலப்படம் செய்யப்படும் நிறமிகளால் புற்றுநோய் செல்களைத் தூண்டும் காரணியாகிவிடுகிறது. மஞ்சளில் கலக்கப்படும் 'LEAD CHROMATE', 'METANIL YELLOW' காரணமாக புற்றுநோய் வருவதற்கான சாத்தியம் அதிகம் என எச்சரிக்கிறது உணவுப் பாதுகாப்பு, மருந்து நிர்வாகத் துறை.

மஞ்சள் தூளில் சுண்ணாம்புத் தூள் கலப்படம் செய்யப்பட்டிருக்கிறதா என்று அறிய, கண்ணாடிக் குவளையில் நீர் நிரப்பி அதன் மேற்பரப்பில் மஞ்சள் தூளைப் போட்டு, அரை மணி நேரம் அசையாமல் வைத்திருந்தால் நீர் மஞ்சள் நிறமாக மாறுவதோடு, மஞ்சள் துகள்கள் அடியில் தங்கியிருந்தால் அது கலப்படம் அற்றது. அதுவே சுண்ணாம்புத் தூள் கலப்படம் இருந்தால், நீரில் வெண்மை நிறக் கலக்கம் தெரியும். மஞ்சளில் இருக்கும் நிறமிக் கலப்படங்களை அறிய சிறிய ஆய்வகப் பரிசோதனை தேவைப்படுகிறது (HCL TEST, SULPHURIC ACID TEST). அனைவராலும் ஆய்வக சோதனை செய்ய முடியாது. எனவே இவற்றிலிருந்து தப்பிக்க நேரடியாக மஞ்சள் கிழங்குகளை வாங்கி, உலர வைத்துப் பயன்படுத்திக்கொள்வதே சிறந்தது.

மிளகாய்த் தூள்

மிளகாய்த்தூளில் மரப்பொடி, செங்கற்பொடி, ரோடமைன் கல்ச்சர் எனப்படி ரசாயனம் அல்லது சிகப்பு கலர்ப்பொடி ஆகியவற்றை கலப்படம் செய்வார்கள். இதனை நீரில் கரைத்தால் மரத்தூள் என்றால் தண்ணீரின் மேலே வந்து மிதக்கும்,

கலர்ப்பொடி என்றால் தண்ணீரின் நிறம் மாறிடும். செங்கற்ப்பொடி சீக்கிரத்திலேயே அடியில் தங்கிடும்.

ஒரு டீஸ்ப்பூன் மிளகாய் பொடியில் ஐந்து எம். எல் அசிட்டோன் சேர்த்தவுடன் அடர் சிகப்பு நிறமாக மாறினால் அதில் ரோடமைன் கல்ச்சர் என்ற ரசாயனம் கலந்திருக்கிறார்கள் என்று உறுதி செய்யலாம்.

மல்லித்தூள்

மல்லித்தூளில் குதிரைச்சாணத்தூளை கலக்கிறார்கள். இதனை கண்டுபிடிக்க மல்லித்தூளை தண்ணீரில் கரைத்திடுங்கள். அதில் கலப்படம் இருந்தால் குதிரைச் சாணத்தூள் தண்ணீரில் கரையாமல் மிதக்கும்.

கிராம்பு

கிராம்பில் அதிலிருக்கும் எண்ணெயை நீக்கிவிட்டிருப்பார்கள். அப்படி நீக்கிவிட்டார்களானால் அதில் சுவை இருக்காது, முழு பலனை தராது. கிராம்பில் அதன் எண்ணெயை நீக்கிவிட்டார்களா இல்லையா என்பதை அதன் வடிவத்தைப் பார்த்தே நீங்கள் கண்டுபிடிக்கலாம். எண்ணெய் நீக்கப்பட்ட கிராம்பு சுருங்கி வளைந்து நெளிந்திருக்கும்.

சீரகம்

சீரகத்தில் புல்விதை கலந்திருப்பார்கள், அதன் நிறத்திற்காக நிலக்கரித்தூளைக் கொண்டு வண்ணம் ஏற்றியிருப்பார்கள். இதிலிருக்கும் கலப்படத்தை கண்டுபிடிக்க சிறிதளவு சீரகத்தை கைகளில் கொண்டு தேய்த்துப்பாருங்கள். நிலக்கரி கலந்திருந்தால் அதன் வண்ணம் உங்கள் கைகளில் ஒட்டிக் கொள்ளும்.

நெய்

நெய்யில் வனஸ்பதி,அல்லது மசித்த உருளைக்கிழங்கு சேர்க்கப்பட்டிருக்கும். இதனை கண்டுபிடிக்க பத்து மில்லி ஹைட்ரோ க்ளோரிக் அமிலத்துடன் 10 மில்லி நெய்யை சேர்த்து நன்றாக கலக்குங்கள். பின்னர் அதில் ஒரு டேபிள் ஸ்பூன் சர்க்கரையை சேர்த்திடுங்கள். அதில் வனஸ்பதி கலந்திருந்தால் சிவப்பு வண்ணமாக மாறிவிடும்.

வெல்லம்

வெல்லத்தில் மெட்டானில் என்கிற ரசாயனம் மஞ்சள் நிறத்திற்காக கலக்கிறார்கள். ஹைட்ரோ க்ளோரிக் அமிலத்தில் சிறிதளவு வெல்லத்தை போடுங்கள். போட்டவுடன் அது நிறமாறினால் அதில் கலப்படம் இருக்கிறதென்று அர்த்தம்.

ரவை

ரவையில் அதன் எடையை அதிகரித்து காண்பிக்க இரும்புத்தூள் சேர்க்கப்படும், காந்தத்தை அருகில் கொண்டு சென்றால் கலப்படம் இருந்தால் அதிலிருக்கும் இரும்புத்தூள் காந்தத்தில் ஒட்டிக் கொள்ளும்.

பால்

பால் அடர்த்திக்கு அமோனியம் சல்பேட், பால் நுரைத்து வருவதற்கு டிடர்ஜென்ட் சோப், நீண்ட நாள் கெடாமல் இருக்க பார்மலின், யூரியா போன்றவை சேர்க்கப்படுகின்றன கடைகளில் விற்கப்படும் 'சின்தட்டிக்' மில்க்கில் வழவழப்பு, பளபளப்புக்கு வெள்ளை நிற வாட்டர் பெயின்ட், எண்ணெய், அல்கலி (ALKALI) மற்றும் டிடர்ஜென்ட் பவுடர் கலக்கப்படுகின்றன. இதன் காரணமாக வயிற்றுவலி, வயிற்றுபோக்கு, கெட்ட கொழுப்பு சேருதல், முக வீக்கம், இதயப் பிரச்னை, வயிற்றுக் கோளாறு, சருமப் பிரச்னைகள், ஆஸ்துமா போன்றவை வரலாம். பாலில் மசித்த உருளைக்கிழங்கு அல்லது பிற மாவுகள் கலக்கப்படுகிறது. பாலில் ஒரு சொட்டு டிஞ்சர் அயோடின் சேர்த்தால் கலப்படப் பாலாக இருந்தால் அதன் நிறம் மாறிடும். பாலில் யூரியா கலக்கப்பட்டிருக்கிறதா இல்லையா என்பதை சோதிக்க, 5 மிலி பாலில் இரண்டு சொட்டு ப்ரோமோதைல் ப்ளூ என்ற திரவத்தை ஊற்ற வேண்டும். ஊற்றிய பத்துநிமிடத்தில் பால் நீல நிறமாக மாறினால் அதில் கலப்படம் இருப்பது உறுதியாகிடும். இதே பாலில் அதிகளவு தண்ணீர் கலந்திருப்பதாக நீங்கள் சந்தேகப்பட்டால் அதையும் நீங்கள் சோதித்து உறுதி செய்யலாம். பேப்பரை செங்குத்தாக பிடித்துக் கொண்டு அதில் ஒரு சொட்டுப் பாலை விடுங்கள். பால் சீக்கிரமாக வழிந்துவிடுவதும். அதில் கலப்படம்

இல்லையென்றால் பால் வெள்ளை கோடிட்டது போல அடர்த்தியாக தெரிந்திடும்.

சமையல் எண்ணெய்

சமையல் எண்ணெயில் ஆர்ஜிமோன் எண்ணெயை சேர்த்திருப்பார்கள். இதனைக் கண்டுபிடிக்க எண்ணெயுடன் ஹைட்ரோ க்ளோரிக் ஆசிட் கலந்து சிறிது நேரம் வைத்திருங்கள். பின்னர் ஃபெர்ரிக் க்ளோரைடுடன் கலந்தால் டார்க் பிரவுன் வண்ணமாக மாறிவிடும். அப்படி மாறினால் அதில் கலவை இருக்கிறதென்று அர்த்தம்.

குங்குமப்பூ

குங்குமப்பூவில் நிறம் மாற்றப்பட்ட சோள நார் சேர்க்கப்படும். பொதுவாக குங்குமப்பூ எளிதாக முறிந்திடாது. அதில் கலப்படம் இருந்தால் எளிதாக முறித்திட முடியும்.

ஜவ்வரிசி

ஜவ்வரிசியில் நிறம் மாற்றப்பட்ட மணல் மற்றும் டால்கம் பவுடர் சேர்க்கப்படும். சிறிதளவு வாயில் போட்டு மென்று பாருங்கள். கல் இருந்தால் நற நறவென்று இருக்கும். ஜவ்வரிசியை வேக வைத்தால் கலப்படமில்லாத ஜவ்வரிசி மட்டுமே பெரிதாகும்.

தேங்காய் எண்ணெய்

தேங்காய் எண்ணெயில் பிற எண்ணெய்கள் சேர்க்கப்படுகிறது, இதனை கண்டுபிடிக்க தேங்காய் எண்ணெயை ஒரு பாட்டிலில் ஊற்றி ஃப்ரிட்ஜில் வைத்திடுங்கள். எண்ணெய் உறைந்தால் அதில் கலப்படமில்லை என்று அர்த்தம். பிற எண்ணெய் கலந்திருந்தால் அது உறையாது.

உப்பு

உப்பில் வெள்ளைக் கல் தூள் மற்றும் சுண்ணாம்பு சேர்க்கிறார்கள். தண்ணீரில் உப்பைக் கரைத்தால் சுண்ணாம்பு கலக்கப்பட்டிருந்தால் தண்ணீர் வெள்ளை நிறமாக மாறிடும்.

மிளகு

மிளகுக்கு இருக்கும் நஞ்சு முறிவு செய்கையை முன்வைத்து, 'பத்து மிளகிருந்தால் பகைவன் வீட்டிலும் உணவருந்தலாம்' என்ற மருத்துவப் பழமொழி உண்டு. ஆனால் இன்றோ மிளகுக்குப் பதிலாக, அதே உருவ அமைப்புடைய பப்பாளி விதைகள் கலப்படம் செய்யப்படுகின்றன.

மிளகு என்று நம்பி, பப்பாளி விதைகளை எடுத்துக்கொண்டுபகைவன்வீட்டில்உணவருந்தினால்,நஞ்சு அறிகுறிகள் உண்டாவது உறுதி. பல நூற்றாண்டுகளுக்கு முன், தங்கத்துக்கு நிகராக மதிக்கப்பட்ட மிளகின் மருத்துவக் குணங்களை அதில் கலப்படம் செய்யப்படும் பப்பாளி விதைகள் மறைத்துவிடுகின்றன.

பப்பாளி விதைகளில் வாசனை இருக்காது. மிளகில் காரத்தன்மை இருக்கும். மிளகுடன் ஒப்பிடும்போது, பப்பாளி விதைகள் சிறியதாகவும் சுருங்கியும் இருக்கும். மிளகில் இருக்கும் கருமை, பப்பாளி விதைகளில் இருக்காது.

தேன்

முதல் மருந்தாகவும், வேறு மருந்துகளுக்குத் துணை மருந்தாகவும் (ADJUVANT) செயல்படும் திறன் தேனுக்கு உண்டு. கலப்படம் இல்லாத தேனில் உள்ள மருத்துவக் குணங்கள் எண்ணிலடங்காதவை. ஆனால் இப்போது புதிய

தேனா பழைய தேனா என்ற நிலை மாறி, 'தேன்தானா' என்று சந்தேகப்படும் அளவுக்கு இன்றைய நிலை இருக்கிறது.

மலைத்தேன், கொம்புத்தேன், மனைத்தேன், புற்றுத்தேன் என வகைகளுக்கு ஏற்ப மருத்துவக் குணங்களை வெளிப்படுத்தி வந்த தேனில், இன்றோ 'கலப்படத் தேன்' என்ற ஒரு வகைதான் தூக்கலாக இருக்கிறது. இப்போது பிறக்கும் குழந்தைகளுக்கு நாவில் வைக்கப்படுவது மருத்துவக் குணம் கொண்ட தேனா என்பது சந்தேகமே.

வெள்ளைச் சர்க்கரை நீரும் வெல்லப்பாகும்தான் தேனுக்கான கலப்படப் பொருட்கள். ஊட்டச்சத்துக்கள் நிறைந்த தேன் என்று நம்பி, சர்க்கரைப் பாகை அதிகம் உட்கொண்டால் விரைவில் நீரிழிவு நோய் வர வாய்ப்பிருக்கிறது. உண்மையான தேனைப் பெற, நேரிடையாக மலைப்பகுதி மக்களிடமிருந்து பெறுவதே சிறந்தது.

நீரில் ஒரு ஸ்பூன் தேனை விட்டால், விரைவில் கரைந்து நீர் முழுவதும் பரவினால் அது கலப்படத் தேன். உண்மையான தேன் அவ்வளவு சீக்கிரம் கரையாது, அப்படியே நீரில் கீழிறங்கும். சுத்தமான தேன் இளமஞ்சள் நிறத்தில் இருக்கும். இனிப்புச் சுவையும், பழையத் தேனாக இருந்தால் சிறிது புளிப்புச் சுவையும் கொண்டிருக்கும். துணியில் தேனைத் தடவி எரியவிட்டால், சுத்தமான தேன் எரியும். கலப்படம் செய்யப்பட்ட தேனாக இருப்பின் அதிலிருக்கும் நீர்த்தன்மை காரணமாக எரியாது. தூயத் தேனுக்கு அடர்த்தியும் அதிகம்.

நொறுக்குத் தீனி கவர்களில் அச்சிடப்பட்டிருக்கும் உட்பொருட்களைக் கவனித்தால், பெரும்பாலும் அதில் 'HYDROGENATED OIL' அல்லது 'TRANS FAT' என்று இடம்பெற்றிருக்கும். அதுதான் வனஸ்பதி. சரி கடைகளில்

வெண்ணெயை வாங்கி காய்ச்சி நேரடியாக நெய் தயாரிக்கலாம் என்றால், அதிலும் பிரச்சினை இருக்கிறது. வெண்ணெயிலும் வனஸ்பதி கலப்படம் செய்யப்படுவதுதான் அந்தப் பிரச்சினை.

மேலும் சில கலப்படங்கள்

துவரம் பருப்பில் கலப்படம் செய்யப்படும் சாயம், கேசரி பருப்பு காரணமாக 'லதைரிஸம்' (LATHYRISM) எனும் ஒரு வகையான தசைவாத நோய் உண்டாகலாம். காரம், இனிப்பு வகைகளில் சேர்க்கப்படுவதற்காக கடைகளில் விற்கப்படும் கவர்ச்சித் தோற்றமளிக்கும் நிறமிகள் உணவில் சேர்க்க அனுமதிக்கப்படாதவை. காபி, டீத் தூளில் சேர்க்கப்படும் புளியங்கொட்டைத்தூள், சாயம், செரிமானத் தொந்தரவுகளை உண்டாக்கும். மெழுகு பூசிய பழங்கள், கார்பைடு கற்களால் பழுக்கவைக்கப்படும் பழங்கள் போன்றவையும்கூட ஒரு வகையில் கலப்படமே. நமது செரிமான மண்டலத்தில் கட்டிடம் கட்டும் அளவுக்கு, செங்கல் தூளும் மரத்தூளுமாகக் கலப்படம் செய்யப்பட்ட மிளகாய்ப் பொடிதான் சந்தையில் அதிகம் கிடைக்கிறது.

சமைத்து முடித்தவுடன் அற்புதமான மணம் மூலம் நம்மை வசப்படுத்த வேண்டிய உணவு வகைகள், கலப்படப் பொருட்களின் தாக்கத்தால் மணமின்றி, மருத்துவக் குணமுமின்றி சக்கை உணவாக மாறிவிட்டன. நம் உடல்நலனைக் காக்க நாம்தான் மிகுந்த முன்னெச்சரிக்கையுடன் இருக்க வேண்டும் என்பதில் சந்தேகமில்லை.

பெரும்பாலான சாக்லெட்களில் மாட்டு கொழுப்பின் சாறு சேர்க்கப்படுகிறது.

விரைவில் அழகாகி விடலாம் என்பது போன்ற ஃபேஸ் கிரீமில் பன்றிகளின் கொழுப்பும், எண்ணெயும் சேர்க்கப்படுகிறது.

இந்திய நாடாளுமன்றத்தில் விற்க தடை செய்த குளிர்பானங்கள் இந்தியா முழுவதும் விற்கப்படுகின்றன. இதில், உயிரை கொல்லும் 40-க்கும் மேற்பட்ட வீரியமுள்ள கெமிக்கல்கள் பயன்படுத்தப்படுகின்றன.

பீட்சா என்ற துரித உணவு, வெளிநாட்டு உணவகங்களின் பெயரில் இந்தியாவில் பரவலாக காணப்படுகிறது. அதில், அதிக சுவை மிகுந்த சுவையூட்டிகள் பயன்படுத்தப்படுகிறது. இது நம் உடலில் ஹார்மோன் மாற்றங்களை ஏற்படுத்தி பல நோய்களுக்கு வழியாக அமைந்துவிடுகிறது.

ரெடிமேட் தோசை மாவு சீக்கிரத்தில் புளிக்காமல் இருக்க, கால்சியம் சிலிகேட்,

மிளகாய் தூளில் செங்கல்தூள், சூடான் டை, சிட்ரஸ் ரெட், கான்கோரைட்.

மல்லி தூளில் மரத்தூள், குதிரை சாணம், மாலசைட் பச்சை (MALACHITE GREEN – வீட்டு வாசல் பச்சை நிறமாக மாற, சாணத்துக்குப் பதிலாகப் பயன்படுத்தும் நிறமி),

மஞ்சள் தூளில் காரிய க்ரோமல், அக்ரிடைன் மஞ்சள் (ACRIDINE YELLOW),

கடுகில் ஆர்ஜிமோன் விதை,

தூள் உப்பு கட்டியாகாமல் இருக்க ஆன்டிகேக்கிங் ஏஜென்ட்,

டீ தூளில் முந்திரி தோல் மற்றும் செயற்கை வண்ணங்கள்,

தேனில் வெல்லப் பாகு, சர்க்கரை,

சமையல் எண்ணெய்களில் காட்டு ஆமணக்கு எண்ணெய் ஆகியவை கலக்கப்படுகின்றன.

வனஸ்பதி மற்றும் நெய்யில் விலங்குக் கொழுப்பு,

வெண்ணெயில், மாட்டுக் கொழுப்பு,

மைதாவில் மணிலா (வேர்க்கடலை) மாவு போன்றவை கலக்கப்படுகின்றன.

சிப்ஸ், பாக்கெட் மற்றும் டின் உணவுகளில் விலங்குக் கொழுப்பு,

வெள்ளை சர்க்கரையில் கால்நடைகளின் எலும்புத் தூள், கலக்கப்படுகின்றன

இத்தனை கலப்படமா என்று பதற்றமாக இருக்கிறதா..? இன்னும் இருக்கிறது.

பழங்கள் மிகச்சிறந்த உணவு, மிக ஆரோக்கியமான உணவு என நாம் தெரிந்து வைத்திருக்கிறோம். பெரியவர்கள், மருத்துவர்களும் அதையே சொல்கிறார்கள். ஆனால் அவற்றிலும் ஊழல் நடக்கிறது.

உணவுப் பாதுகாப்புத் துறை, பழங்களைப் பழுக்கவைக்க, 'எத்திலின்' பயன்படுத்தச் சொல்லி அறிவுறுத்தினாலும், பெரும்பாலான வணிகர்கள் அதைப் பயன்படுத்தாமல்

கார்பைடு கல்லைப் பயன்படுத்துகின்றனர். தர்பூசணிப் பழம் அடர் சிவப்பு நிறத்தில் இருப்பதற்கு, பீட்டா எரித்ரோசின் (BETA ERYTHROCIN) என்ற ரசாயனம் ஊசி மூலமாகச் சேர்க்கப்படுகிறது.

எலிகளை வைத்து எரித்ரோசின் பரிசோதிக்கப்பட்டதில், தைராய்டு கட்டி உருவானது கண்டுபிடிக்கப்பட்டுள்ளது. இந்த எரித்ரோசின் கலக்கப்பட்ட பழங்களைத் தொடர்ந்து சாப்பிட்டால், புற்றுநோய் வரும். கல்லீரல், சிறுநீரகம் பாதிக்கும்.

மாம்பழம், தக்காளி, பப்பாளி, சப்போட்டா, வாழைப்பழம் போன்ற பழுங்களைப் பழுக்கவைக்க, கார்பைட் (CARBIDE) பயன்படுத்துகின்றனர். கார்பைடினால் மறதி, மூளையில் ரத்த ஓட்டம் குறைதல், தலைவலி, மூளை பாதிப்புகள் ஏற்படலாம் என மருத்துவத்துறை அச்சுறுத்த ஆங்காங்கே சோதனைகள் நடத்தி வியாபாரிகளைப் பிடித்து வருகிறார்கள்.

ஒரே மாதிரி அழகாக பழுத்துள்ள, பளபளப்பான பழங்களில், இயற்கையான வாசம் இருக்காது. அவற்றை கவனமாக தவிர்க்க வேண்டும். சீசன் பழங்களை, சீசன் இல்லாதபோது வாங்குவதைத் தவிர்க்க வேண்டும். பழங்களை உப்பு நீரில் ஊறவைத்து நன்றாகக் கழுவி, தோல் நீக்கி சாப்பிட வேண்டும். தோல் நீக்கி நீண்ட நேரம் வைக்கவும் கூடாது. தோல் ஒரு பாதுகாப்பு அரணும் கூட.

பழங்கள் மட்டுமா, கீரைகளிலும் அவை பளபளப்பாகத் தெரிய பச்சை நிறத்தில் ரசாயனத்தைத் தெளிக்கிறார்களாம், பூச்சி அரிக்காமல் இருக்கவும் மருந்துகள் தெளிக்கப்படுகின்றனவாம்.

இரண்டு நிமிட நூடுல்ஸ் என்று பெருமையாக நாம் உண்ணும் உணவு செரிக்க இரண்டு நாளாகும். அதில்

சேர்க்கப்பட்ட மெழுகு, உடலில் சென்று கழிவாகத் தேங்கி நம் வயிற்றை ரணமாக்கிவிடும். உணவை செரிக்க எடுத்துக் கொள்ளும் நேரம் 48 மணி நேரம். இதில் அதிக அளவில் கலக்கப்படும் சோடியம் மிக ஆபத்தானது. பீட்சா, பரோட்டா பற்றியெல்லாம் சொல்லவே தேவையில்லை. பக்கம் கூட போய்விட வேண்டாம்.

குழந்தைகள் குடிக்கும் அனைத்து ஊட்டச்சத்து பானங்களும், டெல்லியில் பரிசோதனை செய்து ஆய்வுக்கு உட்படுத்தப்பட்டது. வேர்க்கடலையிலிருந்து எடுக்கப்பட்ட தேவையில்லாத, விலங்குகளுக்கு தருகின்ற 'சக்கை' சேர்க்கப்பட்டிருப்பது கண்டுபிடிக்கப்பட்டுள்ளது. இந்த தேவையில்லாத பொருட்களே ஒவ்வொரு பெயரில் புது புது பாட்டிலில் அடைத்து விற்கப்படுகின்றன. எவற்றை நம்பி வாங்குவது என்பது புரியவில்லை.

நம்மில் பலருக்கு டீ குடிக்காமல் இருக்கவே முடியாது. நமக்கு கிடைக்கும் டீ தூள்கள் மூன்றாம் ரகம்தான். இந்த டீ தூள்களில் இரும்பின் தேவையில்லாத கழிவுகள் மற்றும் நிறமூட்டிகள் சேர்க்கப்படுகின்றன. இது பெரிய நிறுவனங்களின் டீ பாக்கெட்களிலும் இருக்கின்றன என்பது தான் உண்மை. அதுமட்டுமல்லாது, பெரிய ஓட்டல்கள், டீக்கடைகளில் டீ வடிகட்டி வீணாகத் தூக்கிப் போடும் சக்கையை எடுத்து வந்து அதனுடன் நிறமூட்டிகள், டீத்தூள் மற்றும் வாசனைப் பொருட்களைக் கலந்து மீண்டும் சந்தையில் விற்றுவிடுகிறார்கள்.

முன்பெல்லாம் வீட்டிலேயே செய்யப்படும் கேசரி, லட்டு வகைகள், அப்பளம் மற்றும் வடாம் போன்றவை வெள்ளை நிறத்திலேயே இருக்கும். அதில் எந்தவிதமான வண்ணங்களும் கலக்காமல் உணவுப்பொருளாக மட்டுமே உடலுக்கு நன்மை

பயத்தன. ஆனால், இன்று எல்லா உணவுப்பொருட்களிலுமே கவர்ச்சியான வண்ணங்களுக்காக பல்வேறு ரசாயனங்களைப் பயன்படுத்துகிறார்கள். அப்பளங்களே பலவண்ணங்களில் வருகின்றன. இப்படிப்பட்ட வண்ணங்கள் அனைத்துமே உடலுக்கு ஆபத்தை விளைவிக்கக் கூடியவைதான்.

உள்ளூர் வியாபாரிகள் உணவுப்பொருட்களில் கலப்படம் செய்வது போதாது என்று, சீனா, பாகிஸ்தான் போன்ற நாடுகள் திட்டமிட்டு நம்மை அழிக்க போலி உணவுப்பொருட்களைப் பரப்பி வருகின்றன. அரிசியைப்போலவே பிளாஸ்டிக் அரிசியைத் தயாரித்து அரிசியில் கலந்து கொள்ளை லாபம் பார்க்கின்றனர். இது உடல் நலத்துக்கு மிகுந்த ஆபத்தை விளைவிக்கக் கூடியது. இப்போது, முட்டையிலும் போலி முட்டை தயாரித்து சந்தைப் படுத்தத் துவங்கியிருப்பது அதிர்ச்சியளிக்கிறது. வேதிப்பொருட்களாலேயே உருவாக்கப்பட்டு ஊசி போட்டே வளர்க்கப்படும் பிராய்லர் கறிக்கோழிகள் எவ்வளவு ஆபத்தானவை என்று நமக்குத் தெரியும். இப்படியே பார்த்துக்கொண்டு போனால், நாம் உண்ணும் உணவு அனைத்துமே வேதிப்பொருட்களாலான மெல்லக் கொல்லும் விஷம் என்பது அதிர்ச்சியான உண்மை.

எதைத்தான் சாப்பிடுவது என்று தோன்றுகிறது. இயற்கை உணவுகளை நாமே நேரடியாகப் பரிசோதித்து வாங்குவது, பூச்சி மருந்துகள் பயன்படுத்தாத அருகாமை விவசாயிகளிடம் வாங்குவது, ரெடிமேட் உணவு வகைகளை வாங்காமல் நாமே தயாரித்து உண்பது, ஃபாஸ்ட் புட் உணவுகள் மற்றும் குளிர்பான வகைகளைத் தவிர்ப்பது, போன்ற எளிய முன்னெச்சரிக்கை நடவடிக்கைகளைக் கையாளலாம்.

இந்த மானுடத்தைக் காக்க இயற்கை பெரும் போராட்டம் நடத்திக்கொண்டிருக்க, நாம் அதைவிட வேகமாக நமது தீய அறிவினாலும், பேராசையாலும் அழித்துக்கொண்டிருக்கிறோம்.

9. ஊழலுக்கு எதிரான சர்வதேச தினம் – ஓர் பார்வை

வளர்ச்சியடைந்து வரும் நாடுகளிற்கு ஊழல் மோசடிகள் எந்தளவு பாரதூரமானது என்பது தொடர்பில் ஐக்கிய நாடுகள் தாபனம் விஷேட ஆய்வுகளை மேற்கொண்டுள்ளது. நாடொன்றில் ஊழலும் மோசடியும் தலைவிரித்தாடுவதன் காரணமாக அந்நாட்டு மக்களின் நலனுக்காக ஒதுக்கப்பட வேண்டிய எவ்வளவோ பணம் வீண்விரயமாவதுடன், நிலைத்திருக்கும் அபிவிருத்தியை நோக்கிய நாடொன்றின் நகர்வில் ஊழல் மோசடியானது பாரதூரமான பின்னடைவை ஏற்படுத்தும் என்பது ஊழல் தொடர்பிலான ஆய்வு முடிவுகளின் மூலம் நிரூபணமாகியுள்ளது.

இவ்வாறான ஆய்வுகளின் பெறுபேறாகவே ஐக்கிய நாடுகள் தாபனம் மூலம் 2003 ஆம் ஆண்டில் ஊழலுக்கு

எதிரான ஐக்கிய நாடுகள் தாபனத்தின் சமவாயம் ஏற்றங்கீகரிக்கப்பட்டதுடன் உலகின் 177 நாடுகள் அச்சமவாயத்திற்கு ஆதரவாக கையெழுத்திட்டமை குறிப்பிடத்தக்கது. ஊழலுக்கு எதிரான இச்சமவாயத்தில் கைச்சாத்திட்ட நாடுகளில் ஆசிய கண்டத்தில் கைச்சாத்திட்ட முதல் நாடாக இலங்கை விளங்குவதுடன், உலக நாடுகளுக்கிடையில் ஏற்றங்கீகரித்த இரண்டாவது நாடாகவும் மிளிர்கின்றமை குறிப்பிடத்தக்கது.

ஊழலுக்கு எதிராக சர்வதேச மட்டத்தில் வெளியான முதலாவது சட்டரீதியான சமவாயமாகவும் இது விளங்குகின்றது. ஊழலுக்கு எதிரான ஐக்கிய நாடுகள் தாபனத்தின் இச்சமவாயத்தினை வெளியிட்டு உரைநிகழ்திய அப்போதைய ஐக்கிய நாடுகள் தாபனத்தின் செயலாளர் நாயகம் கொபி அனான் 'அபிவிருத்தி நடவடிக்கைகளுக்காக ஒதுக்கப்படவேண்டிய நிதி ஊழல் மோசடிகளின் காரணமாக விரயமாவதினால்நாடுகளின்சாதாரணவறியமக்கள்பெரிதும் பாதிக்கப்படுவதுடன் பொருளாதாரம் பின்னடைவுற்று வறுமை நிலை அதிகரிக்கவும் காரணமாகின்றது. எனவே வறுமையை இல்லாதொழிப்பதற்கும் நிலையான பொருளாதார நிலைமையை கட்டியெழுப்புவதற்கும் எதிராக விளங்கும் பாரிய தடையாக காணப்படுவது ஊழல் மோசடிகளாகும்.

இதன்படி ஐக்கிய நாடுகள் தாபனத்தின் மூலம் 2003-ஆம் ஆண்டு நிறைவேற்றப்பட்ட ஊழலுக்கு எதிரான சமவாயத்தின் குறிக்கோள்களாவன.

1. ஊழலைத்தடுப்பதற்கும், இல்லாதொழிப்பதற்கும் உதவும் வகையிலான பொருத்தமான சூழலை ஏற்படுத்தல்.

2. விசேடமாக விசாரணை, நீதிமன்ற நடவடிக்கைகள் மற்றும் இலஞ்சம் அல்லது ஊழல் பற்றிய சார்த்துதல்களை புலனாய்வு செய்வதற்கான ஆணைக்குழுவின் பொறுப்புக்களை சிறப்புற மேற்கொள்வதற்கான பொறிமுறையைப் பலப்படுத்தல்.
3. ஊழலைத் தடுத்து நிறுத்தும் வகையில் அரச உத்தியோகத்தர்களுக்கு அறிவூட்டல் கருத்தரங்குகள் மற்றும் பயிற்சி நெறிகளை நடத்துதல்.

   தெரிவு செய்யப்பட்ட நிறுவனங்களுக்கு தேவைகளை உறுதிப்படுத்தும் வகையிலான உபாயங்களை அறிமுகப்படுத்தல்.
4. ஊழலுக்கு எதிரான ஐக்கிய நாடுகள் தாபனத்தின் சமவாயம் மற்றும்,
5. ஊழலுக்குஎதிரான தேசிய செயற்றிட்டத்தை சிறந்த திட்டமிடலுடன் நடைமுறைப்படுத்துவதற்கான விசாரணைப் பொறிமுறைகளை ஸ்தாபித்தல்.

உலக நாடுகளுக்கே பெரும் சவாலாக விளங்கும் ஊழல் மோசடிகளானவை இலங்கைக்கும் பொருந்துவதாகவே உள்ளது. ஊழலுக்கு எதிராக செயற்படுவதற்கு இச்சமவாயமானது அளப்பரிய வாய்பினை ஏற்படுத்தித் தந்துள்ளமை குறிப்பிடத்தக்கது.

இலஞ்சம் மற்றும் ஊழல் தொடர்பான சட்டம் தொடர்பான சுருக்கமான பார்வையின் முன்வைப்பு ஆக்கத்திற்கு வலுசேர்க்கும் என்பதுடன் அது தொடர்பான பின்னணி அறிவானது சகலரையும் இலகுவில் சென்றடையும் வகையில் பின்வரும்; அடிப்படையிலான பார்வை அமையப்பெறுகின்றது.

இலஞ்சத்தின் பொருட்டு யாரைப் புலனாய்வு செய்யலாம்:

ஏதேனும் உத்தியோகபூர்வமான செயலினை ஆற்றுவதற்கு அல்லது அதிலிருந்து தவிர்ந்திருப்பதற்கு ஏதேனும் சன்மானத்தினை வேண்டி நிற்கின்ற அல்லது ஏற்றுக்கொள்கின்ற அரசாங்க சேவையாளர் ஒருவரை.

ஏதேனும் உத்தியோகபூர்வமான செயலினை ஆற்றுவதற்கு அல்லது அதிலிருந்து தவிர்ந்திருப்பதற்கு சன்மானம் ஒன்றினை அரச சேவையாளருக்கு வழங்குகின்ற எவரேனும் ஆள் ஒருவரை.

கேள்வி ஒன்றினை மீளப்பெற்றுக்கொள்வதற்கான தூண்டுதல் ஒன்றாக ஏதேனும் சன்மானத்தினை வேண்டிநிற்கின்ற அல்லது ஏற்றுக்கொள்கின்ற எவரேனும் ஆள் ஒருவரை.

இலஞ்சத்தினைப் பாவித்து செல்வத்தினைக் குவிக்கும் எவரேனும் ஆள் ஒருவரை.

ஊழலின் பொருட்டு யாரைப் புலனாய்வு செய்யலாம்:

செயல் ஒன்றினைச் செய்வதன் மூலம் அல்லது செயல் ஒன்றினைச் செய்வதிலிருந்து தவிர்ந்திருப்பதன் மூலம் உள்நோக்கத்துடன் அல்லது தெரிந்துகொண்டே அரசாங்கத்திற்கு நட்டத்தினை விளைவிக்கும் அல்லது தனக்கோ அல்லது எவரேனும் ஆளுக்கோ இலாபம் ஒன்றினை ஏற்படுத்தும் அரசாங்க சேவையாளர் ஒருவரை ஊழலின் பொருட்டு புலனாய்வு செய்யலாம்.

இன்று நம் நாட்டில் நிலவும் நிலை என்ன? ஒவ்வொருவரும் ஏதாவது ஒரு வகையில் ஊழலுக்கு

துணை போபவர்கள், ஊழலை அனுசரித்து வாழப்பழகிப்போனவர்களாக இருக்கிறார்கள்.

ஓட்டுனர் உரிமம் பெறுதல், ரேஷன் கார்டு புதுப்பித்தல், பிறப்பு சான்றிதழ் பெறுதல், குடிநீர், மின் இணைப்பு பெறுதல், வீடு கட்ட அனுமதி பெறுதல், குழந்தைகளை பள்ளியில் சேர்த்தல், பாஸ்போர்ட் வழங்குவது தொடர்பான போலீஸ் விசாரணை அறிக்கை அளித்தல் போன்றவற்றிக்கு ஒரு தொகையை லஞ்சமாகவோ அல்லது 'அன்பளிப்பு' என்ற பெயரிலோ கொடுத்து, காலதாமதமின்றி தங்கள் காரியங்களை முடித்துக்கொள்வதில் தவறில்லை என்ற மனநிலைக்கு பொதுமக்கள் மாறிவிட்டனர்.

இத்தகைய மனப்போக்கானது, தங்களது கடமையை செய்வதற்கு பெறப்படும் லஞ்சத்தை, பொதுமக்கள் அங்கீகரித்து விட்டனர் என்ற உணர்வை இலஞ்சம் வாங்குபவர்களுக்கு ஏற்படுத்தியுள்ளது.

ஒவ்வொருவரும் ஏதாவது ஒரு வகையில் இலஞ்சம் கொடுப்பவராகவோ அல்லது இலஞ்சம் பெறுபவராகவோ இருக்கிறார்கள் என்பதுதான் இன்றைய நிலை. விதிமுறைகளுக்குட்பட்ட காரியங்களை செய்து கொடுக்க, இலஞ்சம் கொடுப்பவர்களுக்கு உடனடியாக செய்து கொடுப்பதும், கொடுக்காதவர்களுக்கு ஏதாவது ஒரு காரணத்தை கூறி இழுத்தடிப்பதும் இன்று வாடிக்கையாகிவிட்டது.

இன்றைய சூழலில், ஒரு நியாயமான, சட்ட விதிமுறைகளுக்குட்பட்ட காரியத்தை செய்து கொள்வதற்கு இலஞ்சம் கொடுக்க மாட்டேன் என்ற நிலைப்பாட்டை ஒருவர் மேற்கொண்டால், அவர் சமுதாயத்தில் சந்திக்க வேண்டிய இடையூறுகளும், அதன் விளைவாக ஏற்படும்

மனவேதனையும் அளவிட முடியாதது. இதுபோன்ற நிலைப்பாட்டை எடுத்தவரை காட்டிலும், அவரது குடும்பத்தினரின் நிலை மிகவும் பரிதாபத்திற்குரியதாக இருக்கும்.

நேர்மைக்கு சோதனை

தனது பணியில், இலஞ்சம் வாங்கமாட்டேன் என்று கடமையாற்றும் சில அரசு அலுவலர்களும் உள்ளனர். அவர்களது நேர்மையான செயல்பாட்டால், உடன் பணியாற்றும் ஊழியர்கள், உயர் அதிகாரிகளின் விரோதம், அதிருப்தியை எதிர்க்கொள்ள வேண்டியுள்ளது. அதுபோன்ற அலுவலர்களின் வாழ்க்கை நிலையை, அரசு பணியேற்கும் இளைய தலைமுறையினருக்கு உதாரணமாக காட்டப்படும் சூழலும் இன்று நிலவி வருவதை காணமுடிகிறது. நேர்மையான செயல்பாடு என்பது அரசு பணியில் இருப்பவர்களுக்கு மட்டுமின்றி, பொதுமக்களும் தங்கள் வாழ்க்கையில் பின்பற்ற வேண்டிய நெறிமுறையாகும்.

மாறாக, எந்தெந்த சந்தர்ப்பங்களில் நேர்மையையும், சட்டவிதிமுறைகளையும் விட்டு விலகிச் செல்ல முடியும் என்பதை ஆராய்ந்து, ஊழல் புரிவதற்காக மாற்றுப்பாதையை தேடுவதில் பொதுமக்கள் பலர் முனைகின்றனர்.

அரசுக்கு செலுத்த வேண்டிய வரியை, பல்வேறு காரணங்களை கூறி, செலுத்தாமல் இருப்பதும் ஒரு வகை ஊழல் தானே! கடந்த அரைநூற்றாண்டில் கல்வி, விஞ்ஞானம் மற்றும் பொருளாதாரத்தில் கணிசமாக வளர்ச்சி அடைந்துள்ள நம் நாட்டில் ஊழலும், அதுதொடர்பான செயல்பாடுகளும் அளவுக்கு அதிகமாக தலைதூக்கியுள்ளன. பணம் ஈட்டுவது குறித்து சமுதாய பார்வையும் மாறத் தொடங்கியுள்ளது. நேர்மையாக வாழ்வதுதான்

உன்னதமான வாழ்க்கை முறை என்ற நிலை, மாறி வருவதை காண முடிகிறது.

நிறுவனங்களுக்கு சலுகை ஊழல்

அரசு ஊழியர்களுக்கு கொடுக்கப்படும் இலஞ்சம் பற்றி பேசும் சமுதாயம், உள்நாடு, வெளிநாடு கம்பெனிகளுக்கும், நிதிநிறுவனங்களுக்கும் வழங்கப்படும் வரம்புமீறிய சலுகைகள் அதிகமாக பேசப்படுவதில்லை. காலப்போக்கில், அந்த நிறுவனங்கள் செயல்இழக்கும்போது, ஊழல் செயல்பாடுகளும் காலம் கடந்து வெளியாகின்றன. சில சமயம் சம்பந்தப்பட்டவர்கள் நீதிமன்ற நடவடிக்கைக்கு ஆளாகின்றனர். அத்தகைய ஊழல் செயல்பாட்டால் நாட்டின் பொருளாதார வீழ்ச்சியும், சேதமும் பொதுமக்களின் சுமையாகத்தான் அமைகின்றன. இந்தியா மட்டுமின்றி, உலக நாடுகள் பலவற்றிலும் ஊழல் மிக அதிகமாக வியாபித்துள்ளதை காணமுடிகிறது. ஒரு நாட்டின் வளர்ச்சி திட்டங்களை ஊழல் சீரழிப்பதோடு, அந்நாட்டின் நிலையான ஆட்சிக்கும், உள்ளநாட்டு பாதுகாப்புக்கும் அது அச்சுறுத்தலாக விளங்குகின்ற நிலையை காண முடிகிறது. சர்வதேச அளவில் ஊழலை தடுக்க, ஐ. நா., அமைப்பு, 2003 அக்.,31ல், ஊழலுக்கு எதிரான போரை தீவிரமாக நடத்தி, அதை உலக நாடுகளில் இருந்து விரட்டியடிக்க வேண்டும் என்ற தீர்மானம் நிறைவேற்றியது.

இந்தியாவுக்கு 86-வது இடம்

ஒவ்வொரு ஆண்டும் டிச.,9-ஐ சர்வதேச ஊழல் எதிர்ப்பு தினமாக கடைப்பிடித்து, ஊழலின் நச்சுத்தன்மையை மக்களுக்கு எடுத்துரைக்க வேண்டுமென தெரிவித்தது.

ஆண்டுக்கு ஒருமுறை ஊழல் எதிர்ப்பு தினம் அனுசரித்துவிட்டு, மற்ற நாட்களில் 'மாமூல்' வாழ்க்கையை தொடர்வதால் ஊழல் ஒழிப்பில் எந்த முன்னேற்றமும் அடைய முடியாது. சட்டவிதிமுறைக்குப்பட்ட காரியத்திற்கு இலஞ்சம் கொடுக்க வேண்டும் என்ற எண்ணத்தை விடவேண்டும்.

இலஞ்சம் கேட்பவரிடம், ‹இலஞ்சம் ஏன் கொடுக்கணும்› என கேட்க வேண்டும். ஊழலுக்கு எதிரான செயல்பாடுகளில் பங்கேற்க வேண்டும். லஞ்சப் பேர்வழிகள் மீது நடவடிக்கை எடுக்கும் பொறுப்பு, மாநில லஞ்சஒழிப்புத்துறை, மத்திய புலனாய்வு துறைக்குரியது என எண்ணி, தங்களது பங்களிப்பை புறக்கணிக்கக்கூடாது.

- ஊழல் வடக்கு, தெற்கு, ஏழை, பணக்கார நாடுகளென்ற பாகுபாடின்றி எங்கும் உள்ளது.
- இது ஐக்கிய நாடுகளின் மதிப்பின் மீதான ஒரு தாக்குதல் ஆகும்.
- இது சட்டத்தின் ஆட்சியைக் குறைமதிப்பிற்கு உட்படுத்துகிறது, மக்கள், மருந்துகள், ஆயுதங்கள் ஆகியவற்றின் சட்டவிரோத கடத்தல் போன்ற அநீதிகளுக்குத் துணைபோவதாகவும் உள்ளது.
- வரி ஏய்ப்பு, பணமோசடி மற்றும் பிற சட்டவிரோத பாய்ச்சல்கள் ஒரு நாட்டின் நிலையான வளர்ச்சிக்கு மிகவும் தேவையான ஆதாரங்களை திசை திருப்புகின்றன.
- ஊழல் செலவு குறைந்தபட்சம் $ 2.6 டிரில்லியன் அல்லது உலக மொத்த உள்நாட்டு உற்பத்தியில் 5 சதவிகிதம் என்று உலக பொருளாதார கருத்துக்கணிப்பு மதிப்பிடுகிறது.

- உலக வங்கியின் அறிக்கைப்படி, ஒவ்வொரு ஆண்டும் ஒரு டிரில்லியனுக்கும் அதிகமான லஞ்சங்கள் கொடுக்கப்படுகின்றன.
- இத்தகைய ஊழல் மேலும் மேலும் ஊழலைத் தோற்றுவிக்கிறது, மேலும் இதனால் தண்டனைக்குரிய ஒரு கலாச்சாரம் வளர்கிறது.
- ஐக்கிய நாடுகள் சபை ஊழலை எதிர்த்துப் போராடுவதற்கு எங்களிடமுள்ள முக்கிய கருவிகளில் ஒன்றேயாகும்.
- இது நிலையான வளர்ச்சி இலக்கு 16 மற்றும் வளர்ச்சி நடவடிக்கைக்கான ஒரு முன்வடிவை வழங்குகின்றது.
- மாநாட்டின் மறு ஆய்வு நுட்பத்தின் மூலம், நம்பிக்கை மற்றும் பொறுப்புணர்வு ஆகியவற்றின் அஸ்திவாரத்தை உருவாக்க நாம் ஒன்றாக இணைந்து செயல்பட வேண்டும். நாங்கள் குடிமக்களின் கல்வி மற்றும் விழிப்புணர்வை ஊக்குவிக்க முடியும்,
- வெளிப்படைத்தன்மையை ஊக்குவிக்க மற்றும் திருடப்பட்ட சொத்துக்களை மீட்க சர்வதேச ஒத்துழைப்பை வலுப்படுத்த முடியும்.
- உலகெங்கிலும் உள்ள கோடானுகோடி மக்கள் இந்த ஆண்டு சர்வதேச ஊழல் எதிர்ப்பு தினத்தில், இன்று முதல் ஒரு வலுவான நிலைப்பாட்டை எடுக்கலாம்.

ஆசிரியர்களின் பொறுப்பு

ஊழலுக்குஎதிரானஉணர்வை,இளையதலைமுறையினருக்கு ஊட்ட வேண்டிய பொறுப்பில் பெரும்பங்கு வகிப்பவர்கள் ஆசிரியர்களே.

தேர்வுக்குரிய பாடங்களை மட்டும் கற்றுக்கொடுக்காமல், ஊழலின் கறைபடியாமல் களங்கமற்ற மனிதர்களாக வாழ்வில் திகழும் வழிமுறைகளையும் ஆசிரியர்கள் கற்றுக்கொடுக்க வேண்டும்.

ஊழலுக்கு அடிப்பணியாமல் பணியாற்றுபவர்களை ஊக்கப்படுத்த வேண்டும்.

ஊழல் எதிர்ப்பு உணர்வை வளர்ப்பதில் வெளியில் இருந்து விதிக்கப்படும் கட்டுப்பாடுகள் தமக்குத்தாமே விதித்துக்கொண்டவையாக இருப்பின், அது நிச்சயமாக நல்ல பலனை தருகின்றன என்று காந்திஜியின் வாக்கு, இன்றைய யதார்த்த நிலையை உணர்த்துகிறது.

10. ஊழலை ஒழிப்பது எப்படி?

நாம் வாழும் இவ்வுலகம் அனைவரும் வாழ வழி வகுத்து தந்துள்ளது. உலகில் உள்ள பொருட்கள் அனைவருக்கும் சொந்தமானதாகும். அப்படி இருக்க ஒருவரிடத்தில் அதிகப் பொருட்களும்; ஒருவரிடத்தில் குறைந்த பொருள்களும்; ஒருவரிடத்தில் பொருள்களே இல்லாமலும் வாழும் வகை எப்படி வந்தது,

ஏழைப், பணக்காரன், உயர்ந்தவன், தாழ்ந்தவன் எத்தனை சாதி, சமயம், மதங்கள் சாத்திரங்கள் என்ற நிலைப்பாடு ஏன் வந்தது. இதை சரி செய்ய முடியாமல் உலகமே தவித்துக் கொண்டு இருக்க என்ன காரணம். இதற்காக எத்தனை சட்டதிட்டங்கள், எத்தனை ஆட்சியாளர்கள், எத்தனை அதிகாரிகள், எத்தனை பாதுகாவலர்கள், எத்தனை நீதிமன்றங்கள், எத்தனை எல்லைப் பாதுகாப்புகள். மனிதனை மனிதன் அழித்து வாழும் வாழ்க்கையை பார்க்கும் போது, மிகவும் கொடூரமான மிருகத்தை விட கேவலமாக உள்ளது.

ஊழலுக்கு
எதிரான
இந்தியா

இதனால் மனித உயிர்கள் பேய் பிடித்த குரங்கு விளையாட்டுகள் போல் சிறு பிள்ளை விளையாட்டுத் தனமாக பல பேதமுற்று, வெளிநாட்டிலும், உள் நாட்டிலும் போரிட்டு அழிந்து கொண்டு இருக்கிறார்கள். இப்படி வீண் போகாமல் பாதுகாக்க வேண்டுமானால் எனக்குத் தெரிந்த சில வழிகளை சொல்லுகிறேன் இவை முடிவு அல்ல அறிவாளிகளின் சிந்தனைக்கு.

இவ்வுலகில் வாழும் மனிதர்களுக்கு உண்ண உணவு, உடுக்க உடை, இருக்க இடம் என்ற வீடு, இவை அனைவருக்கும் போதுமானது, சரி உலகில் மனிதர்களால் உற்பத்தியாகும் பொருட்கள் அனைத்தும் இறைவன் படைத்த இவ்வுலகத்தில் தான் கிடைக்கின்றன, இதை பகிர்ந்து கொண்டு வாழாமல் வாழ்ந்து வருவது அனைவரும் அறிந்த உண்மையாகும் இவற்றை எப்படி சரி செய்வது என்பதைப் பார்ப்போம்!

அரசாங்கம் செய்யும் கடமை என்ன?

உழைப்பில் வித்தியாசம் இருக்கலாம் ஊதியத்தில் வித்தியாசம் இருக்க கூடாது. நம் நாட்டில் படித்தவர் படிக்காதவர் என்ற இரு பிரிவுகளை அரசாங்கம் பிரித்து அனைவருக்கும் வேலை என்பதை உறுதிப் படுத்த வேண்டும். உழைக்கும் வேலைகளில் வேறுபாடுகள் இருக்கலாம் வித்தியாசம் இருக்கலாம். ஊதியத்தில் அதாவது சம்பளத்தில் வித்தியாசம் இருக்கக் கூடாது. கக்கூஸ் எடுப்பவர் முதல் மாவட்ட ஆட்சியர் வரையிலும்; ஒன்றும் இல்லாதவர் முதல் அரசாட்சி செய்பவர் வரையிலும், அனைவருக்கும் வருமானம் சமமாக இருக்க வேண்டும், அப்படி பகிர்ந்து கொண்டால் உலகில் உள்ள மக்கள் அனைவரும் துன்பம், துயரம், அச்சம், பயம் இல்லாமல் மகிழ்ச்சியுடன் வாழலாம்.

வாரிசுகளுக்கு சொத்து உரிமை என்பது கூடாது

ஒரு குடும்பத்தில் ஆண் பெண் அதாவது கணவன் மனைவி திருமணம் செய்து குழந்தை பிறந்தால் அவர்களை படிக்க வைக்கவும், அவர்களுக்கு திருமணம் செய்து வைக்கவும் வரைதான் தாய் தந்தையர்களின் கடமையாக இருக்க வேண்டும். தாய் தந்தையர்கள் சொத்தில் பெற்றக் குழந்தைகளுக்கு உரிமைக் கிடையாது அவர்கள் மரணம் அடையும் வரை அவர்கள் சம்பாதித்த சொத்தை அனுபவித்து பின் அவர்கள் சொத்தை அரசாங்கத்திடம் கொடுத்து விட வேண்டும். அரசாங்கம் எடுத்துக் கொள்ள வேண்டும். இவை அனைவருக்கும் பொதுவானதாகும்.

இதன் படி அரசாங்கம் செயல் பட்டால் ஊழல் செய்வதற்கு வாய்ப்பே இல்லை அவசியமும் இல்லை. எல்லாருக்கும் எல்லாம் கிடைக்கும் நிலை உருவாகும்.

இதைத்தான் 'வள்ளலார்' சொல்லுகிறார்:- 'ஒருமையில் உலகெலாம் ஓங்குக' - என்றார். ஒத்தாரும் உயர்ந்தாரும் தாழ்ந்தாரும் எவரும் ஒருமை உளராகி உலகியல் நடத்த வேண்டும் என்றார். உயிரெலாம் உலம்பட நோக்குக என்றார் உயிருள யாம் எம்முள் உயிர் இவை உணர்ந்தே உயிர் நலம் பரவுக என்றார்.

இதை யார் செய்வது:- பற்று இல்லாத பொது நோக்கம் உள்ளவர்கள் நடு நிலை உள்ளவர்கள், இறைவன் திரு அருளைப் பெற்றவர்கள் அதாவது அருள் நயந்த நன்மார்க்கர் ஆள்க! தெருன் நயந்த நல்லோர் நினைத்த நலம் பெருக என்றார் ஒன்றே குலம் ஒருவனே தேவன் என்ற உணர்வை அனைவரிடத்திலும் பதிய செய்ய வேண்டும், ஊழலால் சம்பாதிக்கும் பொருள் எந்த உயிர்களையும் காப்பாற்றப் போவதில்லை, என்பதை உணரவேண்டும்.

ஊழலை ஒழிக்கவும் அனைவரும் சரி சமமாக வாழவும் ஒற்றுமையுடன் வாழவும் பேராசையை ஒழிக்கவும் இதுவே வழியாகும் என்பதை உங்கள் முன் வைக்கிறேன். சிந்திப்போம் செயல்படுவோம்.

கொல்லா நெறியே குவலயம் எல்லாம் ஓங்குக !

எல்லா உயிர்களும் இன்புற்று வாழ்க !

ஊழலை எப்படி ஒழிப்பது... எங்கே ஆரம்பிப்பது?

அதற்கு முன் ஊழலை பற்றி கொஞ்சம் யோசிப்போம். நியாயப்படி கிடைக்க வேண்டியதை பெற இயலாதவர் அதை ஒரு குறை தீர்ப்பு மையம் மூலம் அதிக நேரமும், பணமும் செலவில்லாமல் பெற இயலுமென்றால், அவர் இலஞ்சம் கொடுக்க முன் வருவாரா? எனவே அந்த குறை தீர்ப்பு மையம் முக்கியமாகிறது.

நமது நாட்டின் அதிர்ஷ்டம், இன்னும் உச்ச நீதிமன்றம் சிறு சிறு குறைகள் தவிர நல்ல நிலையிலேயே இருக்கிறது. எனவே நமக்கு உச்ச நீதிமன்றம் தவிர வேறு போக்கிடம் இல்லை.

உச்ச நீதிமன்றம் என்ன செய்யக் கூடும்? உச்ச நீதிமன்ற நீதிபதிகள் அனைவரும் கூடி சில முடிவுகளை எடுக்கலாம், அரசுக்கு சில அறிவுரைகள், வழிகாட்டுதல்களை தெரிவிக்கலாம். அதற்கு முன்பு நீதித் துறையிலேயே சில சீர்திருத்தங்களை கொண்டுவரலாம்.

முதலாவதாக, ஊர்ப் பஞ்சாயத்துக்களை சிறு குற்றங்களை விசாரித்து அறிக்கை கொடுக்க அதிகாரம் கொடுக்கலாம். நிரப்பப்படாத இடங்களை ஒரு மாத காலத்துக்கு நீதிமன்றங்களுக்கு விடுமுறை கொடுத்து நீதிபதிகளை தேர்ந்தெடுத்து நிரப்பலாம். அனைத்து நீதிமன்றங்களும் தினமும் எட்டு மணி நேரம், வருடத்துக்கு 200 நாட்களாவது வேலை செய்ய முடிவு எடுக்கலாம்.

இரண்டாவதாக, எந்த வழக்கிலும் ஒவ்வொரு தரப்புக்கும் மூன்று வாய்தாக்களுக்கு மேல் கொடுக்காமல் தீர்ப்பு கொடுக்க வேண்டும். கீழ் கோர்ட்டுகளில் 3 மாதத்துக்கும், உயர் நீதிமன்றத்தில் 6 மாதத்துக்கும் மிகாமல் தீர்ப்பு சொல்ல வேண்டும் எனவும், மேல்முறையீட்டில் தீர்ப்பு மாற்றப்பட்டால் அது கீழ்க்கோர்ட் நீதிபதிக்கு ஒரு கரும்புள்ளி பெறும் எனவும் முடிவு செய்யலாம்.

மூன்றாவதாக, எந்த தண்டனையையும் மாற்றும் அதிகாரம் நீதித்துறை தவிர யாருக்கும் இல்லை என சட்டமாற்றம் செய்ய அரசுக்கு பரிந்துரைக்கலாம்.

இப்படி நீதித்துறை சீர்திருத்தங்களை முடித்த பின் அரசுக்கு சில அறிவுரைகள் வழங்கலாம். அதன்படி,

1. ஐ. ஏ. எஸ், ஐ. பி. எஸ் போன்ற முதல் நிலை அதிகாரிகளை கண்காணிக்க ஒரு அமைப்பை ஏற்படுத்த வேண்டும்.
2. குற்ற செயல்களில் ஈடுபட்ட எவரும் முதற்சுற்று விசாரணையில் குற்றம் செய்திருக்கலாம் என ஐயம் தெரிவிக்கப்பட்டால் அவர்கள் தண்டனை அனுபவித்து முடிந்து ஐந்து வருடம் கழிந்த பின்னரே எந்த தேர்தலிலும் நிற்க அனுமதிக்க வேண்டும்.

3. இந்திய தண்டனை சட்டத்தை மறு ஆய்வு செய்து அனைத்து மக்களுக்கும் புரியும் அளவுக்கு எளிதாக்க வேண்டும். அதற்கு ஒரு மறுபரிசீலனை குழு அமைக்க வேண்டும்.

இந்த சில விஷயங்களை மட்டும் செய்துவிட்டால் ஊழல் ஒழிப்பின் முதல் பகுதியை நிறைவு செய்துவிடலாம்.

தேர்தல் திருவிழாவா? ஊழல்விழாவா..??

எங்கும் ஊழல் எதிலும் ஊழல் & எங்கும் இலஞ்சம் எதிலும் இலஞ்சம். தேர்தல் ஆணையத்தையே ஏமாற்றகூடிய தில்லாலங்கடி அரசியல்வாதிகள். தேர்தல் ஆணையம் நடைமுறைப்படுத்தும் அத்துனையும் வெற்று அறிக்கைகளை எந்த அரசியல் கட்சியும் கண்டு கொண்டதுப்போல் தெரியவில்லை. தமிழகத்தில் எல்லாப்பகுதிகளிலும் ஓட்டுக்கு பணம் கொடுத்துக்கொண்டுதான் உள்ளார்கள் இல்லையென்று தேர்தல் ஆணையம் மறுக்க இயலுமா..? தேர்தல் முழுக்க முழுக்க பணநாயகமுறைதேர்தல் தான் என்பதில் சந்தேகமில்லை. கட்சிக்களுக்கு தகுந்ததுப்போல் ஓட்டுக்கு பணம் பட்டுவாடா செய்யப்படுகிறது. வேட்பாளர் சொத்து மதிப்புக்கு தகுந்ததுப்போல் ஓட்டுக்கு பணம் கொடுக்கப்படுகிறது. என்ன செய்துவிடும் தேர்தல் ஆணையம் என்ற ஆணவத்தோடு உள்ளார்கள், இன்றைய அரசியல் கட்சிகள். தேர்தல் ஆணையம் வெறும் அறிக்கையோடு நிற்குமா..? அல்லது ஆராய்ந்து நடவடிக்கை எடுக்குமா..? லஞ்ச அதிகாரிகளையும் ஊழல் அதிகாரிகளையும் கூட வைத்துள்ள தேர்தல் ஆணையம் எப்படி ஓட்டுக்கு பணம் கொடுப்பதை நிறுத்துமா..? ஜனநாயக முறையில் தேர்தல் நடக்க வாய்ப்பு இருக்குமா..?? இந்தியாவை நேசிக்கும் அரசு அதிகாரிகள் உண்டா..? மனசாட்சியோடு பணிபுரியும் அரசு

ஊழியர்கள் உண்டா..? இப்படியான கேள்வி என்னிடம் மட்டும் அல்ல…எளியோர்களிடமும் தான்..!!

தேர்தல் ஆணையம் என்ன செய்யப்போகிறது… வாக்காளர்களுக்கு கொடுக்கும் பணத்தை தடுக்க மாற்று ஏற்பாடு செய்யுமா..? அல்லது வேடிக்கை பார்க்குமா..? பொருத்திருந்துபார்ப்போம்..

சட்டமன்றம்/நாடாளுமன்றம்/உள்ளாட்சித் தேர்தலில் போட்டியிடும் ஒரு வேட்பாளர் ஏன் பல கோடிகளைக் கொட்டிப் போட்டியிடுகிறார்? சேவை செய்யவா கோடிகளைச் செலவு செய்கிறார்? போட்டதை வட்டியும், முதலுமாய் எடுக்கத்தானே. இது மக்களுக்கும் தெரியும்தான். ஆனாலும், ஏன் விவாதமாக்கப்படவில்லை? இக்கட்சிகளும் இன்று தேர்தலுக்கு கோடிக்கணக்கில் செலவு செய்கின்றனவே, எப்படி வந்தது நிதி இவர்களுக்கு? தனி விமானங்களில் பயணம் செய்ய பணம் யார் கொடுத்தது? மக்களுக்கு மேலோட்டமாய்த் தெரியும் என்றாலும், ஒன்றை அழுத்தமாய் சொல்லவேண்டியுள்ளது.

தேர்தலுக்கு ஒரு வேட்பாளர் செலவு செய்யக்கூடாது, அவரின் கட்சிதான் செலவழிக்க வேண்டும். அதேபோன்று, அக்கட்சி மக்களிடம் தான் நிதி வசூலிக்கவேண்டும். அப்போதுதான் ஊழலை ஒழிக்கமுடியும் என்பதை ஊழலுக்கு எதிரான பிரச்சாரத்தில் வலுவாய் சொல்லவேண்டும். இதுவே ஊழலை ஒழிப்பதற்கான ஒரே வழியென்றும், உங்களிடமிருந்து நிதி பிரித்து செயல்படும் கட்சியை மட்டுமே ஆதரிப்பீர் என்றும் அரசியலாய் பேசவேண்டியுள்ளது. இதை ஊழலுக்கு எதிராய் நாம் பேசும் ஒவ்வொரு நேரத்திலும் பேசுவதே ஊழல் ஒழிப்புப் போரின் முதல் முழக்கம் ஆகும்.

ஊழல் செய்யும் அரசு ஊழியர்கள் மற்றும் அலுவர்கள் மீது நடவடிக்கை எடுக்க வெள்ளைய ஆங்கில அரசின் இந்திய தண்டனைச் சட்டத்தில் போதிய வழி இல்லாதபடியால், விடுதலை அடைந்த இந்திய அரசு 1947ல் ஊழல் தடுப்புச் சட்டம் இயற்றியது. பின் இதே சட்டத்தை பல்வேறு திருத்தங்களுடன் தற்போது நடைமுறையில் உள்ள ஊழல் தடுப்புச் சட்டம் 1988-ஆம் ஆண்டு முதல் நடைமுறைக்கு கொண்டு வரப்பட்டது. இச்சட்டத்தின்படி, கையூட்டு மற்றும் ஊழல் புரிந்த மாநில, மத்திய அமைச்சர்கள், சட்டம் இயற்றும் அதிகாரம் உள்ள மக்கள்மன்ற பிரதிநிதிகளான சட்டமன்ற உறுப்பினர்கள், நாடாளுமன்ற உறுப்பினர்கள், உள்ளாட்சிமன்ற உறுப்பினர்கள் மற்றும் ஊழியர்கள், அரசிடம் ஊதியம் பெறும் ஊழியர்கள் மற்றும் அலுவலர்கள், அரசிடம் நிதிஉதவி பெறும் அரசு சாரா நிறுவனங்கள் மீது ஊழல் தடுப்புச் சட்டத்தின்படி நடவடிக்கை எடுக்கப்படும்.

அதிகாரத்தை ஒன்றுகுவிக்காமல் பகிர்ந்தளிக்கச் சொல்லும் காந்தியின் கருத்துகளுக்கு முரணாக ஜன் லோக்பால் மசோதா அரக்கத்தனமான, எதேச்சதிகார, ஒருமுகப்படுத்தப்பட்ட அதிகார மையத்தை கோரும் ஊழல் தடுப்பு மசோதாவாக இருக்கிறது. இந்த “ஜன் லோக்பால் மசோதா” மூலம் ஊழல் ஒழியுமா இல்லையா என்பது ஊழலை நாம் எப்படி பார்க்கிறோம் என்பதை பொறுத்தது. ஊழல் என்பது வெறும் சட்ட ரீதியான நிதி ஒழுங்கின்மை – இலஞ்சம் சார்ந்ததா அல்லது வெளிப்படையாக பளிச்சென்று தெரியும் ஏற்றத் தாழ்வுமிக்க சமூகத்தில் நடைபெறும் பணப் பரிமாற்றம் வழியாக அதிகாரமானது தொடர்ந்து சிறுபான்மையிலும் சிறுபான்மையாக இருப்பவர்களின் கரங்களில் குவிந்து வருவதை குறிக்கிறதா?

''நண்பர்களே, ஊழலை ஒழிப்பதற்காகப் பல சட்டங்கள் இருக்கின்றன. பலர் கைது செய்யப்படுகிறார்கள். சட்டத்தின் முன் நிறுத்தப்படுகிறார்கள். சிலர் தண்டிக்கப்படுகிறார்கள். இலஞ்சம் எங்கே இருந்து ஆரம்பிக்கிறது. நம் வீட்டில் இருக்கும் ஆண், பெண்கள்தான் தங்கள் பணிகளின்போது ஊழலில் ஈடுபடுகிறார்கள். ஆனால், ஊழல் என்பது எனக்கு இழுக்கு என்று ஒவ்வொருவரும் நினைக்கக் கூடிய சூழ்நிலை வர வேண்டும். அது எப்படிச் சாத்தியமாகும்? இந்தியாவில் 200 மில்லியன் வீடுகளில், 80 மில்லியன் வீடுகள் லஞ்சத்தில் ஈடுபட்டு இருக்கும் என்று வைத்துக்கொண்டால் கூட, அந்த வீடுகளில் எப்படி லஞ்சத்தை ஒழிப்பது? இளைஞர்கள், இப்படிப்பட்ட சூழ்நிலையில் வளரும்போது, அவர்களின் மனநிலை எப்படி இருக்கும்? லஞ்சத்தால் வரும் இழிவுகளை எப்படி அந்தக் குழந்தைகளால், இளைஞர்களால் தாங்கிக்கொள்ள முடியும்? ஊழலால் வரும் பணத்தில் எங்களுக்கு எந்த வசதியும் வேண்டாம் என்று முடிவெடுத்தால், அவர்களால் துரதிர்ஷ்டவசமாக லஞ்சத்தில் ஈடுபடும் பெற்றோர்களை மாற்ற முடியுமா என்பது தான் கேள்வி. மாற்ற முடியும் என்பதுதான் எனது நம்பிக்கை. ஏனென்றால், அன்பு, பாசம் என்ற மிகப் பெரிய ஆயுதம், இளைய சமுதாயத்தின் கையில் இருக்கிறது. அதை அவர்கள் இலஞ்சம் வாங்கும் தங்களின் பெற்றோர்கள் மீது பிரயோகிப்பார்கள் என்றால், லஞ்சத்தைவிட்டு பெற்றோர்களால் கண்டிப்பாக வெளியே வர முடியும். ஏனென்றால், தான் பெற்ற பிள்ளைகள் அவமானமாக நினைக்கும் ஓர் இழி செயலான ஊழலைச் செய்ய, எந்த ஒரு பெற்றோருக்கும் மனம் வராது. ஒவ்வொரு குடும்பமும், அந்தக் குடும்பத்தில் உள்ள இளைய சமுதாயமும், லஞ்சத்துக்கு எதிராக தங்கள் குடும்பத்தில் இந்த மாற்றத்தைக் கொண்டுவந்தால், நல்ல சமுதாயம் உருவாகும்.

சமூக உணர்வோடு கூடிய நல்ல தலைவர்கள் கிடைப்பார்கள். நாடு, ஊழலில் இருந்து விடுபடும். அதை விடுத்து, ஒரு தலைவனால் மட்டுமே, அல்லது ஒரு கட்சியால் அல்லது மீடியாவால் அல்லது சட்டத்தால் மட்டுமே ஊழலை ஒழிக்க முடியும் என்று நான் நினைக்கவில்லை. நாடு மாற வேண்டும் என்றால், ஒவ்வொரு வீடும் மாற வேண்டும்." ஒவ்வொரு குடும்பத்திலும் உள்ள இளைய சமுதாயத்தினர், ஊழலுக்கு எதிராக தங்கள் குடும்பத்தில் மாற்றத்தை கொண்டு வந்தால் நல்ல சமுதாயம் உருவாகும்.

நல்லொழுக்கம் இருந்தால் அனைத்தும் நல்லதாக நடக்கும். பெற்றோர், ஆரம்ப பள்ளி ஆசிரியர் ஆகியோரால் நல்லொழுக்கத்தை கொடுக்க முடியும். தற்போது, ஊழல் என்பது நாட்டில் மிகப்பெரிய வியாதியாக இருக்கிறது. அதை எப்படி ஒழிக்க வேண்டும் என நான் செல்லும் இடமெல்லாம் இளைஞர்கள் என்னிடம் கேள்வி கேட்கின்றனர். இ-மெயில்களும் வருகின்றன. ஊழலை ஒழிப்பதற்காக பல சட்டங்கள் உள்ளன. பலர் கைது செய்யப்படுகிறார்கள். சட்டத்தின் முன் நிறுத்தப்பட்டு, சிலர் தண்டிக்கப்படுகிறார்கள். இலஞ்சம் எங்கிருந்து ஆரம்பிக்கிறது. நம் வீட்டில் இருக்கும் ஆண், பெண்கள் தான் லஞ்சத்தை தங்கள் பணியில் ஈடுபடுத்துகிறார்கள். "ஊழல் என்பது எனக்கு இழுக்கு" என்று ஒவ்வொருவரும் நினைக்கின்ற சூழல் வரவேண்டும். இந்தியாவில் 200 மில்லியன் வீடுகளில் 80 மில்லியன் வீடுகள் லஞ்சத்தில் ஈடுபடுகிறது என வைத்துக்கொண்டால் கூட அந்த வீடுகளில் எப்படி லஞ்சத்தை ஒழிப்பது. ஒவ்வொரு வீடுகளில் இருக்கும் இளைஞர்கள் இப்படிப்பட்ட சூழ்நிலையில் வளரும்போது அவர்களின் மனநிலை எப்படி இருக்கும். ஊழலால் வந்த பணத்தால் எங்களுக்கு எந்த வசதியும் வேண்டாம் என்று

முடிவெடுத்தால், அவர்களால் பெற்றோர்களை ஊழலில் இருந்து மாற்ற முடியும் என்பது எனது நம்பிக்கை.

அன்பு, பாசம் என்ற மிகப்பெரிய ஆயுதம் இளைய சமுதாயத்தின் கையில் இருக்கிறது. அதை அவர்கள் இலஞ்சம் வாங்கும் பெற்றோர்கள் மீது செலுத்தினால் லஞ்சத்தை விட்டு பெற்றோர்களால் கண்டிப்பாக வெளியே வர முடியும். ஏனென்றால் தான் பெற்ற பிள்ளையே அவமானமாக நினைப்பதை, ஒரு இழிவான செயலான ஊழலை செய்ய எந்த ஒரு பெற்றோருக்கும் மனது வராது. ஒவ்வொரு குடும்பத்திலும் உள்ள இளைய சமுதாயத்தினர் லஞ்சத்திற்கு எதிராக தங்கள் குடும்பத்தில் இந்த மாற்றத்தை கொண்டு வந்தால் நல்ல சமுதாயம் உருவாகும். சமூக உணர்வோடு கூடிய நல்ல தலைவர்கள் கிடைப்பார்கள். நாடு ஊழலில் இருந்து விடுபடும். நாடு மாறவேண்டும் என்றால் ஒவ்வொரு வீடும் மாற வேண்டும். எனக்கு வேண்டும் என்ற சுயநல எண்ணம்தான் இலஞ்சம் வாங்க தூண்டுகிறது. நாம் ஒவ்வொருவரும் நமது மனதை, வீட்டை, குடும்பத்தை தூய்மையாக மாற்றுவேயானால் நாடு மாறும். எல்லோரும் இதில் ஈடுபட்டு சமூகமாற்றத்தை ஏற்படுத்துவோம்.

11. ஊழலை ஒழிப்பது அவசியம்

இந்தியாவிற்கு இரண்டாவது இடம்தான் கிடைத்துள்ளது. ஒலிம்பிக் போட்டியிலா? சமுதாய முன்னேற்றத்திலா? வல்லரசாக இருப்பதிலா? இல்லை, இல்லை. மிகச்சிறப்பாக ஊழல் செய்தமைக்கு அமெரிக்கப் பத்திரிக்கை வழங்கிய நற்சான்றிதழ். ஊழல், ஊழல், ஊழல்—எங்கும் ஊழல், எதிலும் ஊழல். ஊழலின் தாக்கம், படித்தவன், படிக்காதவன், ஏழை, பணக்காரன், குடிசையில் வாழ்பவன், மாளிகையில் வாழ்பவன் என்று தொடங்கி நாட்டின் மிகப்பெரிய பதவியில் இருப்பவர்களையும் விட்டு வைக்கவில்லை. தொற்று நோய் போல பரவி விட்ட ஊழலை ஒழிக்க முடியுமா? இக்கேள்வி எல்லா சாமானியர்களின் மனதிலும் இயற்கையாகவே எழுந்துள்ளது.

மக்களுக்காகவே வாழ்ந்து மக்களுக்காகவே மடிந்த பல்லாயிரம் மன்னர்களைப் பெற்ற புண்ணிய பூமியாம் பாரதத்தில், அரசாங்கப் பதவியில் உள்ளோர் மத்தியில் இன்று லஞ்சமும் ஊழலும் தலைவிரித்தாடுவது வருந்தத்தக்க உண்மை. அண்மையில் ஊழலை ஒழிப்பதற்காக தியாகி ஒருவரும் யோகி ஒருவரும் உண்ணாவிரதம் இருந்தனர். இவ்வளவு கொந்தளிப்பை ஏற்படுத்தியிருக்கும் ஊழலை எவ்வாறு முற்றிலுமாக ஒழிக்க இயலும்?

சட்டத்தின் மூலம் ஒழிக்க முடியுமா?

ஊழலை ஒழிக்க சட்டம் கொண்டுவர வேண்டும் என்று போராட்டத்தில் ஈடுபடுகிறார்கள். வெறும் சட்டத்தின் மூலம் ஊழலை ஒழித்துவிட முடியுமா? அது சாத்தியமா? நிச்சயம் இல்லை. ஏற்கனவே இயற்றப்பட்டு வழக்கில் இருக்கும் பல்வேறு சட்டங்கள் அதன் கடமையைச் செய்ய இயலாமல் உள்ளன என்பதை நாம் அன்றாட வாழ்வில் காண்கிறோம். உதாரணமாக, பொது இடங்களில் புகைப்பிடிப்பதற்கு தடைச்சட்டம் போடப்பட்டு பல ஆண்டுகள் ஆகியும், இன்றும் நம்முடைய வீதிகளும் பேருந்து நிலையங்களும் புற்றுநோயைப் பரப்பும் இடங்களாகத்தான் உள்ளன. ஊழலை ஒழிப்பதற்கு ஏற்கனவே இருக்கும் சட்டங்கள் செயல்படுவதாகத் தெரியவில்லை, புதிய சட்டம் மட்டும் செயல்படப் போகிறதா என்ற கேள்வியை பலரும் எழுப்பி வருகின்றனர்.

சட்டத்தின் மூலம் ஊழலை ஒழிக்க வேண்டுமெனில், சட்டத்தை இயற்றியவர்களும், சட்டத்திற்குட்பட்டு நடப்பதாக கூறி பதவிப் பிரமாணம் செய்து கொண்டவர்களும், சட்டத்தை நிலைநாட்ட வேண்டிய நீதிமன்றங்களும், மக்களைக் காக்க வேண்டிய காவல்துறையும், எல்லாவற்றிற்கும் மேலாக லஞ்ச ஊழலை ஒழிப்பதற்காக உள்ள துறையும் தங்களது கடமையை செவ்வனே செய்ய வேண்டியது அவசியம். வேலியே பயிரை மேய்ந்ததுபோல, இவர்களே ஊழலில் ஈடுபடும்போது, சட்டம் என்ன செய்ய முடியும்?

எனில் சட்டம் தேவையில்லையா?

அப்படியெனில், சட்டம் தேவையில்லையா? கண்டிப்பாக சட்டம் தேவைதான். சட்டம் என்று ஒன்று இருந்தால் மட்டுமே

மக்களிடம் சிறிதளவாவது பயம் இருக்கும். ஆனால் சட்டம் மட்டுமே தீர்வாகி விடாது என்பதே எமது வாதம். சட்டம் இருந்தால், பயம் இருக்கும்–ஊழலில் ஈடுபட மாட்டார்கள் என்று அனைவரும் நம்புகிறோம். ஒருவிதத்தில் அஃது உண்மையே. இருப்பினும், தவறு செய்ய முனைபவர்களை பயம் மட்டும் தடுக்க இயலுமா? பெரும்பாலான நேரங்களில் தன்னம்பிக்கை, பணபலம், ஆள்பலம் போன்றவை பயத்தை முற்றிலும் மறைத்துவிடுகின்றன. எனவே, திருடனாய் பார்த்து திருந்தாவிட்டால், திருட்டை ஒழிக்க முடியாது என்பதற்கு ஏற்ப நமது அரசியல்வாதிகளும் மற்றவர்களும் திருந்தாதபட்சத்தில், சட்டத்தினால் மட்டும் ஊழலை ஒழிக்க முடியாது என்பது உறுதி. சட்டத்தினால் ஊழலைக் குறைக்க முடியலாம், ஆனால் ஒழிக்க முடியாது.

கல்வியினால் முடியுமா?

ஊழல்வாதிகளைத் திருத்த வேண்டுமெனில் என்ன செய்ய வேண்டும்? முன்னொரு காலத்தில், படித்தவர்கள் ஊழல் செய்ய மாட்டார்கள் என்றும், பொறுப்புடன் செயல்படுவார்கள் என்றும் எதிர்பார்க்கப்பட்டு, படித்தவர்கள் அரசியலுக்கு வர வேண்டும் என்று நினைத்தனர். ஆனால் இன்றைய நிலையில், படித்தவர்கள் தங்களது படிப்பிற்கேற்ப பலமடங்கு ஊழல் செய்வதைப் பார்க்கும்போது, கல்வியினால் ஊழலை ஒழிக்க முடியாது என்று தெரிகிறது.

இருப்பினும், உண்மை என்னவெனில், முறையான கல்வி வழங்கப்பட்டால், அவர்கள் ஊழல் செய்வதிலிருந்து நிச்சயம் விடுபடுவர். கல்வி என்பது ஒருவருக்கு நற்குணத்தை வழங்குவதற்காகவே என்று எத்தனையோ பெரியோர்கள் கூறியுள்ளனர். ஆனால் நவீன காலக் கல்வி கற்ற நபர்கள்

நற்குணங்கள் என்றால், “கிலோ எவ்வளவு?” என்று கேட்கும் நிலையில் உள்ளனர்.

சாதனைகள் பல செய்தும் இன்னும் உலக அரங்கில் சரிந்த நிலையில் நம் நாடு ஏன் இருக்கிறது என்று எப்பொழுதாவது நாம் சிந்தித்தது உண்டா. நமது வேலைகளை நாம் பார்ப்பதற்கே நேரம் இல்லை நமக்கு எதற்கு இந்த தேவையற்ற வேலை என்று பலரும் சலித்துகொள்வதும் உண்டு. ஆனால் இந்த சரிவுக்கு முக்கிய காரணம் நாம்தான். என்னடா இவன் இப்படி ஒரு குண்டை தூக்கிப்போடுகிறானே என்று என்ன வேண்டாம். இதுதான் உண்மை.

அணுகுண்டு வைத்திருக்கிறோம், ஆஸ்கர் விருது பெற்றுள்ளோம், ஆண்டுக்கு ஏழெட்டு சதவீத பொருளாதார வளர்ச்சி காண்கிறோம், ஐந்து வருடத்துக்கு ஒரு தடவை தேர்தல் நடத்தி அதிசயிக்க வைக்கிறோம்.. ஆனாலும் ‘இந்தியா’ லஞ்ச ஊழலில் திளைக்கும் நாடு என்றுதான் உலகமும் பார்க்கிறது. இந்தக் காலத்தில் இலஞ்சம், பெருமளவு பெருகி விட்டது. எந்த அளவுக்கு எனில் சில ஊழியர்களுக்கு அவர்களுடைய ஊதியத்தை விடக் கூடுதல் வருமானமாக இலஞ்சம் ஆகிவிட்டது. அதுமட்டுமல்ல பல கம்பெனிகளுடைய வரவு, செலவு கணக்கு (பட்ஜெட்) களில் பல்வேறு (மறைமுகமான) பெயர்களில் இலஞ்சம் கொடுக்கல், வாங்கல்கள் பதிவு செய்யப்படுகிறது. பெரும்பாலான கொடுக்கல், வாங்கல்கள் எப்படி மாறி விட்டன என்றால் அவை ஆரம்பமாவதும் இலஞ்சம் மூலமாகத்தான் முடிவதும் இலஞ்சம் மூலமாகத்தான். அதனால் ஏழைகள் பெரும் துன்பங்களுக்கு ஆளாகின்றனர். இதனால் (மனிதர்களிடம் ஒப்படைக்கப்பட்ட) பல்வேறு பொறுப்புகள் பாழாகி விட்டன. தொழிலாளிகள் கெட்டுப் போவதற்கும் அதனால் முதலாளிகள் நஷ்டம் அடைவதற்கும் இதுதான் காரணம்.

அது மட்டுமல்ல இலஞ்சம் கொடுப்பவருக்குத் தான் வேலை சிறப்பாக முடித்துக் கொடுக்கப்படுகிறது. எவர் இலஞ்சம் கொடுக்கவில்லையோ அவருடைய வேலை சிறப்பாக முடித்துக் கொடுக்கப்படுவதில்லை. அல்லது அவருடைய வேலை தாமதப்படுத்தப்படுகிறது.

நமது நாட்டை இலஞ்சம் இல்லாத நாடாக உருவாக்க முடியும். நமது நாட்டில் 100 கோடி பேர் இருக்கிறார்கள். இவர்கள் அனைவரும் 20 கோடி வீட்டில் இருப்பார்கள். அப்படி என்றால் ஒரு வீட்டில் 5 பேர் இருப்பார்கள். அனைத்து வீட்டிலும் இலஞ்சம் வாங்குபவர்கள் இருக்க முடியாது. 50 சதவீதம் அதாவது 10 கோடி வீட்டில் இலஞ்சம் வாங்கும் தாயோ அல்லது தந்தையோ அல்லது வீட்டில் உள்ள யாராவது ஒருவர் ஊழலில் மாட்டிக் கொண்டு இருப்பார்கள். துரதிர்ஷ்டவசமாக அப்படிப்பட்டவர்கள் உங்கள் வீட்டில் இருந்தால் தாய் அல்லது தந்தையிடம் இலஞ்சம் வாங்காதீர்கள் என்று உங்களால் சொல்ல முடியுமா?

வெளி நாடுகளில் நான் இலஞ்சம் யாரும் வாங்கவில்லை என்று சொல்லவில்லை. வாங்குகிறார்கள். அவர்கள் எல்லோரும் தங்கள் பணியை மீறுவதற்கு இலஞ்சம் வாங்குகிறார்கள். ஆனால் நமோ நமது பணிகளை செய்வதற்கு இலஞ்சம் வாங்குக்கிறோம். இதுதான் நூற்றுக்கு நூறு உண்மை. அதனால்தான் இன்னும் அடிப்படை தேவைகளுக்குக் கூட கை ஏந்தும் நிலை நமது நாட்டில். இந்த நிலை இன்னும் நீடித்தால் உலக அரங்கில் நமது நாடு மக்கள் தொகையில் முதல் இடம் பிடிக்கிறதோ இல்லையோ அதற்கு முன்பாக லஞ்சத்தில் முதல் இடம் பிடித்துவிடும் என்பது யாராலும் மறுக்க முடியாத ஒன்றாகிப்போகலாம்.

ஊழலை ஒழிக்கமுடியுமா?! இலஞ்சம் நாடெங்கும் ஒரு வியாதியைப்போல ஒவ்வொரு நுண்துளைகளிலும் நிரம்பியிருக்கிறது. இலஞ்சம் என்பது இல்லாமல் எங்கும் எதையும் சாதிக்கமுடியாத ஒரு நிலைதான் இன்று கிட்டத்தட்ட எல்லா நாடுகளிலும். நம் தாய்த்திருநாடான இந்தியாவும் இதற்கு விதிவிலக்கல்ல. ஒரு புற்றுநோயைப்போல இது இந்த தேசத்தை ஊடுருவியிருக்கிறது. எந்த துறையிலாவது இல்லை என்று எவராலும் சொல்லமுடியாத அளவிற்கு இன்று இந்த இலஞ்சம் எல்லைகளை கடந்து பரவியிருக்கிறது. பணம் இருப்பவன் எல்லா இடத்திலும் தன் காரியத்தை சாதித்துக்கொள்கிறான். பணம் இல்லாதவன்??? இந்த நாட்டிலே வாழ அருகதையற்றவன் என்ற நிலைதான் இன்று. எவன் அதிகம் இலஞ்சம் கொடுக்கிறானோ அவனுக்கு தான் எல்லாத்துறையும் வளைந்துகொடுக்கிறது. இதற்கு தீர்வுதான் என்ன? புத்தர் சொல்வது போல ஆசையே துன்பங்கள் அனைத்திற்கும் காரணம். பணம் என்னும் ஆசை மனிதனை நாளுக்கு நாள் விழுங்கிக்கொண்டிருக்கிறது. பணம் உருமாறுகிறது இலஞ்சமாய். இலஞ்சம் கொடுக்ககூடாது என்று வைராக்கியமாய் இருப்பவனையும் கூட இந்த சமூகம் விடுவதில்லை. ஊழலற்ற நேர்மையான நிர்வாகம் இருக்க வேண்டுமெனில் தனி மனித ஒழுக்கம் அவசியம்.

இந்தியாவை நோக்கும் அயல் நாட்டவர்களுக்கு மட்டுமல்லாது இந்த தலைமுறையாக பிறந்த இந்தியர்களுக்கும் பாரத தேசத்தின் பாரம்பரிய வாழ்வியல் சீர்மைகள் என்பது புலப்படாத வகையில் ஊழல் என்ற மாயை சூழ்ந்துள்ளது இன்று தெளிவாகத் தெரிகிறது. திறந்த மனப்பான்மை என்பது மருந்தளவும் இல்லாததால் ஊடுருவிப்பார்த்து உண்மை இந்தியாவை வெளிக் கொணர்வதற்கு எடுக்கப்படும் முயற்சிகள் அனைத்தும் இந்த

மாய வலையில் சிக்கி மாய்ந்து விடுகிறது. கீதையையும் திருக்குறளையும் உலகுக்கு போதித்த மண்ணில் தர்ம சிந்தனைகள் பஞ்சமில்லாமல் இருந்தாலும் அன்றாட வாழ்வில் அந்த தர்ம சிந்தனைகலனைத்தயும் ஊழலிடம் அடமானமாக வைக்கும் அவலத்தை ஒரு அவமானம் என்று உணராமல் சமுதாயம் சீர்கெட்டுள்ளது.

ஒரு சரியான புரிதல் இல்லாமல் ஊழலால் அல்லல் பட்டாலும் - அந்த அல்லல்களை களையவும் ஊழலால்தான் முடியும் என்ற முட்டாள்த்தனம்தான் இன்றைய இந்தியாவின் நிதர்சனம். இதனிடையே ஒரு சுனாமியாக ஊழல் எதிர்ப்பை ஒரு மக்கள் இயக்கமாக வீரு கொண்டு எழச் செய்து ஆதிக்கவாதிகளையும் அதிகாரவர்கத்தையும் அதிர வைத்த கடந்த ஆண்டின் பதிவுகளாக பெரும் ஊழல் விவகாரங்கள் வெளிச்சத்திற்க்கு வந்ததோடில்லாமல் ஊழல்வாதிகளும் சிறைக்கு செல்வதும் நிகழ்ந்தாலும் - இயல்பு வாழ்க்கையில் ஊழலை மிஞ்சி எதுவும் இன்னமும் நடப்பதில்லை என்பது நம் மனதை நெருடும் உண்மை. அன்றாட வாழ்வில் நமக்கு நடக்க வேண்டிய காரியங்களை விரைவுப்படுத்த அரசாங்க அலுவலகத்திலும் மற்றும் தனியார் நிறுவனங்களிலும் உள்ள ஊழல் ராஜாக்களின் கைகளை ஈரமாக்கி காரியங்களை கனியவைக்கும் அவதி மக்களுக்கு என்றாலும் அரசாங்கமோ பெரிய வியாபார பேரங்களில் நடக்கும் ஊழல்களை மட்டும் அரசியல் முரண்பாடுகள் நிமித்தம் விசாரணைக்கு உத்தரவிட்டு - அதனால் உண்டாகும் பரவசங்களை பத்திரிகை செய்திகளாக்கி தங்களை பிரபலப்படுத்திக் கொள்வதை தந்திரமாக ஊழல் எதிர்ப்பு நடவடிக்கை என்று அரசியல் செய்கிறது. அரசாங்கம் என்பது நம் பார்வையில் நாம் தேர்ந்தெடுக்கும் அரசியல்வாதிகளாகவும் அரசாங்க பணியில் உள்ள அதிகாரத்துவமுமாக இருந்தாலும்

உண்மையில் அவர்களை பின்னிருந்து ஆட்டுவிக்கும் ஆள்பலமும் பணபலமும் கொண்ட ஊழல்வாதிகள் யாராக இருக்கும் என்பது சூசகமாகக்கூட எந்த விசாரணையிலும் தெரிய வந்ததில்லை. மக்களின் அன்றாட வாழ்வில் அல்லல் பட வைக்கும் சில்லறை ஊழலின் பின்னனியிலும் இதே ஊழல்வாதிகள் இருப்பார்களோ என்ற ஐயமும் எழுகிறது. ஊழல் எதிர்ப்பு நடவடிக்கைகளில் அரசாங்கத்தின் மெத்தனத்தையும் இயலாமையையும் ஊழல்வாதிகளை பலப்படுத்தி ஊழலை வீரியம் கொளச்செய்து இந்தியாவை சிதைப்பது மட்டுமே கண்கூடாக நமக்கு தெரிகிறது. இந்தியாவில் ஊழல் களைதல் என்பது பணத்தை வாங்குபவர்களை சட்டத்தின் பிடியில் கொணர்வது என்ற அரசாங்கத்தின் நடவடிக்கைகளால் மட்டுமல்லாது ஊழலுக்கு பணம் கொடுக்கும் மக்கள் தங்கள் போக்கை மாற்றிக் கொள்வதில்தான் முடியும் என்றாலும் அது நடைமுறையில் சாத்தியம்தானா என்ற கேள்வியும் எழுகிறது.

மஹாத்மா காந்தி கண்டுணர்ந்து கூறிய சத்திய சோதனைகளை மிஞ்சிய சோதனை என்பது மூலதனப்பொருளாதார பெருநிறுவனங்களுக்கு முதன்மை அளிக்கும் கொள்கையால் ‹சத்தியம்› என்ற வார்த்தைக்கே ஏற்பட்ட சோதனைதான். இந்தியப் பொருளாதார அபரிமித வளர்ச்சி என்ற வார்த்தை ஜாலம் காட்டி ஊழலை ஒரு மேலாண்மைக் கலையாக இந்திய தணிக்கை விற்பனர்களால் மிளிரச் செய்தது இத்தகைய பெருநிறுவனங்கள் என்ற உண்மையைத் திண்மையாகக் கூறும் தன்மையைக் கூட நாம் இன்னமும் பெறவில்லை. அபரிமித வளர்ச்சி என்பதை மக்களை நம்பச் செய்யும் இந்திய அரசியலும் இதற்கு ஒரு காரணம். இதனிடை ‹லோக்பால் மசோதா› என்று நடக்கும் ஊழலால் தங்களுக்கு வாய்ப்பைத் தேடும் வக்கீல்களின்

முயற்சியில் விடிவு வருமா என்ற நப்பாசையும் உள்ளது நமக்கு. ஊழலும் லஞ்சமும் குறிக்கோளை அடையும் குறுக்கு வழியாக இருந்து அனுபவிப்பவர்கள் சிலர் உண்டு. ஆனால் ஊழல் மலிந்துவிட்ட இன்று அநேகருக்கு நேர் வழிகளும் அடைக்கப்பட்டு லஞ்சங்களாலான சிக்கலான புதிர் பாதை மட்டுமே பயன்ப்பாட்டில் உள்ளது அநியாயமானது. இயற்கையான வளர்ச்சியே ஆரோக்கியமானது. இயற்கைக்கு புறம்பானது அபரிமிதமான வளர்ச்சி என்பது மறைக்கப்பட்டு அவசரமாக வளர நாம் எல்லோரும் விவேகமற்ற வேகம் கொண்டு அனாவசியமாக ஊழலுக்கு விலை போகிறோம். போட்டிப் பொருளாதார சந்தை என்ற கண்கட்டு வித்தையை நம்பி நம் பண்டைய வாழ்வியல் சீர்மை இழந்து இல்லாத போட்டியில் நம்மை நாமே பலியாக்கிக் கொண்டிருக்கிறோம். ஊழலால் நம் வேகம் கூடும் என்ற போதை தெளிந்தால் அன்றோ நம் வாழ்க்கை ஊழலின்றி நெறிப்படும். சிக்கல்லான புதிர் பாதை மறைந்து நேர் பாதை புலப்படும். நம் நாடும் நலம் பெறும்.

12. ஊழலுக்கு எதிரான அரசு அமைப்புகள்

இன்றைக்கு ஊழலுக்கு மிக முக்கிய காரணமாக இருப்பது தாராளமய பொருளாதாரக் கொள்கையாகும். முதலாளிகளும் அரசியல்வாதிகளும் உயரதிகாரிகளும் சேர்ந்து பொதுமக்கள் பணத்தை சூறையாடும் சலுகைசார் முதலாளித்துவத்தை எதிர்த்துப்போராடாமல் ஊழலை ஒழிக்க முடியாது. சாக்கடையை அகற்றாமல் கொசுவை விரட்ட கொசுவர்த்திசுருள் பொருத்தி வைப்பது போலத்தான் பலரது ஊழல் எதிர்ப்பு கோஷம்

ஊழலுக்கு எதிரான அரசு அமைப்புகள்

ஊழல் மிகுந்த அரசாங்க மற்றும் வர்த்தக நடைமுறைகளுக்கு எதிராக தீவிரமாக போராடும் பல்வேறு நிறுவனங்கள் இந்தியாவில் உருவாக்கப்பட்டுள்ளன. குறிப்பிடத்தக்க நிறுவனங்கள் பின்வருமாறு உள்ளன:

1. பாரத் ஸ்வாபிமேன் அறக்கட்டளை (BHARAT SWABHIMAN TRUST) யோக குரு சுவாமி ராம்தேவ் ஆல் நிறுவப்பட்டு, கடந்த 10 ஆண்டுகளாக, கருப்பு பணம் மற்றும் ஊழலுக்கு எதிராக ஒரு பெரும் பிரச்சாரத்தை இயக்கி வருகிறது.
2. 5-வது தூண் (5TH PILLAR) சுழி (பூஜ்ஜியம்) ரூபாய் நோட்டை தயாரித்தது. ஊழல் அதிகாரிகள் இலஞ்சம்

கேட்கும்போது அவர்களுக்கு தருவதற்காக இது வடிவமைக்கப்பட்டது.

3. ஊழலுக்கு எதிரான இந்தியா (INDIA AGAINST CORRUPTION), ஊழலுக்கு எதிராக வேலை செய்ய, பல்வேறு தொழில்களில் இருக்கும் குடிமக்களால் உருவாக்கப்பட்ட ஒரு இயக்கம் ஆகும். அது தற்போது அண்ணா ஹசாரே தலைமையில் இயங்குகிறது.

4. ஜாகோ ரே! (JAAGO RE) ஒரு பில்லியன் வோட்டு, டாடா தேயிலை மற்றும் JANAAGRAHA வால் நிறுவப்பட்ட ஒரு அமைப்பாகும். முதலில் இளைஞர்கள் வாக்காளர் பதிவை அதிகரிக்க போராடியது. அதன் பின்னர், ஊழல் உள்ளிட்ட பிற சமூக பிரச்சினைகளுக்கு எதிராகவும் வேலை செய்தனர்.

5. சமூக வெளிப்படைத்தன்மை, உரிமைகள் மற்றும் நடவடிக்கை கூட்டமைப்பு (அஸ்ட்ரா) கர்நாடகாவில் ஊழலுக்கு எதிராக போராட உருவாக்கப்பட்ட ஒரு தனியார் நிறுவனம் ஆகும்.

6. நடுவண் புலனாய்வுச் செயலகம்

7. தேசிய புலனாய்வு முகமை (இந்தியா)

8. நடுவன் விழிப்புணர்வு ஆணையம் - நடுவண் விழிப்புணர்வு ஆணையம் (CENTRAL VIGILANCE COMMISSION, CVC) அரசாங்க ஊழலுக்கு தீர்வுகாண 1964ஆம் ஆண்டு உருவாக்கப்பட்ட ஓர் உயரிய இந்திய அரசுத்துறை அமைப்பாகும். நடுவண் அரசின் அனைத்து செயல்பாடுகளையும் விழிப்புணர்வுடன் கண்காணிக்கவும் நடுவண்

அரசுத்துறை அதிகாரிகளுக்கு தங்கள் துறைகளில் விழிப்புணர்வு அலுவலக்கத்தை திட்டமிட,செயல்படுத்த மற்றும் மீளாய்வு செய்ய உதவிடவும் தன்னிச்சையான, எந்தவொரு அதிகார இடையூறுமில்லாத அமைப்பாக இந்த ஆணையம் உருவாக்கப்பட்டுள்ளது.

9. இந்திய தலைமை கணக்காயர்
10. கருப்புப்பணத்தை ஒழிக்க, மத்திய நேரடி வரி விதிப்பு வாரியத்தின் புலனாய்வு அமைப்பு
11. தமிழ்நாடு மாநில அரசு விழிப்புணர்வு மற்றும் ஊழல் தடுப்பு இயக்குனரகம்
12. இந்திய ரிசர்வ் வங்கியின் அந்நிய செலாவணி நிர்வாக அமைப்பு

கையூட்டு மற்றும் ஊழலுக்கு எதிரான அரசு சாராத நிறுவனங்கள்:

இடித்துரைப்பாளர்கள் அல்லது ஊழலை அம்பலப்படுத்துபவர்கள் (ஆங்கிலம்: WHISTLE BLOWERS) பார்வையில் தென்படும் அநீதிகள் மற்றும் சட்டத்திற்குப் புறம்பான தவறுகளை உரியவர்களின் கவனத்திற்குக் கொண்டு செல்பவர்கள். உலகம் முழுவதும் மக்கள் நலத்திற்கு எதிராக செயல்படுகிறவர்களின் மற்றும் மக்களை ஏமாற்றுகிறவர்களின் முகத்திரையைக் கிழிக்கவும், அவர்களின் சட்டவிரோதமான செயற்பாடுகளை அரசு மற்றும் நீதித்துறையின் கவனத்திற்கு எடுத்துச் செல்பவர்களையும், அரசின் காதில் விழும்படியாக கூவி போராட்டங்களில் ஈடுபடுகிறவர்களையும் இடித்துரைப்பாளர்கள் என்றழைப்பர்.

இடித்துரைப்பாளர்களின் முக்கியப் பணிகள்:

1. உறுதியான தகவல்களுடன் அல்லது ஆவணங்களுடன் இடித்துரைப்பாளர்கள் கீழ்கண்ட விடயங்கள் குறித்து அரசின் கவனத்திற்குக் கொண்டு செல்வார்கள்.
2. சட்டம் மற்றும் விதிமுறைகளை மீறிய செயல்பாடுகள்
3. நிர்வாகச் சீர்கேடுகள்
4. நிதி முறைகேடுகள்
5. அதிகாரத்தை தவறாக பயன்படுத்துதல்
6. பொதுசுகாதாரத்திற்கு தீங்கிழைக்கும் செயல்கள்
7. பொதுமக்களின் பாதுகாப்பிற்கு தீங்கிழைக்கும் செயல்கள்
8. இடித்துரைப்பாளர்களின் கோரிக்கைகளை அரசு கண்டு கொள்ளவில்லை எனில் அரசு மற்றும் பொதுமக்களின் கவனத்தை ஈர்க்கும் பொருட்டு போராட்டங்கள் நடத்துவர்.

இந்தியாவில் இடித்துரைப்பாளர்களுக்கான பாதுகாப்பு சட்டம்

சமூக விரோதிகளிடமிருந்து இடித்துரைப்பாளர்களைக் காக்கும் பொருட்டு, இடித்துரைப்பாளர்கள் பாதுகாப்பு சட்ட மசோதா 2011, இந்திய நாடாளுமன்றத்தின் கீழ் அவையில் (லோக் சபை) 28-12-2011-இல் நிறைவேற்றப்பட்டது. இதே சட்ட மசோதா நாடாளுமன்ற மேலவை (ராஜ்ஜிய சபை) யில் 21-02-2014-இல் நிறைவேற்றப்பட்டது. ஜம்மு & காஷ்மீர் மாநிலத்திற்கு மட்டும் இடித்துரைப்பாளர்களுக்கான பாதுகாப்புச் சட்டம் பொருந்தாது. இந்தியக் குடியரசுத் தலைவர் இம்மசோதாவுக்கு 09-05-2014-இல் ஒப்புதல் அளித்ததின் காரணமாக, இடித்துரைப்பாளர்களுக்கான பாதுகாப்பு சட்டம் அரசின் நடைமுறைக்கு வந்துவிட்டது.

பாதுகாப்பு சட்டத்தின் நன்மைகள்

ஊழல்கள் மற்றும் முறைகேடுகள் வெளிக்கொணர்வதால், இடித்துரைப்பாளர்களுக்கு பாதுகாப்பு அற்ற சூழ்நிலை நிலவிய சூழ்நிலையை அகற்றவும், அச்சமின்றி ஊழல்களையும் முறைகேடுகளையும் வெளிக்கொணர ஊக்குவிக்கவும் இடித்துரைப்பாளர்களுக்கான பாதுகாப்பு சட்டம் வழிவகை செய்கிறது.

மேலும் தவறான தகவல்களை தெரிவிப்பவர்களுக்கு இரண்டு ஆண்டு சிறை தண்டனையும், ரூபாய் 30,000/- அபராதமும் விதிக்கப்படும் என்பது இச்சட்டத்தின் சிறப்பம்சமாகும்.

ஊழலுக்கு எதிரான இந்தியக் கூட்டமைப்பு

ஊழலுக்கு எதிரான இந்தியா, ஊழலுக்கு எதிரான இந்தியா (INDIA AGAINST CORRUPTION, IAC) இந்தியாவில் ஊழலுக்கு எதிரான அமைப்புகளில் முழுமையான மாற்றங்களைக் கோரும் ஓர் மக்கள் இயக்கமாகும். ஜன் லோக்பால் மசோதாவை இந்திய அரசு சட்டமாக்கிட வேண்டுமென்று கட்டாயப்படுத்த பல சிறப்புமிகு குடிமக்கள் ஒன்றுசேர்ந்துள்ளனர். இந்த இயக்கத்தில் பல சமயத் தலைவர்கள், தகவல் பெறும் உரிமை போராளிகள், சமூக சிந்தனையாளர்கள் மற்றும் முன்னாள் அரசு அதிகாரிகள் இணைந்துள்ளனர்.

அரசுதுறைகளில் புரையோடும் லஞ்சத்தை வேரறுக்கவும், பொதுமக்கள் இடையே விழிப்புணர்வை ஏற்படுத்தவும், அரசின் அனைத்து அதிகாரப்பூர்வ இணையதளங்களிலும், லஞ்ச ஒழிப்பு இயக்குனரின் இணையதள முகவரி மற்றும் தொலைபேசி எண்களை கட்டாயமாக வெளியிட, தமிழக அரசு உத்தரவிட்டுள்ளது.

மத்திய, மாநில அரசுகளின் எந்த துறையிலும், இலஞ்சம் ஆல விருட்சமாக ஊடுருவி வருகிறது. லஞ்சத்தை வேரறுக்க, எத்தனை முயற்சி எடுத்தாலும், அரசு துறைகளில் கீழ்மட்டம் முதல் மேல் மட்டம் வரை வியாபித்து, பரிணாம வளர்ச்சி பெற்றுள்ளது. குமஸ்தாக்கள், வி. ஏ. ஓ.,க்கள், தாசில்தார்கள் இலஞ்சம் வாங்கி கைதாவது ஒருபுறம் இருக்க, இப்போதெல்லாம், பெரும் முதலைகளும் லஞ்ச வலைக்குள் விழுகின்றன. இலஞ்சம் வாங்குவது மட்டுமல்ல, இலஞ்சம் கொடுப்பதும் குற்றம். இது குறித்து பொதுமக்கள் இடையே போதிய விழிப்புணர்வு இல்லை. தங்கள் காரியம் சாதித்தால் போதும்; அதற்கு சிறிதளவு செலவழித்தால், என்ன இழப்பு ஏற்படப்போகிறது என்ற மக்களின் சுயலாப சிந்தனையும் இலஞ்சம் பெருக, முக்கிய காரணம். "இலஞ்சம் என்பது தீமையானது; அதை ஆரம்ப நிலையிலேயே கிள்ளி எறிய வேண்டும் என்ற விழிப்புணர்வை, மக்கள் இடையே ஏற்படுத்தும் நடவடிக்கையை, கண்காணிப்பு மற்றும் ஊழல் தடுப்பு இயக்குனரகம் எடுத்து வருகிறது. இதற்கான முதல்கட்ட முயற்சியாக, அரசின் பல்வேறு துறைகளின் இணையதளங்களில், கண்காணிப்பு மற்றும் ஊழல் தடுப்பு இயக்குனரின் இணையதள முகவரி மற்றும், தொலைபேசி எண்களை வெளியிடவும், இதற்கான இணையதள தொடர்பு (லிங்க்) அளிக்கவும் தமிழக அரசு உத்தரவிட்டுள்ளது.

மத்தியப் புலனாய்வுத் துறை (சிபிஐ)

மத்தியப் புலனாய்வுத் துறை உருவான விதம்

பிரிட்டிஷ் அரசின் ஏகாதிபத்திய நலன்களை நிலைநிறுத்தும் வகையிலும், சரியோ தவறோ, சட்டத்துக்கு உட்பட்டோ அல்லாமலோ என்று எந்த உத்தரவாக இருந்தாலும் அதை நிறைவேற்றும் வகையில் செயல்படும் ஒரு நிறுவனத்தை

உருவாக்கும் நோக்கில் போலீஸ் சட்டம் – 1861 நிறைவேற்றப்பட்டது. இரண்டாம் உலகப் போரின்போது, போர் தொடர்பான செலவுகள் கடுமையாக அதிகரித்திருந்த நிலையில், நேர்மையற்ற சக்திகள் லஞ்சத்திலும் ஊழலிலும் ஈடுபடுவதற்கு அது ஒரு வாய்ப்பாக அமைந்தது. இந்தச் சூழலுக்கு ஏற்ப செயல்படும் நிலையில், காவல் துறையும், பிற சட்ட அமலாக்க அமைப்புகளும் இல்லை என்று கருதப்பட்டது.

அப்போதுதான் 1941-ல், போர்த்துறையில் (WAR & SUPPLY DEPTT.), சிறப்பு போலீஸ் நிர்வாகம் (SPECIAL POLICE ESTABLISHMENT (SPE)) அமைக்க ஒரு நிர்வாக உத்தரவு பிறப்பிக்கப்பட்டது. 1946-ல், அனைத்துத் துறைகளையும் உள்ளடக்கிய செயல்பாடுகள் அமையும் வகையில், டெல்லி சிறப்பு போலீஸ் நிர்வாகச் சட்டத்தை அரசு நிறைவேற்றியது. காலப்போக்கில், எஸ்பிஇயிடம் மேலும் மேலும் வழக்குகள் ஒப்படைக்கப்பட்டன. 1.4.1963-இல் உள்துறை அமைச்சகத் தீர்மானத்தின் மூலம், பணியாளர் துறையின் கீழ் எஸ்பிஇயை மத்தியப் புலனாய்வுத் துறையாக உருமாற்றம் செய்தது இந்திய அரசு. இத்தனை ஆண்டுகளில், பன்முகத்தன்மை கொண்ட, பல்வேறு விஷயங்களைக் கையாளும் விசாரணை அமைப்பாக படிப்படியாக மத்தியப் புலனாய்வுத் துறை விரிவாக்கம் செய்யப்பட்டது.

குறைதீர்ப்பு மற்றும் ஓய்வூதியத்துக்கான நடுவண் அமைச்சகத்தின், பணியாளர் நலன் மற்றும் பயிற்சித் துறையின் கட்டுப்பாட்டில் நடுவண் புலனாய்வுச் செயலகம் செயல்படுகிறது. ஆரம்பகாலங்களில் மத்திய அரசு ஊழியர்களின், ஊழல் விவகாரங்களை மட்டும் விசாரித்த

இந்த அமைப்பு, பின்னாளில் பொதுத்துறை நிறுவனங்கள், பொதுத்துறை வங்கிகள், மிக முக்கியமான ஊழல், பொருளாதாரக் குற்றங்கள், முறைகேடுகள், பயங்கரவாதச் செயல்கள் போன்றவற்றை விசாரிக்கும் நாட்டின் முன்னணி விசாரணை நிறுவனமாக 'மத்தியப் புலனாய்வு அமைப்பு' (மத்தியப் புலனாய்வுத் துறை) மாறியது.

மத்தியப் புலனாய்வுத் துறை பிரிவுகள்

- பொதுக் குற்றப் பிரிவு GENERAL OFFENCES WING (GOW),
- ஊழல் விசாரணைப் பிரிவு (ANTI-CORRUPTION DIVISION),
- சிறப்புக் குற்றச் செயல்கள் பிரிவு (SPECIAL CRIMES DIVISION),
- பொருளாதாரக் குற்றங்கள் பிரிவு (ECONOMIC OFFENCES DIVISION),
- கொள்கை – சர்வதேச ஒத்துழைப்பு விவகாரங்கள், மத்தியப் புலனாய்வுத் துறை நிர்வாகம்,
- வழக்கு தொடுப்பதற்கான இயக்ககம், மத்திய தடயவியல் ஆய்வுக்கூடம் என்று ஏழு பெரும் பிரிவுகள் மத்தியப் புலனாய்வுத் துறைக்குள் உள்ளன.
- சர்வதேச குற்றக் காவல் அமைப்பு சர்வதேச காவல் (THE INTERNATIONAL POLICE CRIMINAL ORGANIZATION (ICPO OR INTERPOL))
- பல நாடுகளின் சர்வதேச பிரச்சினையைப் கண்காணிக்கும் ஓர் அமைப்பு.
- மத்தியப் புலனாய்வுத் துறை சர்வதேச காவல் அதாவது இண்டர்போலின் இந்திய பணியையும் செய்கிறது.

மத்தியப் புலனாய்வுத் துறை இயக்குநர்

மாநில காவல் துறைத் தலைவர் (டிஜிபி) அந்தஸ்தில் உள்ள ஐபிஎஸ் அதிகாரி, மத்தியப் புலனாய்வுத் துறை அமைப்பின் இயக்குநராக நியமிக்கப்படுவார். இவருடைய பதவிக் காலம் இரண்டாண்டுகள். ஊழல் கண்காணிப்பு, விழிப்புணர்வுத் துறைச் சட்டப்படிதான் மத்தியப் புலனாய்வுத் துறை தலைமை இயக்குநர் தேர்ந்தெடுக்கப்படுகிறார். நாட்டின் பிரதமர், எதிர்க்கட்சித் தலைவர், உச்ச நீதிமன்றத்தின் தலைமை நீதிபதி அடங்கிய உயர்நிலைக் குழு, மத்தியப் புலனாய்வுத் துறை தலைமை இயக்குநரைத் தேர்வுசெய்கிறது. அங்கீகரிக்கப்பட்ட எதிர்க்கட்சி என்று எதுவும் இல்லாத சூழலில், அதிக உறுப்பினர்களைக் கொண்ட எதிர்க் கட்சியின் மக்களவைக் குழுத்தலைவர் உறுப்பினராக உரிய சட்டத் திருத்தம் செய்யப்பட்டுள்ளது.

மத்தியப் புலனாய்வுத் துறையின் சிறப்பதிகாரம்

தேர்தல் ஆணையம்போல அரசியலமைப்புச் சட்டரீதியிலான உருவாக்கத்தைப் பெற்றதல்ல மத்தியப் புலனாய்வுத் துறை. தன்னாட்சி, சுதந்திரம் என்றெல்லாம் பேசப்பட்டாலும், பெரும்பாலும் ஆளுங்கட்சியின் கைப்பாவையாகவே அது செயல்படுகிறது என்ற குற்றச்சாட்டுக்கு முக்கியமான காரணம் இதுவே. எனினும், மத்தியப் புலனாய்வுத் துறை பல சிறப்பதிகாரங்களைப் பெற்றிருக்கிறது. ஓர் உதாரணம், மத்தியப் புலனாய்வுத் துறை விவகாரங்களைத் தகவல் அறியும் சட்டத்தின் கீழ் கேட்டுப் பெற முடியாது. விசாரணையை எல்லாம் ரகசியமாக முடித்துவிட்டு, கைகளில் துருப்புச் சீட்டுகள் கிடைத்த பின் வெளிப்படையான விசாரணையைத் தொடங்குவது மத்தியப் புலனாய்வுத் துறையின் உத்திகளில் ஒன்று.

மாநில விசாரணையை மத்தியப் புலனாய்வுத் துறை எப்பொழுது எடுக்கும்?

- சம்பந்தப்பட்ட மாநில அரசு, மற்றும் மத்திய அரசைக் கேட்டுக் கொள்ளும் போது, மத்திய அரசு பொதுவாக மாநில கோரிக்கையை தீர்மானிக்கும் முன் மத்தியப் புலனாய்வுத் துறை கருத்தைக் கேட்டு முடிவெடுக்கிறது
- DSPE சட்டத்தின் பிரிவு 6-ன் கீழும், DSPE சட்டத்தின் 6-இன் கீழ் மாநில அரசு ஒப்புதல் அறிவிக்கை அனுப்பியபின், அதன்பின் மத்திய அரசு மத்தியப் புலனாய்வுத் துறை விசாரணைக்கு உத்தரவிடும்.
- உச்ச நீதிமன்றம் அல்லது உயர் நீதிமன்றங்கள் அத்தகைய விசாரணைகளை மேற்கொள்ள மத்தியப் புலனாய்வுத் துறைக்கு உத்தரவிட வேண்டும்.

குறைபாடுகள்

- தேர்தல் ஆணையம், தகவல் ஆணையம் போல் சுதந்திர அல்லது அரசியலமைப்பு துறையாக இல்லாததால் மாநில அரசு எப்படிக் காவல் துறையை ஆட்டுவிக்கிறதோ, அப்படி மத்திய அரசின் ஆட்டுவிப்புக்கு ஏற்ப மத்தியப் புலனாய்வுத் துறை ஆடும் என்பதுதான். முன்னாள் அமைச்சர்கள், கார்பொரேட் முதலாளிகள், கட்சிப் பெருந்தலைவர்கள் மீதான வழக்குகளை மத்தியப் புலனாய்வுத் துறை விசாரித்த விதம் இக்குற்றச்சாட்டுகளுக்கு வலுவூட்டும் விதத்திலேயே இருந்தன. “செல்வாக்கு மிக்கவர்களுக்கு எதிரான வழக்குகளைக் கையாளும்போதெல்லாம், மத்தியப் புலனாய்வுத் துறை மக்களுக்கு ஏமாற்றமளிக்கும் வகையில் செயல்படுவது இன்றைக்கும் தொடர்கிறது”

என்று 2009-ல் வெளியான ஒரு கட்டுரையில் நீதிபதி ஜே. எஸ். வர்மா குறிப்பிட்டிருந்தார். மத்தியப் புலனாய்வுத் துறை ஒரு கூண்டுக்கிளி என்று 2013-ல் உச்ச நீதிமன்றம் கூறியது.

- மத்தியப் புலனாய்வுத் துறை அமைப்பின் தன்னாட்சி, சுதந்திரம் பாதுகாக்கப்படும் வகையில் அரசியலமைப்புச் சட்டரீதியிலான பாதுகாப்பை உருவாக்க வேண்டும். ஆளுங்கட்சியின் அழுத்தங்களிலிருந்து அதைப் பாதுகாக்க வேண்டும்.

பரிந்துரைகள்

- 1978-ல், "தனது கடமைகள், செயல்பாடுகள் தொடர்பான தன்னிறைவுப் பட்டயத்தைக் கொண்டிருக்கும் வகையிலான ஏற்பாடுகள் இல்லாத நிலையை நீக்கும் வகையில், விரிவான சட்டத்திருத்தம் செய்யப்பட வேண்டும்" என்று எல். பி. சிங் கமிட்டி பரிந்துரைத்தது.
- மத்தியப் புலனாய்வுத் துறையின் நம்பகத்தன்மையையும் பாரபட்சமற்ற தன்மையையும் உறுதிசெய்வதற்குத் தேவையான மாற்றங்களைச் செய்யும் வகையில், ஒரு தனிச்சட்டம் கொண்டுவரப்பட வேண்டும் என்று 2007- ன் நாடாளுமன்ற நிலைக்குழுவின் 19-வது அறிக்கை பரிந்துரைத்தது. "சட்டபூர்வமாகக் கடைப்பிடிக்க வேண்டிய விஷயங்கள், உள்கட்டமைப்பு, நிதியாதாரங்கள் உள்ளிட்ட விஷயங்களில் மத்தியப் புலனாய்வுத் துறையைப் பலப்படுத்துவது காலத்தின் தேவை" என்று நாடாளுமன்ற நிலைக்குழுவின் (2008) 24-வது அறிக்கை ஏகமனதாகக் கருத்து தெரிவித்தது. துரதிர்ஷ்டவசமாக, இந்தப் பரிந்துரைகளில் ஒன்றுகூடச் செயல்படுத்தப்படவில்லை.

- போதுமான சட்டபூர்வப் பாதுகாப்போ, போதுமான மனித சக்தியோ, பொருளாதார வளமோ வழங்கப்படாத நிலையில், ஒரு நிறுவனத்தைக் குற்றம்சாட்டுவது நியாயமற்றது. சமீபகாலமாக மத்தியப் புலனாய்வுத் துறை இயக்குநர் பதவியிலிருந்த சிலர், அதற்குக் கெட்ட பெயரை ஏற்படுத்திவிட்டது உண்மைதான். ஆனால், அவர்கள் நியமிக்கப்பட்ட விதம் தவறானது; செல்வாக்கு மிக்க அரசியல் தலைவர்களின் செல்லப் பிள்ளைகள் அப்பதவியில் நியமிக்கப்பட்டனர். பிரச்சினை மத்தியப் புலனாய்வுத் துறையிடம் அல்ல, அதன் கட்டமைப்பை வடிவமைக்கின்றவர்களிடம், அதன் அதிகாரங்களைத் தீர்மானிக்கின்றவர்களிடம் தான் இருக்கிறது. மத்தியப் புலனாய்வுத் துறையின் செயல்பாட்டில் அரசு தலையிடுவதில்லை என்ற சூழல் இருந்தால், ஒரு முதல் தரமான விசாரணை அமைப்பாக மத்தியப் புலனாய்வுத் துறை இருக்கும்!
- அரசின் நிர்வாகக் கட்டுப்பாட்டிலிருந்து மத்தியப் புலனாய்வுத் துறையை விடுவிப்பது தொடர்பாக ஊழலுக்கு எதிரான லோக்பால் இயக்கம் ஒரு எளிதான வாதத்தை முன்வைத்தது. மத்தியப் புலனாய்வுத் துறை அதிகாரிகளைத் தன் விருப்பத்தின் பேரில் இடமாற்றல் செய்யும் அதிகாரம் அரசுக்கு இருந்தால், விசாரணை அமைப்பானமத்தியப்புலனாய்வுத்துறைக்குத்தன்னாட்சி இருக்காது. வழக்குகளைச் சுதந்திரமாக விசாரிக்கவும் முடியாது. மேலும், மத்தியப் புலனாய்வுத் துறையில் அரசுக்கு வளைந்துகொடுக்கும் ஊழல் அதிகாரிகளும் உண்டு. இந்தச் சூழலில், சுதந்திரமான அமைப்பின் கீழ் மத்தியப் புலனாய்வுத் துறை கொண்டுவரப்பட வேண்டும். மத்தியப் புலனாய்வுத் துறை, வருமானவரித்

துறை, அமலாக்கத் துறை ஆகிய மூன்று நிறுவனங்களும் அரசால் பயன்படுத்தப்பட்டிருக்கின்றன. அரசின் அழுத்தம் காரணமாக அவை செயலற்ற தன்மைக்கு இட்டுச் செல்லப்படுகின்றன.

13. ஊழலை ஒழிக்க அவசிய நடவடிக்கைகள்

ஊழல், அபாயகரமானது. அது, புற்றுநோயை விட வேகமாக பரவும் தன்மைக் கொண்டது. நாட்டையே ஊழல் அழித்துவிடும். ஊழலை நீண்ட நாள்கள் சகித்துக் கொண்டிருக்க நாடு தயாராக இல்லை. ஆகையால், ஊழலை முழுமையாக ஒழிக்க கடுமையான நடவடிக்கைகளை எடுக்க வேண்டிய அவசியம் ஏற்பட்டுள்ளது.

வளர்ச்சி ஏற்பட்டால்தான், நாடு முன்னேற்றமடையும். மேலும் வேலையில்லாத் திண்டாட்டம் உள்பட நாட்டு மக்கள் எதிர்கொள்ளும் அனைத்துப் பிரச்னைகளுக்கும் தீர்வு காணப்பட வேண்டும். அனைத்து நிலைகளிலும் வளர்ச்சி ஏற்படும் பட்சத்தில், நாடு வேகமாக முன்னேற்றம் அடையும். வளர்ச்சி ஏற்பட்டால்தான் வேலைவாய்ப்புகள் உருவாகும். நாட்டில் வேகமாக வளர்ச்சி ஏற்பட வேண்டும் என்றால், ரயில் பாதை, சாலைகள், விமானப் போக்குவரத்துப் பணிகள் ஆகியவற்றோடு கண்ணாடியிழைக் கம்பிவடம் பதிக்கும் பணிக்கும் முக்கியத்துவம் அளிக்க வேண்டும். எரிவாயு, மின்சாரம், குடிநீர் தொகுப்புகள் ஏற்படுத்தப்பட வேண்டும். அனைத்து கிராமங்களுக்கும் நவீன தொழில்நுட்பங்களின் பயன்கள் சென்றடைய வேண்டும்.

ஊழலை ஒழிக்க பன்முக உத்திகளையுடைய நடவடிக்கையை கையாளுவது அவசியம் என்றும் அவர் வலியுறுத்தினார். அனைத்து நிலைகளிலும் பரவியுள்ள ஊழல் என்ற தீய சக்தியால் பொதுமக்கள் கடும் பாதிப்புக்கு உள்ளாகியுள்ளனர். ஊழல் இல்லாத சமுதாயத்தை உருவாக்குவதை மத்திய, மாநில அரசுகள் தங்களது தலையாய கடமையாகக் கொள்ள வேண்டும். ஊழலை ஒரே விதமான அணுகுமுறையால் ஒன்றும் செய்திட முடியாது. அதை அடியோடு ஒழிக்க வேண்டுமானால் பன்முக உத்திகளை உடைய நடவடிக்கைகளை கையாளுவது அவசியம். அதாவது, ஊழலுக்கான காரணங்களை அறிந்து அதைத் தடுக்க முன்னெச்சரிக்கை நடவடிக்கை எடுத்தல், குற்றம் செய்பவர்களுக்கு கடும் தண்டனை வழங்குதல், வெளிப்படையான நிர்வாகம், பொதுமக்கள் மத்தியில் விழிப்புணர்வை ஏற்படுத்துதல் உள்ளிட்ட பன்முக உத்திகளை அரசு கையாள வேண்டும்.

லஞ்ச லாவண்யம் இல்லாமல் அரசாங்கத்தில் ஒருவேளையும் நடக்காது என்ற பரவலான கருத்து மக்கள் மத்தியில் நிலவுகிறது. இருப்பினும் இலஞ்சம்

கொடுப்பது குற்றம்; அது தடுக்கப்பட வேண்டும் என்று மக்கள் நினைக்கின்றனர். ஊழலுக்கு எதிரான மக்களின் எண்ணம் வலுவடைந்து வருகிறது. இதை ஆட்சியாளர்கள் உதாசீனப்படுத்தக்கூடாது. உணர்ந்து நடக்க வேண்டும்.

ஆட்சியாளர்களிடம் இருந்து பொதுமக்களின் எதிர்பார்ப்பு நாளுக்கு நாள் அதிகரித்து வருகிறது. மக்களின் எதிர்பார்ப்புகளை பூர்த்தி செய்யும் பொறுப்பும், கடமையும் ஆட்சியாளர்களுக்கு உண்டு. ஆட்சியாளர்கள் எவ்விதத்திலும் தங்களது கடமைகளை தட்டிக்கழிக்க முயலக்கூடாது. சட்டத்தின்படி ஆட்சியும், நாட்டின் வளர்ச்சியும் ஊழலால் கேள்விக்குறியாகியுள்ளது. இதைச் சாதாரணாக எடுத்துக் கொள்ள முடியாது. ஊழலின் பிடியில் இருந்து சமுதாயத்தை மீட்கத் தேவையான நடவடிக்கையை உடனே எடுத்தாக வேண்டும்.

கல்வி நிறுவனங்களில் ராகிங் பெரும் பிரச்னையாக உருவெடுத்துள்ளது. முதலாம் ஆண்டு மாணவர்களை மூத்த மாணவர்கள் உடல்ரீதியாகவும், மனரீதியாகவும் துன்புறுத்தும் நாகரிகமற்ற செயல் தொடர்கிறது. இந்நிலை நாடு முழுவதுமே நீடிக்கிறது. இந்தப் பிரச்னைக்குத் தீர்வு காண மாநில பல்கலைக்கழகங்களின் வேந்தர்கள் என்ற அடிப்படையில் ஆளுநர்கள் உரிய நடவடிக்கை எடுக்க வேண்டும். ராகிங்கை ஒழிப்பதில் சம்பந்தப்பட்ட கல்வி நிறுவனங்களின் நிர்வாகம் சிறப்பு கவனம் செலுத்துவது அவசியம். இதில் பெற்றோர், தன்னார்வ நிறுவனங்களும் தங்களது பங்களிப்பை நல்க வேண்டும். அனைவரும் ஒருங்கிணைந்து செயல்பட்டால் நிச்சயம் ராகிங்கை அடியோடு ஒழித்துவிட முடியும்.

பாதுகாப்பு விஷயத்தில் மத்திய, மாநில அரசுகள் ஆளுக்கொரு பாதையில் செல்லக்கூடாது. ஒருங்கிணைந்து

செயல்பட வேண்டும். இலஞ்சம், ஊழல்... எங்கு, யாரால், எப்போது தொடங்கியது என்பவை விடைதேட முடியாத கேள்விகள்தான். ஆனால், அவை புற்றுநோயைப்போல பரவி, இன்றைக்கு சமூகத்தைப் பாதிக்கும் முக்கியப் பிரச்னையாக உருவெடுத்து நிற்கிறது. சாமான்யன் தொடங்கி நாடு வரை வளர்ச்சி, முன்னேற்றத்திற்கு தடைக்கல்லாக மாறிவிட்டன. ஒவ்வொரு தனிமனிதனையும் பாதிக்கும் ஊழல், சமூகத்தின் ஆணிவேர் வரை புரையோடிக் கிடக்கிறது. "முன்பெல்லாம் கடமையை மீறுவதற்குத்தான் இலஞ்சம் கொடுக்க வேண்டிய நிலை இருந்தது. ஆனால் தற்போது, கடமையைச் செய்யவே இலஞ்சம் தரவேண்டிய அவலநிலை ஏற்பட்டதுதான் மிகவும் வேதனையான விஷயம். இப்படி சமூகத்தில் அடி ஆழம்வரை ஊடுருவிய ஊழலை ஒழிக்க வேண்டும் என்றால், ஒரு நாளில் சாத்தியமில்லை. அதற்கான முன்னெடுப்புகளைத் தனிநபர்கள் தொடங்கி, அரசாங்கம் வரை இணைந்து செயல்படுத்தினால்தான் சாத்தியம்"

அறிவிப்புப் பலகைகள் அவசியம்

"ஒவ்வோர் அரசு அலுவலகங்களிலும் அந்த அலுவலகத்தின் பணி, ஒவ்வொரு சேவைக்கும் எத்தனை நாள்கள் ஆகும் என்பது பற்றிய அறிவிப்புப் பலகை வைத்திருக்க வேண்டும். ஒவ்வோர் அரசு அலுவலகத்திலும் இலஞ்சம் தொடர்பான புகார் எண், முகவரி இடம் பெற வேண்டும் என்ற அரசாணையே இருக்கிறது. இன்றைக்கு பெரும்பாலான அரசு அலுவலகங்களில் அறிவிப்புப் பலகைகள் இருப்பதில்லை. அவற்றை முறையாக நடைமுறைப்படுத்த வேண்டும். அதேபோல சாலைகள், பாலங்கள், தூர் வாருதல் என அரசுப் பணிகள் நடைபெறும் இடங்களில் அதுதொடர்பான அறிவிப்புகள் பலகையில் இடம்பெற வேண்டும். அதாவது, எந்த

வகையான பணி, ஒதுக்கப்பட்டுள்ள தொகை, முடிவடையும் காலம் என அனைத்துத் தகவல்களும் உள்ளடக்கியதாக இருக்க வேண்டும். உதாரணத்துக்கு, சாலை அமைக்கிறார்கள் என்றால் அது தார்ச் சாலையா, சிமென்ட் சாலையா, எத்தனை அடி தடிமனில் அமைக்கப்படுகிறது, எத்தனை கிலோமீட்டர் உள்ளிட்ட தகவல்கள் இடம்பெற வேண்டும்.

ஆன்லைன் சேவை உதவும்

எந்தவொரு அரசு சேவை பெறுவதற்குமே நெரிசலில் செல்ல வேண்டியதில்லை. எல்லாவற்றையும் ஆன்லைன் மூலம் நாம் நிறைவேற்றிக்கொள்ளலாம் என்பதைக் கொண்டுவர வேண்டும். அரசு திட்டங்களுக்கான டெண்டர் அறிவிப்பு போன்றவற்றையும் ஆன்லைனில் நடத்த வேண்டும். ஆன்லைனில் அனைத்து சேவைகளும் கொண்டுவருவது, இலஞ்சம், ஊழல் முறைகேடுகள் காலப்போக்கில் கொஞ்சம் கொஞ்சமாகக் குறைந்துபோக வழிவகுக்கும்.

கடுமையான சட்டம் தேவை

பல வலுவான சட்டங்கள் இருந்தாலும் அவற்றை நடைமுறைப்படுத்துவதில்லை. அதோடு, புதிய சட்டங்களையும் இயற்ற வேண்டும். ஓர் அதிகாரி இலஞ்சம் பெற்றதாக நிரூபிக்கப்பட்டால், அவரை நிரந்தரமாகப் பணிநீக்கம் செய்யும் கடுமையான சட்டங்களைக் கொண்டுவர வேண்டும். சட்டங்கள் கடுமையாக இல்லாததால், ஏற்கெனவே இலஞ்சம் வாங்கி மாட்டிக்கொண்டவர்கள்கூட மீண்டும் மீண்டும் வாங்கும் நிலையே இருக்கிறது.

தினசரி விசாரணை வேண்டும்

ஒருவர்மீது இலஞ்சம் பெற்றதாக வழக்கு தொடரப்பட்டால் கூட, அதற்கான தீர்ப்பு வருவதற்கு நீண்டகாலம் ஆகிறது.

எனவே, ஊழல் வழக்குகளைத் தினசரி விசாரிக்க வழிவகை செய்ய வேண்டும். உடனடி விசாரணையும், அதைத் தொடர்ந்து எடுக்கப்படும் உடனடி நடவடிக்கையும் ஊழல்வாதிகளுக்கு அச்சத்தை ஏற்படுத்தும்.

'லோக் ஆயுக்தா' நடைமுறைப்படுத்துதல்

லஞ்ச ஒழிப்புத்துறை சுதந்திரமாகச் செயல்பட முடியவில்லை. அந்தத் துறையே முதல்வரின் கீழ் வருகிறது. அமைச்சர்கள் உள்பட முதல்வர் மீதே ஊழல் புகார்கள் வந்திருக்கின்றன. பலரும் தண்டனை பெற்றிருக்கிறார்கள். நிலைமை இப்படி இருக்கும்போது, அவரின் கட்டுப்பாட்டில் உள்ள ஒரு துறை எப்படி அவர்மீதே நடவடிக்கை எடுக்கும். எனவே, முதல்வரின்மீது நடவடிக்கை எடுக்கும் அதிகாரம் படைத்த ‹லோக் ஆயுக்தா› அமைப்பை உடனடியாக நடைமுறைக்குக் கொண்டுவர வேண்டும்.

பொதுமக்களுக்கான பொறுப்பு

ஒவ்வொருவரும், தங்களுக்கு எந்தச் சான்றிதழ் வாங்கினாலும் அதை அவசரகதியில் அணுகாமல், உரியகாலத்துக்கு முன்னரே தொடங்க வேண்டும். உதாரணத்துக்கு, பள்ளியில் சேர்க்க பிறப்புச் சான்றிதழ் வாங்க வேண்டும் என்றால், முன்னரே விண்ணப்பிக்க வேண்டும். கடைசி நேரத்தில் போய் சான்றிதழ் வாங்க நின்றால், நம் அவசரத்தைப் பயன்படுத்தி, இலஞ்சம் கேட்பது அதிகாரிகளுக்கு சுலபமாகிவிடும். அதோடு, பிறப்புச் சான்றிதழ் தொடங்கி, மின் இணைப்புவரை ஒவ்வொரு சேவைக்கும் எவ்வளவு கட்டணம், எவ்வளவு நாள்களில் கிடைக்கும் என்பதைப் பற்றி தகவல்கள் அறிந்து வைத்திருக்க வேண்டும். இது, கூடுதல்

கட்டணங்கள் கொடுப்பதையும், இடைத்தரகர்களைத் தவிர்க்கவும் உதவும்.

தகவல் அளிப்பவர்களுக்கு சன்மானம்

மக்களின் பயம்தான் ஊழல்வாதிகளின் பலம். இலஞ்சம் கேட்பவர்கள்மீது தைரியமாகப் புகார் செய்ய முன்வர வேண்டும். லஞ்சப் புகார் கொடுப்பவர்களை ஊக்குவிக்கும் பணியை அரசே செய்ய வேண்டும். உதாரணத்துக்கு, இலஞ்சம் மற்றும் ஊழல் புகார் செய்பவர்களுக்கு, முறைகேடுகளில் ஈடுபடுபவர்களிடம் எவ்வளவு அபராதம் வசூல் செய்யப்படுகிறதோ, அதில் 20 சதவிகிதம் பரிசுத் தொகையாக வழங்கலாம். பரிசுபெற விரும்பாதவர்கள், தங்களைப் பற்றிய தகவல்களைத் தரத் தேவையில்லை என்று அறிவிக்கலாம்.

ஆர். டி. ஐ சட்டம் பயன்பாடு

2005-க்கு முன்பு எம். எல். ஏ, எம். பி-க்கள்தான் அரசு ஆவணங்களையும் தகவல்களையும் பார்க்க முடியும், பெற முடியும் என்று இருந்தது. ஆனால், தகவல் அறியும் உரிமைச் சட்டம் வந்தபிறகு, சாதாரண குடிமக்களும் தகவல்களைப் பெற முடியும். இதன்மூலம், அரசுத்துறையில் நிலவும் ஊழல்களைச் சாதாரண மக்களாலும் வெளிக்கொண்டு வரமுடியும். இதைப் பயன்படுத்தும் முறையை அனைவரும் அறிந்துகொள்ள வேண்டும்.

அரசின் கடமை என்ன

மக்கள் நியாயமான வழியில் நடந்தாலே அவர்களுக்குரிய காரியங்கள் நடக்கும் என்ற நம்பிக்கையை அரசாங்கம்தான்

ஏற்படுத்த வேண்டும். ஊழல்வாதிகளில்மீது உரிய நடவடிக்கை எடுத்தல், நடவடிக்கை எடுக்கும் அதிகாரிகளுக்கு உறுதுணையாக இருத்தல் என அரசு, ஊழலை ஒழிக்கும் நடவடிக்கைகளை முன்னெடுத்தாலே 80 சதவிகித ஊழல் கட்டுக்குள் வந்துவிடும்.

தனிநபரின் பொறுப்பு

அதிகாரத்தால் மட்டும் ஊழல் நடப்பதில்லை. ஊழலற்ற தேசமாக மாற வேண்டுமானால், பொதுமக்களின் மனப்பான்மை மாற வேண்டும். அதுதான் அடிப்படை. எந்தவொரு பணிக்கும் இலஞ்சம் கொடுக்க மாட்டோம்! வாங்க மாட்டோம்! என்று உறுதி எடுத்துக்கொள்ள வேண்டும். அதிகாரிகள் கட்டுப்படுத்தும் அரசியல் தலைவர்களையும் கட்சிகளையும் அடையாளம் கண்டு தேர்ந்தெடுக்க வேண்டும். தேர்தலில் பணம் வாங்கிக்கொண்டு ஓட்டளிக்க மாட்டோம் என்றும் உறுதியுடன் நாம் செயல்பட்டால் இலஞ்சம், ஊழலை ஒழிக்கலாம்" என்றார்.

ஊழல் ஒழிப்பு

1. நேர்மையான, ஊழலற்ற, விரைந்து செயல்படக்கூடிய தூய ஆட்சி முறை நிர்வாகம் அமைக்கப்பட வேண்டும்.
2. ஊழலுக்கு வழிவகுக்கும் சட்டங்கள் ஒழிக்கப்பட வேண்டும்.
3. ஊழலை ஒழிக்க வெளிப்படையான கொள்கைகள், சட்டங்கள் உருவாக்கப்பட வேண்டும்.
4. தரமான சேவை உரிமைச்சட்டம் (RTQOS -RIGHT TO QUALITY OF SERVICE) கொண்டு வரப்பட வேண்டும்.
5. ஊழலை ஒழிக்க கிராம நிர்வாக அலுவலர் முதல் முதல்வர் வரை காகிதம் இல்லா பாதுகாப்பான,

வெளிப்படையான, உடன் பதிலளிக்கும், பொறுப்பான, விரைந்து நடவடிக்கை எடுக்கும் மின்ஆளுமை அரசாட்சி திட்டம் (E-GOVERNANCE) அமலாக்கப்பட வேண்டும்.

6. ஊழல் புகார்களை தெரிவிக்க கால் சென்டர் மற்றும் நடவடிக்கை மையம் முதல்வர் அலுவலகம் முதல், மாவட்ட ஆட்சிதலைவர் அலுவலகம் வரை இணைக்கப்பட வேண்டும்.
7. நாட்டின் எந்த மூலையில் இருந்தாலும் மக்கள் சென்னை நோக்கி தங்கள் பணிக்காக தலைமைச்செயலகம் வரத்தேவையில்லை. எல்லாம் உங்கள் கைபேசியிலேயே பார்த்துதெரிந்துகொள்ள,ஏற்பாடுசெய்யப்படவேண்டும்.
8. லோக் ஆயுக்தா சட்டம் கொண்டு வரப்பட வேண்டும்.
9. இலஞ்சம் பெறாமல் நேர்மை மற்றும் திறமையுடன் பணி புரியும் அரசு ஊழியர்களுக்கு 2 ஆண்டுகள் பணி நீட்டிப்பு, பணி ஓய்வுக்கு பின் சிறப்பு சலுகைகள் அறிவிக்கப்பட வேண்டும்.
10. அரசு வேலையை குறித்த நேரத்தில் செய்து முடிக்க தெரியாதவர்களுக்கு மாற்று திறன் பயிற்சி அளிக்கப்பட்டு, அரசின் மற்ற துறைகளில் அவர்களது திறமைக்கேற்ற வகையில் பணிமாற்றம் செய்யப்பட வேண்டும்.
11. அரசு ஊழியர்கள் - இலஞ்சம், ஊழலில் ஈடுபடுபவர்கள், எந்த வேலையையும் குறித்த காலத்தில் செய்யாதவர்கள், பழிவாங்கும் நோக்கில் செயல்படுபவர்கள், திறமையற்றவர்கள், மக்களுக்கு விரோதிகளாக எண்ணப்பட்டு, 3 முறை எச்சரிக்கைக்கும், பணி மாறுதலுக்கும் உள்ளாக்கப்படுவார்கள், அதிலும் திருந்தவில்லை என்றால் பணி நீக்கம் செய்யப்பட வேண்டும்.

ஊழல் ஒழிப்புச் சட்டம்

ஊழல் ஒழிப்புச் சட்டத்தில் நாடாளுமன்றத்தின் இரு அவைகளிலும் ஏற்றுக்கொள்ளப்பட்ட திருத்தங்களுக்கு குடியரசுத் தலைவர் ஒப்புதல் அளித்திருக்கிறார். புதிய திருத்தமானது குற்றம்செய்யும் நோக்கத்துடனான தவறான செயல் எது என்பதைச் சுருக்கமாகவும், வரையறுத்தும் கூறுவதால் வரவேற்புக்குரியது. என்றாலும், இந்த சட்டத்திருத்தம் ஊழலை ஒழிக்கும் நடைமுறைகளில் உள்ள சிக்கல்களைக் களையவில்லை என்பதால், கடும் விமர்சனங்களையும் எதிர்கொண்டிருக்கிறது.

பொதுப் பயன்பாட்டுக்கான ஒன்றைச் சொந்தப் பயன்பாட்டுக்கு மட்டும் சுயாதீனப்படுத்துவதோ, வருவாய்க்குப் பொருத்தமில்லாமல் சொத்துகளைச் சேர்ப்பதோ குற்றம் என்று சட்டத்திருத்தத்தில் தெளிவுபடுத்தப்பட்டுள்ளது. பதவிவகித்த காலத்தில், தான் சேர்த்த சொத்து, எந்தெந்த வருமானங்கள் மூலம் வாங்கப்பட்டது என்று ஒருவரால் நிரூபிக்க முடியவில்லை என்றால், அதை 'உள்நோக்கத்துடன் சொத்து சேர்த்ததாக அனுமானித்துக்கொள்ளலாம்' என்று திருத்தப்பட்டிருக்கிறது.

இலஞ்சம் வாங்குவது குற்றம் என்பதைப் போல கொடுப்பதும் குற்றம் என்பதால், கொடுப்பவர்களையும் தண்டிக்க வேண்டும் என்பது ஐக்கிய நாடுகள் சபை ஆதரவில் நடந்த மாநாட்டில் எடுக்கப்பட்ட முடிவு. ஆனால், இலஞ்சம் கொடுக்க ஒருவர் நிர்ப்பந்திக்கப்பட்டால், கொடுத்தவரைத் தண்டிக்கத் தேவையில்லை என்று அதற்கு விதிவிலக்கு அளிக்கப்பட்டிருக்கிறது. இந்த விதிவிலக்கு கடும் விவாதங்களை எழுப்பியிருக்கிறது. காவல் துறையோ, வேறு அதிகாரியோ இலஞ்சம் கேட்டது தொடர்பாக மக்கள்

அளிக்கும் புகார்களைப் பதிவுசெய்ய மறுத்துவிட்டால் என்ன செய்வது? அதுமட்டுமல்ல, நான் கேட்டபடி இலஞ்சம் தராததுடன் மேல் அதிகாரியிடம் போய் புகார் செய்தாயா என்றும் சில ஊழல் அரசு அலுவலர்கள் மிரட்டக்கூடும்.

இந்தத் திருத்தத்திலேயே ஏற்க முடியாத மற்றொன்று, உரிய மேலதிகாரியின் ஒப்புதலைப் பெற்ற பிறகுதான் ஊழல் புகார் மீதான விசாரணையைத் தொடங்க வேண்டும் என்பது. வழக்கு நடத்த மேலதிகாரியின் அனுமதி தேவை என்று ஏற்கெனவே சட்டம் இருக்கிறது. அப்படி இருக்கும்போது விசாரணைக்கும் மேலதிகாரியின் ஒப்புதல் தேவை என்பது ஏற்க முடியாததாக இருக்கிறது. வீணான லஞ்சப் புகார்களால் அரசு அதிகாரிகள் அலைக்கழிக்கப்படக் கூடாது என்பதை ஏற்கும் அதே வேளையில், ஊழலுக்கு எதிரான சட்ட நடைமுறையில் இத்தனை நிபந்தனைகளையும் கட்டுப்பாடுகளையும் விதிப்பது சரியல்ல.

இலஞ்சம் கேட்டார்கள் என்று புகார் தருவோருக்கு உரிய பாதுகாப்பை அளிக்காமல், ஊழலை ஒழிப்பதாகச் சொல்வது வெறும் பெயரளவுக்கானதாகவே இருக்கும். இலஞ்சம் கேட்பவர்களும் வாங்குகிறவர்களும் சட்டப்படி உடனுக்குடன் தண்டிக்கப்பட வேண்டும். லஞ்சக் குற்றச்சாட்டுகளை விசாரிக்க லோக்பால் அல்லது லோக்ஆயுக்தாக்கள் நியமிக்கப்பட வேண்டும். இந்த விசாரணைகள் உரிய காலவரம்புக்குள் விசாரிக்கப்பட்டு தீர்ப்புகள் வழங்கப்படுவதும் முக்கியம். அப்போதுதான் ஊழல் ஒழிப்புச் சட்டத்தின் நோக்கம் நிறைவேறும்.

14. ஊழலையும் இலஞ்சத்தையும் ஒழிக்க ஆலோசனைகள்

உழைப்பு, கட்டுப்பாடு, நேர்மை, நீதி, கண்ணியம் ஆகியவற்றைப் புறந்தள்ளி பணம் ஒன்றே பிரதானம் அதை எப்படி வேண்டுமானாலும் திரட்டலாம், அரசுக்குப் போட்டியாக திறமையிருந்தால் அச்சடித்துக் கொள்ளவும் செய்யலாம். அவற்றை வெளிநாடுகளில் கருப்புப் பணமாகப் பதுக்கி வைத்துக் கொண்டு அதைக் காட்டியே இதர நாடுகளில் இடம் பிடித்து ஆதிக்கம் செலுத்தலாம் என்ற நிலை உருவாக்கப்பட்டதன் மூலம் அது ஓரளவு ஏற்புடையது தான் என்று மக்கள் நம்பும் முறையில் பிரச்சாரமும் செயல்பாடும் உள்ளது. இந்தப்பணி சமுதாயத்தின் மேல்மட்டத்திலுள்ள அரசு அதிகாரிகள், அரசியல்வாதிகள் நடவடிக்கைகளே வசதியைத் தேடுகின்ற மக்களுக்கு நல்ல வழிகாட்டியாக உள்ளது. எனவே துணிவு பெற்றவர்கள் தமது தவறான செயல்கள் வெற்றிதரும் என்ற தன்னம்பிக்கையில் இலஞ்சம் கொடுத்து ஊழலை ஊக்குவிக்கின்றனர். மனிதன் மனிதனாக வாழ்வதற்குத் தன்னம்பிக்கை வேண்டுமென்று பிரச்சாரம் செய்கின்ற செயல் ஒரு புறமிருக்க தவறான முறைகளும் தன்னம்பிக்கையிருந்தால் செயல்பட முடியும் என்று ஊழலையும் லஞ்சத்தையும் ஊக்குவிக்கின்றனர்.

சமூகம் மனிதத் தன்மையுடன் கூடிவாழும் பண்பிழந்து தனிமனிதச் சுதந்திரச் சிந்தனையுடன் வாழலாம் என்று

குழந்தை முதல் பயிற்சி அளிக்கப்பட்டு வருகின்ற உண்மையைப் பார்க்கத் தவறிவிட்டோம். கூடிவாழும் பண்பு அறவே அற்றுப்போகும் முறையில் கல்வியளிக்கப்படுகிறது.

1. கல்வித்துறையில் மாற்றம் வேண்டும்
2. மனித மனங்களின் சீரழிவிலிருந்து விடுவிக்க வேண்டும்.
3. சட்டங்களில் மாற்றம் வேண்டும்.
4. ஊழல் இலஞ்சம் சமுதாயக் கேடு என்பதை உணர்ந்திட வேண்டும்.
5. மந்திரிமார்கள் பொய்பேசுவதைத் தவிர்க்க வேண்டும்.
6. இலஞ்சம் பெற்ற அதிகாரிக்கு தண்டணை தருவதில் பாதியளவு கொடுத்தவருக்கு அளிக்க வேண்டும்.
7. ஊழல் செய்ய உதவிய அதிகாரிக்கு அளிக்கும் தண்டனையில் பாதி அதற்கு உதவி செய்தவருக்கு அளிக்க வேண்டும்.
8. அரசியல் கட்சிகள் சிறியவை, பெரியவை என்றில்லாமல் பதிவு பெற்றவை சம அந்தஸ்துள்ளதாகக் கருதப்பட வேண்டும்.
9. கூட்டணி அமைப்புக்கள் யாவும் சம உரிமை பெற்றவைகளாகத் திகழ வேண்டும்.
10. முதலாளித்துவத்திற்கு உச்ச வரம்பு நிர்ணயிக்க வேண்டும்.
11. மதச்சார்பின்மை என்று சொல்வதைத் தவிர்த்து மதங்களின் ஜனநாயக உரிமைக் காக்கப்பட வேண்டும்.
12. ஒரு மனிதனின் நியாயமான உரிமையில் மற்றவர் தலையிடாமல் இருக்க வேண்டும்.

13. கட்சித் தலைவர்களின் சொந்தமான அல்லது பொதுவான ஆசைகளை மக்கள் மீது திணிக்கக்கூடாது.

இரண்டிற்கும் அடிப்படைக் காரணங்கள் ஒன்றுதான் அதுதான் பேராசை. அதைப் போக்குவதைப் பற்றி சிந்திப்பதற்கு முன் பேராசை ஏன் தோன்றியது என ஆராய வேண்டும். பல்வேறு சமூக காரணங்களே ஒரு மனிதனுக்கு பேராசை ஏற்படக் காரணம். அதற்காக சமூகத்தை குற்றம் சொல்ல முடியாது. தனிப்பட்ட மனிதனின் குற்றமாக இருக்கலாம். ஆனால் காலத்தினால் அது சமூகத்தின் தூண்டுதலாகவும் இருக்கலாம். எனவே தனிமனிதர்களைக் கொண்டதுதான் சமுதாயம் எனும்போது, தனிமனித குற்றமும் சமுதாய குற்றமாகிறது. எனவே தனி மனிதனுக்கு நல்லது கெட்டது எதுவென கற்றுத் தரப்பட்டிருக்க வேண்டும். இது இடையிலே சாத்தியமல்ல. சிறு குழந்தை முதல் செய்ய வேண்டியது.

வாழ்க்கையைப் பற்றியும், வாழும் முறை பற்றியும் அறியாததே இதற்கு காரணம். நாம் வாழ்ந்த பின்னும் நம் பேரை மறவாமல் மக்கள் மனதில் போற்றும்படி இருப்பதே நல்ல வாழ்க்கை. இது அனைவருக்கும் சாத்தியமான ஒன்றா என்றால் இல்லை. ஆட்சி அதிகாரத்தாலோ, அமைப்புகளின் தலைமைப் பொறுப்பிலோ நியாயமாக நடந்தால்தான் சாத்தியம். மற்றவர்கள் தங்களால் தங்கள் செயல்பாட்டினால் நாடு என்ற அளவில் புகழ் பெற இயலாவிடினும், தாங்கள் வசிக்கும் ஊர் என்ற அளவிலாவது முயற்சிக்க வேண்டும். அதுவும் இயலாதவர்கள் யாருக்கும் தீமை தராமல் வாழப் பழகினாலே போதும்.

இந்த எண்ணம் ஒருவருக்கு ஏற்பட வேண்டுமானால் அடிப்படையில் சில குணநலப்பேறுகளை கடைபிடிக்க

வேண்டும். சிறுவயது முதலே ஒருவனுக்கு நல்லது, கெட்டது எதுவென கற்றுத்தந்து வளர்க்க வேண்டும். அதைவிடுத்து நன்றாக வளர்ந்து தவறான வழியில் வாழ்ந்து கொண்டிருக்கும்போது நல்லது இதுவென சொல்லி மாற்ற இயலுமா?

தன்னையும், உண்மையும், நியாய தர்மங்களையும் ஒருவர் உணர்ந்தால் மட்டுமே இது சாத்தியம். இதைத்தான் "தன்னையறிய தனக்கொரு கேடில்லை" என மகான்கள் சொல்லியுள்ளனர். எனவே இலஞ்சம், ஊழல் மட்டுமல்ல சினம், கடும்பற்று, உயர்வு-தாழ்வு மனப்பான்மை, முறையற்ற பால்கவர்ச்சி, இலஞ்சம் போன்ற குணங்களைப் பற்றிய அறிவும், விழிப்புணர்வும் கற்றுத்தந்து வளர்த்தாலே போதும். பிற்காலத்தில் அந்த குழந்தை நன்மக்களாய் வளர்ந்து வீட்டிற்கும் நாட்டிற்கும் பெருமை சேர்க்கும் என்பதோடு மனிதகுலம் பெருமைப்படும் வகையில் செயல்படும். எனவே வளர்ப்பு முறைதான் இவை அனைத்திற்கும் அடிப்படை என்பதை உணர்ந்து, குழந்தை பருவத்தில் கல்வியில் தெளிவாக உணர்த்தி வளர்த்தலே சிறப்பு. தவறு செய்தபின் தண்டனை செய்வதைவிட தவறு செய்யாமல் இருப்பதும், தவறு செய்ய தூண்டாமல் இருப்பதுமே சிறந்தது.

அருட்தந்தை, தத்துவஞானி வேதாத்திரி மகரிஷி எனும் மகான் அவர்களின் வழிகாட்டுதல்படி மனித வாழ்வின் துன்பங்களுக்கு அடிப்படைக் காரணங்களாக 6 குணங்களைக் கூறுகிறார். அவை பேராசை, சினம், கடும்பற்று, முறையற்ற பால்கவர்ச்சி, உயர்வு-தாழ்வு மனப்பான்மை, இலஞ்சம் போன்றவை. ஒருவன் தான் செய்யும் செயலை ஆராய்ந்து அதில் யாருக்காவது பாதிப்பு ஏற்படுமா என உறுதி செய்ய வேண்டும். அதற்காக மகரிஷி அவர்கள் இரண்டொழுக்க பண்பாடு என்ற ஒன்றை வகுத்துள்ளார். இதை ஒரு மனிதன்

கடைபிடித்தாலே போதும் வாழ்க்கையில் சிறந்து விளங்க முடியும். அவை.

1. நான் எனது வாழ்நாளில் யாருடைய உடலுக்கும் துன்பம் தர மாட்டேன் என்று உறுதியளிக்க வேண்டும்.
2. துன்பப்படும் உயிர்களுக்கு என்னால் முடிந்த உதவிகளைச் செய்வேன் என்று வாக்குறுதி கொடுக்க வேண்டும்.
3. ஒரு செயல் தவறானது என்பதை ஒருவர் எப்படி உணர முடியும்? அதற்கும் மகரிஷி வழி சொல்லியுள்ளார். ஒரு செயல் தனக்கோ, பிறர்க்கோ, தற்காலத்திலோ, பிற்காலத்திலோ, உடலுக்கோ, மனதிற்கோ, துன்பம் தராமல் இருக்க வேண்டும். அதுவே நல்ல செயலாகும்.
4. ஒரு பணியை செய்வதற்காக ஊதியம் தரப்படுகிற போது அதையும் மீறி அந்தப் பணியை செய்வதற்கு கூடுதலான பணத்தை தவறான வழியில் கேட்டுப்பெற (இலஞ்சம்) முயற்சிப்பது பாவமான செயலாகும். ஒரு பணியை முடிக்க அரசு நிர்ணயிக்கும் தொகையில் பாதி பொருட்களை மட்டும் வைத்து முழு வேலையையும் அரைகுறையாக முடித்து முழுவேலைக்கான பணத்தையும் பெறுவது என்பதும் (ஊழல்) ஒரு பாவமான செயலாகும். அதுபோல ஒரு பொருளுக்கு உண்டான தொகையைவிட அதிக விலைக்கு அரசுக்கு விற்று அதன் பலனை விற்பனையாளரிடமிருந்து பெற்றுக்கொள்வதும் (ஊழல்தான்) பாவமான செயலாகும்.

5. தான் செய்வது பாவம் என்றுகூட அறியாமல் ஒருவர் இருப்பது எவ்வளவு பெரிய அறியாமை. படித்தவர்கள் செய்யும் ஊழலும், இலஞ்சம் பெறுதலும் தான் தற்கால சமுதாயத்தில் பெரும் பங்கு தீமையாக இருக்கிறது. எனவே படித்தவர்கள் முட்டாள்களாக, அறியாமை மனிதர்களாக, பாவம் செய்பவர்களாக இருக்கிறார்கள் என நினைக்கும்போது வேதனையாக இருக்கிறது. இதைத்தான் பாரதியார் "படித்தவன் சூழ செய்தால் போவான், போவான், ஐயோவென்று போவான்" என்றார். காரணம் சமூகத்தை ஏமாற்றி செய்யும் எதுவும் சரியானதல்ல. அதற்கு காலம் தான் பதில் சொல்ல வேண்டும். "காத்திருப்போம் காலமதின் பதிலுக்கு".

6. ஊழலால் லஞ்சமா, லஞ்சத்தால் ஊழலா என்பது முட்டையிலிருந்து குஞ்சா, குஞ்சிலிருந்து முட்டையா என்பதற்கு ஒப்பாகும். லஞ்சமும் ஊழலும் இரட்டைப் பிறவிகள் எனலாம்.

7. சாப்பிட மறுக்கும் குழந்தைக்கு சாப்பிட்டவுடன் சாக்லெட் தருவேன் என்பதும், பள்ளி செல்ல மறுக்கும் மாணவ மாணவிகளுக்கு பள்ளி சென்று திரும்பினால் அள்ளித் தருவேன் அவர்களுக்குப் பிடித்தமானவற்றை என்பதும் ஒரு வகை இலஞ்சம் தான். பிஞ்சு உள்ளங்களில் லஞ்ச உணர்வுகளை ஊட்டுவதைத் தவிர்க்க வேண்டும்.

8. பள்ளி ஆசிரியர்க்குப் பிடித்தமானவற்றை பெற்றோர்களை நச்சரித்துப் பெற்று அளித்து வீட்டுப் பாடம் எழுதாமையை கண்டிக்காமல் இருக்கவும், மதிப்பெண்கள் அதிகம் போடவும் ஆசிரியர்களை

ஊக்குவிக்கும் செய்கைகளும் பள்ளிப் பருவ இலஞ்சம். இப்போக்கும் தவிர்க்கப்பட வேண்டும்.

9. அடுத்து அரசு அலுவலகங்கள், இன்னென்ன கோரிக்கைகள் நிறைவேற்றப்பட இன்னென்ன ஆவணங்கள் இணைக்கப்பட வேண்டும் என அலுவலக விளம்பரப் பலகைகளில் எழுதி வைக்கப்பட வேண்டும். குறிப்பிட்ட கோரிக்கைகள் நிறைவேற்றப்படும் குறைந்த பட்ச அதிக பட்ச கால வரம்பு என்ன என்பதும் அறிவிக்கப்பட வேண்டும். குறிப்பிட்ட காலக்கெடுக்குள் கோரிக்கைகள் நிறைவேற்றப்படாவிட்டால் தொடர்புடைய அலுவலர்கள் மீது ஒழுங்கு நடவடிக்கை எடுக்கப்பட வேண்டும்.

10. அடுத்து கட்டுமான ஊழல்கள். ஒவ்வொரு பணிக்கும் பல்வகை செலவு விகிதங்கள் ஷெட்யூல் ஆஃப்ரெட் என்று ஆண்டுதோறும் வரையறுக்கப்படுகின்றன. இவை தயாரிக்கப்படுவதே காண்டிராக்டர்கள், அளவு மேற்கொள்ளும் ஆய்வர்கள். மேலளவை செய்யும் பொறியாளர்கள் ஆகியோர் குறிப்பிட்ட அளவு பயன்பெறும் விதத்தில் நிர்ணயிக்கப்படுகின்றன. உதாரணமாக ரூ. 1000 மதிப்பீடு என்றால் பணியின் அளவு ரூ. 700 தான் எஞ்சிய ரூ. 300 மேற்கண்டவாறு பங்கு பிரிக்கப்பட அனைத்து ஷெட்யூல் ஆஃப்ரெட்டுகளையும் ஆய்வு செய்து மாற்றியமைக்க திறன்மிக்கப் பொறியாளர்களைக் கொண்டு குழு நியமித்து சரியான அளவில் நிர்ணயம் செய்யப்பட வேண்டும்.

11. அலுவலக நடைமுறைகளை எளிதாக்க வேண்டும். குறிப்பிட்ட ஒரு கோரிக்கை நிர்ணயிக்கப்பட்ட

ஆவணங்களுடன் சரியான முறையில் இருந்தால் தபால் பார்க்கும் அதிகாரியே அதில் அனுமதிக்கப்பட்டது, வழங்கப்பட்டது போன்ற ஆணைகளை பிறப்பித்தால் கீழ்ப்பணியாளர்கள் ஆணைகளை உடன் தயாரித்து அனுப்பி விடலாம். மாறாக அடிமட்டத்தில் எழுத்தர் அலுவலகக் குறிப்பு தயாரித்து பிரிவுத் தலைவர் பார்வையிட்டு அதிகாரிக்கு ஒப்புதலுக்கு அனுப்பி, ஒப்புதல் கிடைத்த பின்னர் மறுபடியும் வரைவு ஆணை தயாரித்து பிரிவு அலுவலர் மூலம் அதிகாரிக்கு அனுப்பி ஆணையில் கையொப்பம் பெறும் நடைமுறை சிவப்பு நாடா எனப்படும் சிக்கலான நடைமுறை இலாகா வாரியாக இயன்ற வரை இம்முறையை மாற்றியமைக்க வேண்டும்.

12. அரசியல்வாதிகளிடம் ஊழல் இலஞ்சம் நிலவுவது ஜனநாயத்திற்கே ஆபத்து. தேர்தல் சமயம் வாக்காளர்கள் விழிப்புணர்வுடன் ஊழல் அரசியல்வாதிகளை வாக்குச் சீட்டு மூலம் விரட்டியடிக்கலாம். வாக்களிக்கவே பணம்பெறும் ஒரு சில மக்கள் இதற்குத் தடையாக இருப்பார்கள். இந்தப் போக்கும் மாற வேண்டும்.

இதற்கான தீர்வு தான் என்ன

1. முதலில் நமது உரிமைகளை நாம் கேட்பதற்கு, நமது கடமைகளைச் செய்ய வேண்டும்.
2. இந்தியா நம் நாடு என்பதை உணரவேண்டும்.
3. இது நமது கடமை. இது நமது லட்சியம். இது நமது நோக்கம். என்பதை உணர்ந்து நடக்க வேண்டும்.

4. அடுத்த தலைமுறையிலாவது நமது சங்கதிகள் ஊழல் இலஞ்சம் இல்லாத இந்தியாவில் வாழ வேண்டும்.
5. அதற்கு ஊழலை ஒழிக்க வேண்டும். லஞ்சத்தை தடுக்கவேண்டும். அதற்கான முயற்சிகளை நாம் முன் எடுக்கவேண்டும்.
6. அரசு அலுவலகத்தை நோக்கி பொதுமக்கள் என்பதை மாற்றி பொதுமக்களை நோக்கி அரசு அலுவலகமாக மாற்ற வேண்டும்.
7. அரசியல்வாதிகளை நோக்கி தொண்டர்கள் என்பதை மாற்றி தொண்டர்களை நோக்கி அரசியல்வாதிகளாக மாற்றவேண்டும்.
8. ஊழல் செய்யும் அரசியல் தலைவர்களை தொண்டர்கள் புறம் தள்ளவேண்டும். மக்கள் புறக்கணிக்கவேண்டும்.
9. மக்களுக்கான அரசாக மாற்ற மக்களாகிய நாம் போராடவேண்டும். அதுவும் ஊழல் இலஞ்சம் என்றால் உடனே களத்தில் குதிக்கவேண்டும்.
10. ஊழல் செய்யும் ஆட்சியாளர்களை மக்கள் மன்றத்தின் முன் நிறுத்தவேண்டும். அநீதி இழைக்கப்பட்டமக்களுக்கு நியாயம் கிடைக்க போராடவேண்டும்.
11. இலஞ்சம் வாங்கும் அரசு அதிகாரிகளை நீதி மன்றம் முன் நிறுத்தி தண்டனை பெற்றுத்தர வேண்டும். நம்மாள் முடியும்.
12. கூட்டு முயற்சிக்கு உத்தரவாதம் உண்டு. உறுதியும் உண்டு. மக்கள் போராட்டத்திற்கு வலிமை உண்டு. இந்தியா ஜனநாயக நாடு போராட அதிகாரம் உண்டு போராடுவோம்.
13. நியாயம் கேட்போம். களம் அமைப்போம்.

14. ஊழலுக்கு எதிராக மக்கள் மத்தியில் விழிப்புணர்வு ஏற்படுத்தவேண்டும்.
15. இந்தியாவில் இளைஞர்களை தட்டி எழுப்பவேண்டும்.
16. மாணவ மாணவியர்களுக்கு ஊழலைப்பற்றியும் அதன் விளைவுகளைப்பற்றியும் பயிற்சி அளிக்கப்படவேண்டும்.
17. இந்தியா வல்லரசாகுவதை விட நல்லரசாக்க முயற்சிக்கவேண்டும். அதற்கு ஊழலற்ற நாடாக ஊழற்ற மாநிலமாக ஊழலற்ற அரசாக மாற்றவேண்டும்
18. இந்தியா வல்லரசாகிவிடும்' என பகல் கனவு கண்டால் போதாது, அதைநோக்கிய முதல் அடியை நாம் தான் எடுத்துவைக்கவேண்டும்.
19. நமது சமூகத்தில் உள்ள ஊழல் என்னும் சீரற்ற வீக்கங்களைச் சரி செய்தால் தான், வளர்ச்சிப்பாதையில் நம்மால் பயணிக்க முடியுமென்றால். முதலில் நோயின் காரணத்தை, அதன் வீரியத்தை புரிந்துகொண்ட பின் அதற்குத் தீர்வு தேடுவது தானே முறையாகும். அப்படியென்றால் முதலில் ஊழலை ஒழிக்கும் மருத்துவரை உருவாக்கவேண்டும். அந்த மருத்துவர்கள் இளைஞர்களாக இருக்கவேண்டும். புது இரத்தம் பாய்ச்சிய மருத்துவ இளைஞர்களை கொண்டு இந்தியாவில் ஊழலை ஒழிக்க வேண்டும். லஞ்சத்தை ஒடுக்க உறுதிமொழி ஏற்க வேண்டும்.
20. சாதியவாதம், மதவாதம், இனவாதம், மொழிவாதம், தடைசெய்யப்பட்ட நாடாக இந்தியா.! என்று வந்தால் தான் ஜனநாயகம் தழைக்கும். மனு தர்மம் காக்கும். நீதி நிலைக்கும். “மனிதன் வாழ்வான் மனிதனாக”...ஊழல் ஒழியும் இலஞ்சம் காணமல் போகும்.

அரசுக்கு வலியுறுத்த வேண்டிய ஆலோசனைகள்

- அனைத்து துறைகளிலும் இலஞ்சம் மற்றும் ஊழலை கட்டுப்படுத்த, லோக் ஆயுக்தாவை உடனே அமல்படுத்த வலியுறுத்தவேண்டும்.
- தமிழகத்தில் மது விலக்கு அமல் படுத்த கோரி போராட வேண்டும்.
- கல்வியுடமையை அரசே எடுத்து நடத்த வலியுறுத்தவேண்டும்.
- கல்வி கொள்ளையை தடுக்கப்போராட வேண்டும்.
- மணல் கொள்ளையை தடுக்கப்போராட வேண்டும்.
- இயற்கையை சீரழிக்கும் எந்தவிதமான செயல்களையும் எதிர்க்க வேண்டும்.
- மணல் கொள்ளையர்களை சட்டத்திற்கு முன் சரணடைய செய்ய போராட வேண்டும்.
- மக்கள் வாழ்வாதரத்திற்கு பங்கம் விலைவிக்க கூடிய எவராக இருந்தாலும் ஜனநாயக வலிமையைபயன்படுத்தி போராட்ட களம் அமைக்க வேண்டும்.
- மக்களுக்கு பாதிப்படைய காரணமான விலைவாசி உயர்வை கட்டுப்படுத்த அரசுக்கு கோரிக்கை வைக்க வேண்டும்.
- வறுமை ஒழிய பல திட்டங்களை அரசுக்கு ஆலோசனைகளை வழங்க வேண்டும்.
- அநீதி இழைக்கப்பட்ட மக்களுக்கு குரல் கொடுப்பதும் போராடுவது, நியாயம் கிடைக்கும் வரை போராட வேண்டும்.
- மக்களின் பொது நல சேவைகளுக்காக, மக்களின் அடிப்படை தேவைகளுக்காக இயற்கை சீற்றம்

ஏற்பட்டால் மனித நேய அடிப்படையில் பாதிப்படைந்த பகுதிக்கு சென்று உதவி புரியும் மக்களை மீட்க உதவ போராட வேண்டும்.

- சாலை விபத்துகள் நடக்காத வண்ணம் சாலையோரங்களில் விழிப்புணர்வு பாதகைகள் வைக்க ஏற்பாடு செய்யப்பட வேண்டும்.
- விபத்தினால் பாதிப்புக்குள்ளானவர்களுக்கு உடனே இரத்தம் கொடுக்கவும் உயிர்காக்கவும் உதவி புரிய போராட வேண்டும்.
- மருத்துவ முகாம்களை நடத்தி நோயற்ற வாழ்வு வாழ ஏற்பாடு செய்யப்பட வேண்டும்.
- இந்தியாவின் வளர்ச்சிக்கு தொடர்ந்து பாடுபட, தேசம் காக்க போராட வேண்டும்.
- நாம் நன்றாக வாழக்கூடிய ஒரு தேசமாக மாறவேண்டுமென்றால் முதலில் ஒழிக்க வேண்டியது ஊழல், இலஞ்சம், என்பதைக் கருத்தில் கொண்டு மக்கள் பணிகளை தொடர்ந்து முன்னெடுக்க வேண்டும்.
- ஊழலுக்கு எதிராக மக்களுக்கு நண்பனாக என்ற வாசகம் அடங்கிய சமூக பணிகளை மேற்கொள்ள வேண்டும்.

15. இந்தியாவில் ஊழலுக்கு எதிரான சட்டங்கள்

1. இந்திய தண்டனைச் சட்டம், 1860.
2. ஊழல் தடுப்புச் சட்டம், 1988.
3. வருமான வரிச்சட்டம், 1961ன் படி வருமானவரி ஏய்ப்பு வழக்கு தொடரலாம்.
4. இரவல் (பினாமி) பெயரில் சொத்து பரிமாற்றங்கள் தடுப்புச் சட்டம், 1988.
5. பணச்சலவை தடுப்புச் சட்டம், 2002.
6. அன்னிய செலாவணி மோசடி தடுப்புச் சட்டம்.
7. மருந்துகள் மற்றும் உணவு கலப்படத் தடைச் சட்டம்.
8. இந்திய நுகர்வோர் பாதுகாப்புச் சட்டம், 1986.

1. இந்திய தண்டனைச் சட்டம்-1860

இந்திய தண்டனைச் சட்டம் (INDIAN PENAL CODE) குற்றவியல் சட்டத்தின் அனைத்து பிரத்தியேக அம்சங்களையும் கணக்கில் கொண்டு அமைக்கப்பட்டது. இது 1860 ல் வரையப்பட்டு 1862 ல் பிரித்தானிய ஆட்சியின் போது காலனித்துவ இந்தியாவில் அமலுக்கு வந்தது. இது பல முறை திருத்தம் செய்யப்பட்டு, இப்போது மற்ற குற்றவியல் விதிமுறைகளையும் தன்னுள்ளே கொண்டு விரிவடைந்துள்ளது. இந்திய தண்டனைச் சட்டத்தின் வரைவு "மெக்காலே பிரபு" தலைமையில் இயங்கிய முதல்

சட்ட ஆணையத்தால் தயாராக்கப்பட்டது. இது இங்கிலாந்து சட்டத்திலிருந்து அவ்வூரின் தனித்தன்மையைகளை விடுத்த பின் வந்த சட்டத்தை அடிப்படையாக கொண்டது. பிரெஞ்சு தண்டனைச் சட்டம் மற்றும் லூசியானாவின் லிவிங்ஸ்டன் சட்டத்திலிருந்து ஆலோசனைகள் எடுக்கப்பட்டு இது வரையப்பட்டது.

இந்திய தண்டனைச் சட்டம் 1837 ஆம் ஆண்டு சபையில் இந்திய கவர்னர் ஜெனரலிடம் சமர்ப்பிக்கப்பட்டது. ஆனால் அது இந்திய சட்டவரையறை புத்தகதில் இடம் பெற 1860ஆம் ஆண்டு வரை காத்திருக்க வேண்டி இருந்தது. இது அக்காலத்தில் நடைமுறையில் இருந்த சட்டங்களில் சிறந்ததாக கருதப்பட்டது. இது முக்கிய திருத்தங்கள் இல்லாமல் பல சட்ட வரம்புகளில் 150 ஆண்டுகளுக்கு மேலாக இருந்து வருகிறது. மெக்காலேயின் காலத்தில் இல்லாத தொழில்நுட்பம் சம்பந்தப்பட்ட நவீன குற்றங்கள் கூட இச்சட்டத்தின் கீழ் எளிதாக இடம்பெறுகிறது.

ஊடகம் சார்ந்து இந்திய தண்டனைச் சட்டம் 1860, கீழ்க்கண்ட குற்றங்களை உள்ளடக்கியுள்ளது.

பிரிவு 124A: இராஜ துரோக குற்றம்

சட்டபூர்வமாக இந்தியாவில் அமைக்கப்பட்டுள்ள அரசாங்கத்திற்கு எதிராக வெறுப்பையும் விரோத உணர்ச்சியையும் தூண்டி விடுவதற்காக எழுத்தால் பேச்சால் ஜாடையால், படத்தால் அல்லது வேறு எந்த விதமாகவாது காரியம் ஆற்றுவது குற்றமாகும்.

இந்த குற்றம் புரிபவர்களுக்கு ஆயுள் தண்டனையுடன் அபராதமும் விதிக்கப்படலாம் அல்லது 3 ஆண்டு சிறைக்காவலும், அபராதமும் விதிக்கப்படும்.

விளக்கம்

- விரோதம்- தேசத்துரோகத்தையும் குறிக்கும்.
- சட்டத்துக்கு உட்பட்டு அரசாங்கத்தின் செயல்களை குறை கூறுவதும் கண்டிப்பதும் குற்றமாகாது.
- ஜனநாயக மரபுகளின் படி அரசின் நிர்வாக முறைகளைப் பற்றியும் கண்டனம் தெரிவிப்பது குற்றமாகாது.

பிரிவு 153A(1)

பேச்சாலோ எழுத்தாலோ அல்லது சைகையாலோ, மத இன மொழி சாதி சமய சம்பந்தமான விரோத உணர்ச்சிகளைத் தூண்டி விட முயற்சி செய்வது குற்றமாகும். குற்றத்தினை புரிபவர்களுக்கு 5 ஆண்டு வரை சிறைக்காவலுடன் அபராதமும் தண்டனையாக விதிக்கப்படும்

பிரிவு 153B(1)

பேச்சு எழுத்து அல்லது சைகை அல்லது காணத்தகும் பொருள்களின் மூலமாகவாவது அல்லது வேறெந்த விதத்திலாவது

A. ஒரு சமய இன மொழி அல்லது சாதி சமூகம் ஆகியவற்றில் உறுப்பினராக இருக்கின்ற காரணம் காட்டி எவரேனும் சட்ட ரீதியாக நிறுவப்பட்டுள்ள இந்திய அரசிடம் உண்மையான நம்பிக்கையோடும் விசுவாசத்தோடும் இருக்க முடியாது அல்லது இந்திய அரசாட்சியின் உரிமையும் முழுமையாக நிலை நிறுத்த முடியாது என்கிற வகையில் குற்றச்சாட்டை செய்தாலும் சுமத்தினாலும்

B. சமய இன மொழி அல்லது பிராந்திய குழு சாதி, சமூகம் அல்லது பிரிவு எதனிலேனும் உறுப்பினராக

காரணம் காட்டி எவருக்கேனும் இந்தியாவின் குடிமக்கள் என்ற முறையில் அவர்களுக்குள்ள உரிமைகள் மறுக்கப்பட வேண்டும் பறிக்கப்பட வேண்டும் என்று உரைக்கிற அல்லது ஆலோசனை சொல்கின்ற பிரசாரம் செய்கின்ற அல்லது வெளியிடுகின்ற

C. சமய இன மொழி அல்லது பிராந்திய குழு சாதி, சமூகம் அல்லது பிரிவு எதனிலேனும் உறுப்பினராக காரணம் காட்டி எந்த ஓர் உறுப்பினருக்குரிய கட்டுப்பாடு பற்றி உரைத்தல், ஆலோசனை, கோரிக்கை அல்லது வேண்டுகோள் எதையேனும் வெளியிடுதல் ஆகியவற்றால் அந்த வகுப்பினருக்கும் மற்றவர்களுக்கும் இடையே ஒற்றுமையின்மை பகை உணர்ச்சி அல்லது குரோதம் அல்லது வெறுப்பை உண்டாக்கும் விதத்தில் கோரிக்கை வேண்டுகோள், ஆலோசனை அறிவிப்பு வெளியிடுதல் போன்றவை குற்றமாகும்

மூன்று ஆண்டுகள் வரை சிறைக்காவல் அல்லது அபராதம் அல்லது இரண்டும் தண்டனையாக விதிக்கப்படும்.

பிரிவு 292

- ஆபாசமான புத்தகத்தை, விளக்கத்தை, படத்தை, ஓவியத்தை, பொருளை அல்லது அமைப்பதும் விற்பதும் வாடகைக்குத் தருவதும் பிறருக்கு வழங்குவதும் பொதுமக்களுக்குக் காட்டுவதும் பொது மக்கள் அடையும் படி செய்வதும், உருவாக்குவதும், உற்பத்தி செய்வதும் தம் வசம் வைத்திருப்பதும் குற்றமாகும்.

- அத்தகைய ஆபாசமான படத்தை மேலே சொல்லப்பட்ட காரணங்களுக்காக இறக்குமதி செய்வதும் ஏற்றுமதி செய்வதும் குற்றம்.
- மேலே கூறப்பட்ட ஆபாசப் பொருட்களை மேலே சொல்லப்பட்ட காரணங்களுக்காக உண்டாக்கும் உற்பத்தி செய்யும், வாங்கும், வைத்திருக்கும், இறக்குமதி ஏற்றுமதி செய்யும், பிறருக்கு வழங்கும் அல்லது பொது மக்களின் பார்வையில் படும்படி அல்லது காட்டும் படி வைத்திருப்பது இதன் மூலம் வியாபாரத்தில் லாபம் பெறுவதும் குற்றமாகும்.
- மேலே குறிப்பிட்டுள்ளபடி பிரிவின் கீழ் குற்றம் என்று கொள்ள தகும் எந்தக் காரியத்தையும் செய்கிறேன் அல்லது செய்யத் தயாராக இருக்கிறேன் என்று விளம்பரம் செய்வதும் பிறருக்கு அறிவிப்பதும் குற்றமாகும். இத்தகைய ஆபாசப் பொருட்கள் இன்னாரிடம் கிடைக்கும் என்று தெரியப்படுத்துவதும் குற்றமாகும்.
- இந்த பிரிவின் கீழ் குற்றம் செய்ய முயற்சிப்பதும் குற்றமாகும்.
- மூன்று மாத சிறைக் காவல் மற்றும் அபராதம் விதிக்கப்படும்.

விளக்கம்

மத சம்பந்தமான புத்தகம் வெளியீடு, எழுத்து, படம், ஓவியம் ஆகியவற்றிற்கும்; கோவிலில் அல்லது கோவில் ரதங்களில் பொறிக்கப்பட்டுள்ள செதுக்கப்பட்டுள்ள அல்லது உருவாக்கியுள்ளவற்றுக்கும் விளக்கப்பட்டுள்ளவையும் இந்த பிரிவில் பொருந்தாது.

பிரிவு 292A

292-ஆம் பிரிவுக்குத் தமிழ்நாடு அரசாங்கம் ஒரு திருத்தத்தை செய்கின்றது. அந்தத் திருத்தத்தின் படி இந்த குற்றத்துக்கு இரண்டு ஆண்டுகள் வரை சிறைக்காவல் அல்லது அபராதம் அல்லது இரண்டும் தண்டனையாக விதிக்கப்படும்.

பிரிவு 293

இதற்கு முன் சொல்லப்பட்ட பிரிவின்படி குற்றம் என்று கொள்ளத்தக்க ஆபாசப் பொருளை இருபது வயதுக்குக் குறைந்தவர்களுக்கு விற்பதும்; வாடகைக்கு கொடுப்பதும், வழங்குவதும், காட்டுவதும் அவர்கள் மத்தியில் புழங்க விடுவதும் அல்லது அவர்களிடையே இத்தகைய செயல்களைப் புரிவதற்கு முயற்சி செய்வதும் குற்றமாகும். இந்தக் குற்றத்துக்கு ஆறு மாதங்கள் வரை சிறைக் காவல் அல்லது அபராதம் அல்லது இரண்டும் தண்டனையாக விதிக்கப்படும்.

தமிழ்நாட்டில் கொண்டுவரப்பட்டுள்ள திருத்தப்படி பொருளை கொடுப்பது மட்டுமல்ல பரப்பினாலும் தண்டனைக்கு உரிய குற்றமாகும். 3 ஆண்டு வரை சிறைத்தண்டனை கொடுக்கப்படுகின்றது.

பிரிவு 294

பிறருக்குத் தொல்லை தரும் வகையில் பொது இடங்களில் பாடலை பாடினாலும், வாசகத்தை உச்சரித்தாலும், சொன்னாலும் மூன்று மாதம் வரை சிறைக்காவல் அல்லது அபராதம் அல்லது இரண்டும் தண்டனையாக விதிக்கப்படும்.

295A

மதவழிபாட்டில் ஈடுபடுவோரின் உணர்ச்சிகளை சீற்றமுற்று எழச் செய்ய வேண்டும் என்ற தீய கருத்துடன் வேண்டுமென்றே பேச்சாலோ, எழுத்தாலோ, அல்லது ஜாடையாலோ அவர்கள் மதத்தை அல்லது மத உணர்வுகளை புண்படுத்துவதும் அல்லது புண்படுத்த முயற்சி செய்வதும் குற்றமாகும். 3 ஆண்டு சிறைத்தண்டனை அபராதம் அல்லது இரண்டும் விதிக்கப்படும்.

2. ஊழல் தடுப்புச் சட்டம்,1988

ஊழல் மனப்பான்மை

உளவியல் நோக்கில் இலஞ்சம் பெறுவதும், அதை ஊக்குவிப்பதும், காரியம் ஆக பிறருக்கு இலஞ்சம் அளிப்பதும் மக்களிடம் உள்ள குறையே என்றால் அது மிகையாகாது, வருமானத்திற்கு அதிகமாக சொத்து சேர்த்து பெரும் பங்களா, ஆடம்பரக் கார், கணக்கற்ற சொத்து சேர்ப்பவர்களை நிந்தித்தால் ஒழிய அரசியல்வாதிகள், அதிகாரிகள், இடைத்தரகர்கள் மத்தியில் ஊழல் எண்ணத்தை ஒழிக்க முடியாது. ஊழல் தடுப்புச் சட்டம்,1988 இல் உள்ள முக்கிய பிரிவுகளை மட்டும் பார்ப்போம்.

அரசு பணியாளர் [பிரிவு. 2(C)]

அரசு பணியாளர் என்பவர்;

- அரசாங்கத்தின் பணியில் இருக்கும் அல்லது அதனிடம் சம்பளம் பெறும் அல்லது பொதுக்கடமை எதனையும் புரிவதற்காக அரசாங்கத்தால் கட்டணங்களாகவோ, தரகராகவோ பணியூதியம் வழங்கப்படும் நபர் எவரும்

- உள்ளாட்சி அமைப்பின் பணியில் இருக்கும் அல்லது அதனிடம் சம்பளம் பெறும் எவரும்
- மத்திய, மாகாண, மாநில சட்டத்தாலோ, அதன் வழியாலோ, நிறுவப்பட்ட கூட்டுருமத்தின் அல்லது அரசு நிறுவனத்தில் அல்லது அரசு நிதியுதவி பெறும் அமைப்பில் சம்பளம் பெறும் நபர்
- நீதிமுறை அலுவல் காரணமாக சட்டத்தால் அதிகாரமளிக்கப்பட்ட நபர்
- நீதி நிர்வாகம் தொடர்பாக கலைப்பதிகாரி, சொத்துப் பேணுநர் அல்லது ஆணையர் நபர் எவரும்
- நீதிமன்றத்தால் அல்லது பொது அதிகார அமைப்பால் முடிவு செய்வதற்காக, அறிக்கை செய்வதற்காக குறித்தனுப்பப்பட்டவர்
- தேர்தல் பணிக்காக அதிகாரம் அளிக்கப்பட்ட நபர் பொதுக்கடமைக்காக அதிகாரம் அளிக்கப்பட்ட நபர் மத்திய, மாநில சட்டத்தாலோ, அதன் வழியாலோ, நிறுவப்பட்ட கூட்டுருமத்தின் அல்லது அரசு நிறுவனத்தில் அல்லது அரசு நிதியுதவி பெற்று அவற்றில் ஈடுபட்டுள்ள ஒரு பதிவு பெற்ற கூட்டுறவு சங்க தலைவராக, செயலாளராக இருக்கும் நபர்
- பணியாளர் தேர்வாணையம், வாரியம், வாரியத்தின் சார்பு தேர்வு நடத்தும் தெரிவுக்குழுவில் உறுப்பினர் எவரும்
- பல்கலைக்கழக ஆட்சிக்குழு உறுப்பினர் எவரும் மத்திய, மாகாண, மாநில சட்டத்தாலோ, அதன் வழியாலோ, நிறுவப்பட்ட அரசு நிதியுதவி பெறும் அமைப்பில் சம்பளம் பெறும் நபர் ஆவார்.

அரசுப் பணியாளர் எப்பொழுது ஊழல் குற்றம் செய்ததாக கருதப்படுவார் [பிரிவு13] CRIMINAL MISCONDUCT BY A PUBLIC SERVANT

- அரசுப் பணியாளர் தமக்காகவோ அல்லது வேறு யாருக்காகவோ சட்டப்படியான பணி ஊதியம் அல்லாத கைக்கூலி எதிலாகிலும் தூண்டுகோலாகவோ வெகுமதியாகவோ எவரிடமிருந்தும் வாடிக்கையாக ஏற்பாராயின் அல்லது கேட்டுப்பெறுவாராயின், ஏற்க உடன்படுவாராயின் அல்லது கேட்டு பெறுவதற்கு முயல்வாராயின்
- தம்மால் செய்யப்பட்டிருக்கிற அல்லது செய்யப்படவிருக்கிற நடவடிக்கை அல்லது எதனோடும் தொடர்பு கொண்டிருக்கிற அல்லது தொடர்புடையவராக அநேகமாகத் தொடர்பு கொண்டிருந்திருக்கக் கூடுமென்று தாம் அறிந்துள்ள அல்லது தம்முடைய அல்லது தாம் எவர் கீழ் பணிபுரிகிறாரோ அந்த அரசுப் பணியாளருடைய அலுவல்முறைப் பதவிப் பணிகளுடன் தொடர்பு எதுவுமுடைய எவரிடமிருந்துதேனும் தமக்காகவோ அல்லது வேறு யாருக்காகவோ மறு பயனுக்காகவோ விலையுயர்ந்த பொருள் எதையேனும் வழக்கமாக தாம் ஏற்பாராயின் அல்லது கேட்டுப் பெறுவாராயின் அல்லது ஏற்க உடன்படுவாராயின் அல்லது கேட்டுப்பெற முயல்வாராயின்
- அரசுப் பணியாளர் என்ற முறையில் தம்மிடம் அல்லது தம் கட்டாளுகையின் கீழ் ஒப்படைக்கப்பட்ட சொத்து எதனையும் நேர்மையற்ற முறையிலோ அல்லது மோசடியாகவோ தாம் கையாடல் செய்வாராயின் அல்லது பிறவாறு தமது சொந்த பயனுக்காக மாற்றிக்

கொள்வாராயின் அல்லது பிறர் எவரையும் அவ்வாறு செய்ய அனுமதிப்பாராயின் அல்லது ஊழலான அல்லது சட்டமுரணான வழிகளின் மூலமாகத் தமக்காகவோ அல்லது வேறு யாருக்காகவோ விலையுயர்ந்த பொருள் அல்லது பணமதிப்புள்ள பயன் எதனையும் பெறுவாராயின் அல்லது

- அரசுப் பணியாளார் என்ற தமது பதவி நிலையைத் தவறாகப் பயன்பபடுத்துவதன் மூலமாகத் தமக்காகவோ அல்லது வேறு யாருக்காகவோ விலையுயர்ந்த பொருள் அல்லது பணமதிப்புள்ள பயன் எதனையும் பெறுவாராயின், அல்லது
- அரசுப் பணியாளராக பதவி வகிக்கும் போது பொது நலன் ஏதுமின்றி எவருக்காகவும் விலையுயர்ந்த பொருள் அல்லது பணமதிப்புள்ள பயன் எதனையும் கேட்டுப் பெறுவாராயின், அல்லது அவரோ, அவர் சார்பில் வரும் எவருமோ, அவருடைய வருமானத்தின் தெரிநிலையான வழிவகைகளுக்குப் பொருந்தாத விகிதத்தில் பணம் தொடர்பான வழிவகைகளையோ அல்லது சொத்தையோ உடைமையில் கொண்டிருந்து அல்லது பதவி காலத்தில் கொண்டிருந்து, அதற்கு தெளிவுறக் கணக்கு காட்ட முடியவில்லையாயின் குற்றச் செயலை செய்ததாக சொல்லப்படுவார்.

அரசு பணியாளர் கைகூலி பெறுதல் [பிரிவு. 7]

அரசு பணியாளர் எவரிடமும் அத்தகைய அரசுப் பணியாளர் என்ற முறையில் அலுவல்முறைச் செயல் எதனையும் செய்ய அல்லது செய்யாமல் விட அல்லது எவருக்கேனும் சலுகையோ, சலுகையின்மையோ காட்ட அல்லது காட்டாமல் விட அல்லது நன்மை அல்லது தீமை

செய்வதற்கு அல்லது செய்ய முயல்வதற்கு வெகுமதியாக தமக்காகவோ, வேறு எவருக்கோ கைக்கூலி எதையாகிலும் ஏற்பாராயின் அல்லது கேட்டுப்பெற முயல்வாராயின் அவர் ஆறுமாதங்களுக்கு குறையாத ஐந்து ஆண்டுகள் வரை நீடிக்கலாகும் சிறைதண்டனையும் அபராதமும் விதித்து தண்டிக்கப்படத்தக்கவர் ஆவார்.

விளக்கங்கள்

- அ) அரசு பதவியை வகிக்க போவதாக நம்பச் செய்து ஏமாற்றி கைகூலி பெற்றால் இப்பிரிவில் வரையரை செய்யப்பட்டுள்ள குற்றத்தை செய்தவராவார்.
- ஆ) கைக்கூலி என்பது பணத்தால் மதிப்பிடத்தக்க கைகூலியை மட்டுமே குறிப்பதன்று.
- இ) சட்டப்படியான பணியூதியம் என்பது அரசால் அல்லது நிறுவனத்தால் அனுமதிக்கப்படுகின்ற பணியூதியங்கள் அனைத்தும் அடங்கும்
- ஈ) செய்வதற்கு தூண்டுகோல் அல்லது வெகுமதி" என்பது கைகூலியை பெற்றுக்கொள்கிறவரை குறிக்கும்
- உ) அரசாங்கத்துடன் தனக்குள்ள செல்வாக்கு, அந்த நபரை நம்பி கைகூலி கொடுப்பதற்கு தூண்டுவதால் அவர் குற்றம் செய்தவராகிறார்.

அரசு பணியாளர் ஊழல் அல்லது சட்டவிரோதமான வழிகளில் கைகூலி பெறுதல் [பிரிவு. 8]

அரசுப் பணியாளர் எவரும் பிரிவு. 7-இல் குறிப்பிடப்பட்டுள்ள செயலை செய்ய வெகுமதியாக தமக்காகவோ, வேறு எவருக்கோ ஊழல் அல்லது சட்டவிரோதமாக கைக்கூலி

எதையாகிலும் ஏற்பாராயின் அல்லது கேட்டுப்பெற முயல்வாராயின் அவர் ஆறுமாதங்களுக்கு குறையாத ஐந்து ஆண்டுகள் வரை நீடிக்கலாகும் சிறைதண்டனையும் அபராதமும் விதித்து தண்டிக்கப்படத்தக்கவர் ஆவார்.

அரசு பணியாளர் சொந்த செல்வாக்கை செலுத்த கைகூலி பெறுதல் [பிரிவு. 9] TAKING GRATIFICATION, FOR EXERCISE OF PERSONAL INFLUENCE WITH PUBLIC SERVANT

அரசுப் பணியாளர் எவரும் பிரிவு. 7-இல் குறிப்பிடப்பட்டுள்ள செயலை செய்ய வெகுமதியாக தமக்காகவோ, வேறு எவருக்கோ தன் சொந்த செல்வாக்கை செலுத்த வெகுமதியாக தமக்காகவோ, வேறு எவருக்கோ கைக்கூலி எதையாகிலும் ஏற்பாராயின் அல்லது கேட்டுப்பெற முயல்வாராயின் அவர் ஆறு மாதங்களுக்கு குறையாத ஐந்து ஆண்டுகள் வரை நீடிக்கலாகும் சிறைதண்டனையும் அபராதமும் விதித்து தண்டிக்கப்படத்தக்கவர் ஆவார்.

ஊழல் குற்றச் செயலுக்கு அரசு பணியாளர் உடந்தையாயிருப்பதற்கு தண்டணை [பிரிவு. 10]

அரசு பணியாளராய் இருந்து ஊழல் அல்லது சட்டவிரோதமான வழிகளில் கைகூலி பெறவும், சொந்த செல்வாக்கை செலுத்த கைகூலி பெறவும் உடந்தையாயிருப்பவர் ஆறு மாதங்களுக்கு குறையாத ஐந்து ஆண்டுகள் வரை நீடிக்கலாகும் சிறைதண்டனையும் அபராதமும் விதித்து தண்டிக்கப்படத்தக்கவர் ஆவார்.

விலை மதிப்புள்ள பொருளை பெறுதல் [பிரிவு. 11]

அரசுப் பணியாளர் எவரும் பிரிவு.7-இல் குறிப்பிடப்பட்டுள்ள செயலை செய்ய வெகுமதியாக தமக்காகவோ, வேறு எவருக்கோ தன் சொந்த செல்வாக்கை செலுத்த வெகுமதியாக தமக்காகவோ, வேறு எவருக்கோ விலை உயர்ந்த பொருள் எதையாகிலும் ஏற்பாராயின் அல்லது கேட்டுப்பெற முயல்வாராயின் அவர் ஆறு மாதங்களுக்கு குறையாத ஐந்து ஆண்டுகள் வரை நீடிக்கலாகும் சிறைதண்டனையும் அபராதமும் விதித்து தண்டிக்கப்படத்தக்கவர் ஆவார்.

பிரிவு. 7இல் அல்லது 11-இல் வரையரை செய்யப்பட்ட குற்ற செயல்களுக்கு உடந்தையாயிருத்தல் [பிரிவு. 12]

பிரிவு. 7இல் அல்லது 11-இல் வரையரை செய்யப்பட்ட குற்ற செயல்களுக்கு உடந்தையாயிருப்பவருக்கு அவர் ஆறு மாதங்களுக்கு குறையாத ஐந்து ஆண்டுகள் வரை நீடிக்கலாகும் சிறைதண்டனையும் அபராதமும் விதித்து தண்டிக்கப்படத்தக்கவர் ஆவார்.

குற்றச் செயலை செய்வதை வழக்கமாகக் கொண்டித்தல் [பிரிவு. 14(ஆ)

பிரிவு 8,9,12 இன் படி குற்றச் செயலை செய்வதை வழக்கமாகக் செய்கிற எவரும் 2 ஆண்டுக்கு குறையாத 7 ஆண்டுகள் வரை நீடிக்கலாகும் சிறைதண்டணையும் அபராதத்திற்கும் உள்ளாக்கப்படுவார்.

அபராதம் நிர்ணயிப்பதற்கு கவனத்தில் எடுத்துக் கொள்ளப்பட வேண்டியவை [பிரிவு. 16]

அபராதம் நிர்ணயிப்பதற்கு முன் குற்றஞ்சாட்டப்பட்டவர் அக்குற்றச் செயலை இழைத்ததன் மூலம் பெற்றிருக்கும் சொத்தின் மதிப்பினையும், கணக்கு காட்ட இயலாமலிருக்கும் சொத்தையும் கவனத்தில் எடுத்துக் கொள்ளப்பட வேண்டும்.

குற்ற முயற்சிக்குத் தண்டணை [பிரிவு. 15]

ஊழல் குற்றச் செயலை இழைக்க முயல்கிற எவரொவரும், மூன்றாண்டுகள் வரை நீட்டிக்கலாகும் சிறை தண்டணையும் அபராதமும் விதித்து தண்டிக்கப்படுவார்.

3. வருமான வரி சட்டம்,1961

பணம் செல்லாது அறிவிப்பிற்கு பின் திருத்தப்பட்ட வருமான வரி தாக்கல் செய்யும் வரி செலுத்துவோர்க்கு கவனம் கொள்ளவேண்டிய சில குறிப்புகள் அறிவிக்கப்பட்டுள்ளன. 1961ஆம் ஆண்டின் வருமான வரி சட்டத்தின் 139(5) வது பிரிவின் கீழ் திருத்தப்பட்ட வருமான வரி அறிக்கையை, வருமான வரிச் சட்டம் பிரிவு 139 (1)ன் படியோ அல்லது தவறான அறிக்கை, விடுபட்டு போதல் போன்ற காரணங்களால் 142(1)ன் கீழ் வழங்கப்பட்ட நோட்டீசுக்கு எதிர்வினையாகவோ ஏற்கனவே வருமான வரி அறிக்கையை தாக்கல் செய்துள்ள நபரால் மட்டுமே தாக்கல் செய்ய முடியும். பணம் செல்லாது என அறிவிக்கப்பட்ட நவம்பர் மாதம் 8 ஆம் தேதிக்கு பின்னர், சில வரி செலுத்துவோர் தங்களிடமிருக்கும் கணக்கில் காட்டாத (கணக்கில் காட்டாத கையில் இருந்த இந்த ஆண்டு வருமானம் செல்லாத என அறிவிக்கப்பட்ட பணம் உட்பட) பணத்தை

காட்டும் நோக்கில், தங்கள் கையிருப்பு பணம், வருமானத் தொகைகளில் குறிப்பிடப்பட்டிருந்த எண்களில் மாற்றம், லாப விபரம் என இந்த சட்ட ஷரத்துக்களை பயன்படுத்தி, கடந்த நிதியாண்டுகளில் தாங்கள் செலுத்திய வருமான வரி விபரங்களை திருத்தி, தங்களிடம் இருந்த கணக்கில் காட்டாத செல்லாத பணத்தை வெள்ளையாக்க வாய்ப்புள்ளது. வருமான வரிச்சட்டத்தின் பிரிவு 139 (5) ஆனது விடுபட்ட ஏதேனும் ஒன்றை இணைக்கவோ அல்லது, அசல் அறிக்கையில் தவறாக எதுவும் கொடுக்கப்பட்டிருந்தால் அதை மட்டுமே சரிசெய்து, திருத்தப்பட்ட வருமான வரி அறிக்கையை தாக்கல் செய்யலாம். மாறாக ஏற்கனவே தாக்கல் செய்யப்பட்டுள்ள வருமான அறிக்கையில் அறிவித்துள்ள வருமானத்தின் அளவிலும், பொருளிலும் மிகப்பெருமளவில் மாற்றத்தை ஏற்படுத்தும் வகையில் கொண்டுவருவதற்காக அல்ல என மத்திய அரசு தனது செய்தி அறிக்கையின் மூலம் தெளிவுபடுத்தியுள்ளது. வருமானத்திலோ, கையிருப்பிலோ அல்லது லாபம் உள்ளிட்ட வேறு வகைகளில் என வருமான வரி கணக்குகளில் பெரிய அளவிலான மாற்றங்கள் ஏற்படுத்தியிருந்தால், அத்தகைய கணக்குகள் ஆய்வு செய்யப்பட்டு, சட்ட விதிகளின் படி அபராதம் விதிக்கவோ அல்லது சட்டப்படி வழக்கு தொடரவோ எடுத்துக்கொள்ளப்படும் என வருமானவரித்துறை வரி செலுத்துவோர்களுக்கு எச்சரிக்கை விடுத்துள்ளது.

4. இரவல் (பினாமி) பெயரில் சொத்து பரிமாற்றங்கள் தடுப்புச் சட்டம், 1988

ஒருவர் தன்னுடைய பெயரால் சொத்து வாங்குவதையோ, வணிகம் செய்வதையோ குறைத்துக் கொண்டு, மனைவி,

மகள் போன்ற மிக நெருங்கிய குடும்ப உறுப்பினர் அல்லாமல் வேறொருவர் பெயரில் செய்யும்போது அந்த இன்னொரு நபர் பினாமியாகி விடுகிறார். அசையும் பொருளாக இருந்தாலும் சரி, அசையா பொருளாக இருந்தாலும் சரி, இப்படி இன்னொருவர் பெயரில் வாங்கினாலே அது பினாமி எல்லைக்குள் வந்துவிடும்.

ஆரம்ப காலத்தில், பாசத்தை வெளிக்காட்டும் விதமாக மனைவி, பிள்ளைகள் பெயரில் குடும்பத்தலைவர் சொத்துக்கள் வாங்குவது நடந்தது. அதாவது, மிகவும் நம்பகமான குடும்ப உறுப்பினர்கள் பெயரில் சொத்துகள் வாங்குவார்கள்.

அதன்பிறகு கடன்காரர்களை ஏமாற்ற, வரிஏய்ப்பு செய்ய, இலஞ்சம், ஊழல் மூலம் சம்பாதித்ததை கணக்கில் காட்டாமல் மறைக்க, கோர்ட்டில் திவால் நோட்டீஸ் கொடுக்க என பல காரணங்களால் குடும்ப உறவு அல்லாத ஆட்களின் பெயரில் சொத்து வாங்குவது அதிகரித்தது. இப்படிகுடும்ப உறவு இல்லாத மற்றவர்கள் பெயரில் சொத்து வாங்குவதுதான் பினாமி சொத்து ஆகும்.

1988-க்கு முன்புவரை பினாமி சொத்துகளை முறைப்படுத்த சரியான எந்தச் சட்டமும் இல்லாததால் இப்படி பல பிரச்னைகள் எழுந்தன.

பினாமி தடுப்புச் சட்டம்

அத்துமீறி செயல்படுபவர்களையும், சட்டவிரோதமாக சம்பாதிப்பவர்களையும் கட்டுப்படுத்தும் விதமாக 1988-ஆம் ஆண்டு, 'பினாமி சொத்து தடுப்புச் சட்டம்' கொண்டு வரப்பட்டது.

அதன் முக்கிய ஷரத்துகள் வருமாறு:

- பினாமி சொத்தை வாங்குவதோ விற்பதோ சட்டவிரோதம்.
- சொத்து யார் பெயரில் இருக்கிறதோ, யாரிடம் இருக்கிறதோ அவர்தான் உரிமையாளர்.
- பினாமி பெயரில் சொத்து பரிமாற்றம் செய்தவர்கள் மீது குற்றவியல் வழக்கு தொடரப்படும்.
- குற்றம் நிரூபிக்கப்பட்டால் 3 ஆண்டு சிறைத்தண்டனை.
- பினாமி பெயரில் வாங்கப்பட்ட சொத்துக்கு நான்தான் பணம் கொடுத்தேன். எனவே, அது என் சொத்து என உரிமை கோரி கோர்ட்டில் வழக்கு தொடர முடியாது.
- பினாமி சொத்து பறிமுதல் செய்யப்படும்.

விதி விலக்குகள்

இந்தச் சட்டத்தில் விதி விலக்குகளும் இருக்கின்றன. அதாவது, கணவன் தன் மனைவி பெயரிலோ, தந்தை தன் திருமணம் ஆகாத மகள் பெயரிலோ சொத்து வாங்கினால் அது பினாமி தடுப்பு சட்டத்தால் பாதிக்கப்படாது. அதே நேரத்தில், தந்தை, மகன் பெயரில் சொத்து வாங்கும்போது அது பினாமியாக கருதப்படும். இதேபோல், இந்துக் கூட்டுக் குடும்பத்தில் குடும்பத் தலைவர் மற்றவர்களுக்காக சொத்து வாங்குவது பினாமி சொத்தாக கருதப்படாது. பலர் பலன் அடையும் டிரஸ்ட் பெயரில் வாங்கப்படும் சொத்துக்களும் பினாமி சொத்து அல்ல என்று தெளிவு ப்படுத்தப்பட்டது.

ஆனாலும், ஒருவர் பெயரில் ஒரு சொத்து வாங்கப்பட்டாலும், அதற்கான வருமான ஆதாரம் இல்லை என்றால் அது பினாமி சொத்தாகத்தான் கருதமுடியும் என்று சட்டம் சொல்கிறது. ஆனால், இப்படியான சட்டம் கொண்டு

வந்த பின்னும் அதை முறையாக அமல்படுத்த விதிகள் எதுவும் இல்லை என்பதால் பினாமிகள் எல்லாம் உண்மையான உரிமையாளர்கள் போலவே நடந்து கொள்வதோடு, அதனை தங்களின் சொத்தாக கருதி அனுபவித்து வருகிறார்கள். இந்நிலையில், வாங்கிக் கொடுத்தவர்கள் திடீர் என இறந்துவிட்டாலோ அல்லது வேறு ஏதாவது பிரச்சனையில் சிக்கி ஜெயிலுக்குப் போய்விட்டாலோ பினாமிகளுக்கு கொண்டாட்டம்தான். ஐந்து பைசா கூட போடாமல், அவர்கள் பெயரில் வாங்கப்பட்ட கோடிக்கணக்கான சொத்துக்கள் எல்லாம் அவர்களுக்கே! அவர்களுக்குதானே! இது ஒருபுறமிருக்க பல இடங்களில் சொத்து வாங்கிக் கொடுத்தவர்களும் பினாமி சொத்தின் பலனை அனுபவிப்பதால் சட்டம் தன்னுடைய கடமையைச் செய்ய முடியாத நிலையில்தான் உள்ளது.

சட்டத் திருத்தம்..!

“பழைய சட்டத்தில் பினாமி சொத்து குறித்து யாரிடம் புகார் கொடுப்பது, யார் புகார் கொடுப்பது, விசாரணை வழிமுறைகள் என்ன என்பது போன்ற எதுவும் தெளிவுபடுத்தப்படாமல் இருந்தது. மேலும், சொத்தைப் பறிமுதல் செய்வது தொடர்பான அதிகாரமும் வரையறுக்கப்படவில்லை. இதனால், இதுவரை பினாமி பரிமாற்றம் தொடர்பான சொத்துகள் பறிமுதல் செய்யப்படவோ, குற்ற நடவடிக்கை எடுக்கப்படவோ. இந்தியாவில் ஊழலுக்கு எதிரான சட்டங்களோ இல்லை. இந்தக்குறைபாடுகளைசரிசெய்து,சட்டத்தில்திருத்தங்களை மேற்கொள்ள மத்திய அரசு முடிவு செய்துள்ளது நல்ல விஷயம்தான். அதாவது, பினாமி சொத்துகளை சட்டப்படி பறிமுதல் செய்வதற்கான அதிகாரம், வழிமுறைகள் கொண்டு வரப்பட இருக்கிறது.

சொத்து விலை குறையுமா?

இந்நிலையில், சொத்துக்களை வாங்கியதற்கான சரியான வருமான ஆதாரத்தை பினாமிகள் காட்டவில்லை என்றால் சொத்து பறி முதல் செய்யப்படும் என்பதை அரசு எந்த ஒரு பாரபட்சமும் காட்டாமல் அமல் படுத்தினால் நாட்டில் சொத்துக்கள் மீதான பரிவர்த்தனை குறைந்து அதன் விலை கணிசமாக குறைய வாய்ப்பு இருப்பதாக மும்பையைச் சேர்ந்த முன்னணி ரியல் எஸ்டேட் ஆலோசனை நிறுவனம் ஒன்றின் உயர் அதிகாரி கருத்து தெரிவித்தார்.

முறையாக சம்பாதித்து, முறையாக வரிகட்டி சொத்து சேர்த்தவர்களுக்கு இந்த சட்டத்தால் எந்த பாதிப்பும் இருக்காது. பிஸினஸ்மேன்களும், அரசியல்வாதிகளும் பினாமிகள் பெயரில் வாங்கி குவித்திருக்கும் சொத்துகள் என்ன ஆகும்? இந்த மசோதா நிறைவேற்றப்பட்டால்தான் தெரியும்.

5. பணச் சலவை தடுப்பு சட்டம் 2002

போதைபொருள் விற்பவர்கள், சட்டவிரோதமான செயல்களில் ஈடுபட்டு பணம் சம்பாதிப்பவர்கள், (நியாயமற்ற வழிகளின் மூலம் சம்பாதிக்கப்படும் பணம் - ILLEGAL SOURCES) தாங்கள் ஈட்டும் கறைபடிந்த பணத்தை, நியாயமான வழிகளில் இருந்து ஈட்டப்படும் பணத்துடன் கலந்துவிடுவதால், கறைபடிந்த பணமும் நல்ல முறையில் சம்பாதிக்கப்பட்ட பணம் போலத் தோற்றமளிக்கிறது. இதுவே பணச் சலவை (MONEY LAUNDERING) எனப்படுகிறது. இதுவும் கருப்புப் பணம் என்பதும் வெவ்வேறானவை. நியாயனான முறையில் சம்பாதிக்கப்பட்டாலும் கணக்கில் காட்டப்படாமல் மறைக்கப்படும் பணமே கருப்புப் பணம் (BLACK MONEY) எனப்படுகிறது.

சட்டத்திற்குப் புறம்பான செயல்கள்

கீழ்காணும் செயல்கள் சட்டத்திற்குப் புறம்பானவை ஆகும். இவற்றில் ஈடுபட்டு ஒருவர் பணம் சம்பாதித்தால் அது "சட்டத்திற்குப் புறம்பான வழியில் பெறப்பட்ட பணம்" (MONEY EARNED FROM ILLEGAL RESOURCES) ஆகும்.

1. சட்டத்திற்குப் புறம்பான நில வணிகப் பரிமாற்றங்கள்
2. போதை மருந்து விற்றல்/கடத்துதல்
3. ஆள் கடத்துதல்
4. ஆயுதங்கள், புராதணப் பொருட்கள் மற்றும் தங்கம் கடத்துதல்
5. சட்டத்திற்கு எதிராக குதிரைப் பந்தயம், லாட்டரி போன்றவை நடத்துதல்
6. விபச்சாரம்
7. பணம் சம்பந்தப்பட்ட ஏமாற்று வேலைகள் (FINANCIAL FRAUDS)
8. ஊழல்
9. வனவிலங்குப் பொருட்கள் (கடத்துதல், விற்றல்) மற்றும் தடை செய்யப்பட்ட, சட்டவிரோத செயல்கள்

பணச்சலவை எவ்வாறு செய்யப்படுகிறது?

பணச் சலவை மூன்று நிலைகளில் செய்யப்படுகிறது.

முதல் நிலை

சட்டவிரோதமன காரியங்களைச் செய்வதன் மூலம் ஈட்டப்பட்ட பணம், சிறு சிறு தொகைகளாகப் பிரிக்கப்படுகிறது. இதற்கு SMURFING என்று பெயர். இந்த தொகைகள், சிறிய அளவிலான வரைவுக் காசோலைகள்,

காசோலைகள் என INSTRUMENTS ஆக மாற்றப்பட்டு மெல்ல மெல்ல சட்டபூர்வமான பணஓட்டத்தில் (INSERTED INTO THE FINANCIAL SYSTEM) கலக்கப்படும். இது பிறரால் எளிதில் கவனிக்கப்படக்கூடும் என்பதால், மிகவும் மெதுவாகவும் கவனத்துடனும் செய்யப்படுகிறது.

இரண்டாம் நிலை

இரண்டாவது கட்டம் LAYERING என்றழைக்கப்படுகிறது. சிறுசிறு தொகைகளாகப் பிரிக்கப்பட்டு பொது ஓட்டத்தில் கலக்கப்பட்டபின், மீண்டும் மீண்டும் சுழற்சி செய்யப்பட்டு மீண்டும் மீண்டும் பல பெயர்களுக்கும் - நாட்டின் எல்லையைத் தாண்டியும் கூட அனுப்பப்படுகிறது. இதன் காரணமாக இந்த பணம் எங்கிருந்து வந்தது என்பதை கண்டுபிடிப்பது கடினமாக ஆகிவிடும்.

மூன்றாம் நிலை

ஒருங்கிணைத்தல் (INTEGRATION): கறைபடிந்த பணத்தை பொதுபண ஓட்டத்தில் ஒருங்கிணைத்தல். - நில வணிகங்களில் முதலீடு செய்தல், புதிய வர்த்தக நிறுவனங்களைத் தொடங்குதல் போன்றவற்றில் இந்தப்பணம் முதலீடு செய்யப்படுகிறது. வங்கியாளர்கள், சட்ட வல்லுனர்கள் மற்றும் தணிக்கையாளர்கள் கூட இந்த துரோகச் செயலுக்கு உடந்தையாக இருந்து விடுகிறார்கள் என்பது வருத்தம் அளிக்கும் உண்மை ஆகும்.

6. அன்னிய செலாவணி மோசடி தடுப்புச் சட்டம்:

காபிபோசா அல்லது அந்நியச் செலாவணி பாதுகாப்பு மற்றும் கடத்தல் தடுப்புச் சட்டம் (ஆங்கிலம்: COFEPOSA

அல்லது CONSERVATION OF FOREIGN EXCHANGE AND PREVENTION OF SMUGGLING ACTIVITIES ACT) என்பது அந்நியச் செலாவணியைக் கட்டுப்படுத்தவும், கடத்தல் குற்றங்களைத் தடுக்கவும் 1974 ஆம் ஆண்டு இந்திரா காந்தி ஆட்சியின் போது இந்திய நாடாளுமன்றத்தில் இயற்றப்பட்ட சட்டமாகும். இது 1971 இல் இயற்றப்பட்ட மிசா சட்டத்திற்கு இணையாகப் பொருளாதாரத்தில் கொண்டுவரப்பட்ட சட்டமாகும். 1978 இல் மிசா சட்டம் திரும்பப் பெறப்பட்டாலும் இந்த காபிபோசா சட்டம் செயல்பாட்டிலுள்ளது.

வரையறை

பொருட்களைக் கள்ளக் கடத்தல் செய்தல், கள்ளக்கடத்தல் செய்வதற்குத் துணையாக இருத்தல், கள்ளக்கடத்தல் செய்யப்பட்ட பொருளை வைத்திருத்தல், கள்ளக் கடத்தலுக்கு உடந்தையானவரை பாதுகாத்தல் போன்ற செயல்களுக்கு இச்சட்டம் தண்டனை வழங்குகிறது. பொதுவாக விமான நிலையங்கள், துறைமுகங்களில் தங்கத்தைக் கடத்துதல், உரிய முறையில்லாமல் சட்டவிரோதமாக மின்னணுப் பொருள்கள் கொண்டு செல்லுதல் போன்ற செயல்களில் ஈடுபடுவோர் மீது இச்சட்டம் பாய்கிறது.

கருப்புப் பணம்: 'அன்னிய செலாவணி மோசடித் தடுப்புச் சட்டத்தில் திருத்தங்கள் தேவை'

கருப்புப் பண விவகாரத்தை விசாரணை செய்ய அமைக்கப்பட்ட சிறப்பு விசாரணைக் குழு, அன்னிய செலாவணி மோசடித் தடுப்புச் சட்டத்தில் திருத்தங்கள் கொண்டு வர பரிந்துரை செய்துள்ளது. மற்ற நிதி மோசடி விவகாரங்களையும் இந்தச் சட்டத்தின் கீழ் கொண்டு வர

வேண்டும் என்று சிறப்பு விசாரணைக் குழு பரிந்துரை செய்துள்ளது.

நடப்பு சட்ட நடைமுறைகளின் படி, அமலாக்க இயக்குனரகத்தினால், நிதி பரிவர்தனை மோசடியை விசாரித்து, குற்றம்சாட்டப்படுவோரை சட்டத்தின் முன் நிறுத்தி, சொத்துக்களை முடக்க மட்டுமே முடிகிறது. அதாவது அன்னிய செலாவணி உள்ளிட்ட, இச்சட்டத்தில் பட்டியலிடப்பட்ட முறைகேடுகளை மட்டுமே அமலாக்க இயக்குனரகம் விசாரணை செய்ய முடிகிறது. 28 சட்டப்பிரிவுகளில் 156 குற்றங்களே அன்னிய செலாவணி மோசடி தடுப்புச் சட்டத்தில் பட்டியலிடப்பட்டுள்ளது.

இதனையடுத்து, சுரங்க ஒதுக்கீடு சட்டம், சுரங்கம் மற்றும் கனிம மேம்பாடு சட்டம், வருமான வரி முறைகேடுகள், சுங்க வரி முறைகேடுகள், மற்றும் பிற நேரடி மற்றும் மறைமுக வரி சட்டங்கள் என்று அனைத்தையும் அன்னியச் செலாவணி மோசடித் தடுப்புச் சட்டத்தின் கீழ் கொண்டு வர வேண்டும் என்று கருப்புப் பண விசாரணைக்காக அமைக்கப்பட்ட சிறப்பு விசாரணைக் குழு பரிந்துரை செய்துள்ளது.

மேலும், இத்தகைய சட்டத் திருத்தங்களுக்காக பரிந்துரைகளையும் சிறப்பு விசாரணைக் குழு, அமலாக்கப் பிரிவு மற்றும் வரிகள் வாரியம் ஆகிய துறைகளிடமிருந்து கோரியுள்ளது.

அன்னிய செலாவணி மேலாண்மை சட்டத்திலும் தேவையான மாற்றங்களை வலியுறுத்தியுள்ள சிறப்பு விசாரணைக் குழு, பிற நாடுகளுடன் செய்து கொள்ளும் இரட்டை வரிவிதிப்பு தவிர்ப்பு ஒப்பந்தங்களிலும் நமக்குத் தகுந்த மாற்றங்களைச் செய்ய அறிவுறுத்தியுள்ளது.

அதாவது இதன் மூலம் கருப்புப் பண விவகாரம் உள்ளிட்ட முறைகேடுகள் தொடர்பான தகவல்களை விசாரணை செய்யும் அமைப்புகளுடன் சுதந்திரமாக பகிர்ந்து கொள்ள வழிவகை செய்ய வேண்டும், குறிப்பாக அமலாக்க இயக்குனரகம் இந்தத் தகவல்களைப் பெற்று சட்ட இடர்பாடின்றி தொடர்ந்து நடவடிக்கைகளை மேற்கொள்ள வசதியாக இந்த திருத்தங்கள் அமையுமானால் பயனுடையதாக இருக்கும் என்று சிறப்பு விசாரணைக் குழு அறிவுறுத்தியுள்ளது.

அயல்நாடுகளில் பதுக்கப்படும் கருப்புப் பணம் பற்றிய கவனத்துடன் உள்நாட்டுக் கருப்புப் பண விவகாரமும் கவனம் பெறுவது அவசியம் என்று சிறப்பு விசாரணைக் குழு கூறியுள்ளது.

2000 ஜுன் 1 முதல் அறிமுகப்படுத்தப்பட்ட அந்நியச் செலாவணி மேலாண்மை சட்டம் 1999-ன் (FEMA) விளைவாக அந்நியச்செலாவணித் துறையின் நோக்கமாகிய அந்நியச் செலாவணியை பாதுகாத்து வைத்தல் என்ற நிலையிலிருந்து, "வெளிநாட்டு வாணிகத்தை முன்னேறச் செய்தல், பணம் வழங்குதல் மற்றும் இந்தியாவில் அந்நியச் செலாவணிச் சந்தையை முறையாக மேம்படுத்துதல், மற்றும் நிர்வகித்தல் என்ற நிலைக்கு மாற்றிக்கொண்டது.

அந்நியச் செலாவணி கட்டுப்பாட்டு நிர்வாகத்தின் அமைப்பை மாற்றுவதற்காக இந்தப் புதிய சட்டம் கொண்டுவரப்பட்டது. பல்வேறு விதமான பரிவர்த்தனை முறைகளை நிர்வகிக்க விதிமுறைகள் உருவாக்கப்பட்டது. ஒவ்வொரு நிகழ்வுக்குமான அனுமதி என்ற விதி மாறி, ஒளிவுமறைவு இல்லா தெள்ளத் தெளிவான ஒழுங்குமுறைகளாக இது விளங்குகிறது.

மூலதன கணக்கு பரிவர்த்தனைகளுக்கு, ரிசர்வ் வங்கி ஒழுங்குமுறைகள் மூலம் பொது அனுமதிகளும்/ வெளிநாடுவாழ் இந்தியரால் செய்யப்படும் முதலீடுகளுக்கு தானியங்கு வழிகளும் வழங்கப்படுகிறது.

இந்த சட்டத்தை கருத்திற்கொண்டு, பல்வேறு வாணிக நிறுவனங்கள் மற்றும் ஏற்றுமதி அமைப்புகள் அளிக்கும் ஆலோசனைகள் ஏற்ப ஏற்றுமதி வருவாய்கள் குறித்த நேரத்திற்கு வந்துசேர்வதை (பொருள் அனுப்புதல், பணம் வாங்குதல்) உறுதி செய்கிறது. தொடர் அடிப்படையில் மறுபார்வையும் செய்கிறது.

இந்தத்துறை அந்நியச் செலாவணி விலை நிர்ணய மேலாண்மைக்காக (EXCHANGE RATE MANAGEMENT) அனுமதிக்கப்பட்ட வாணிகர்களிடமிருந்து தினந்தோறும் அந்நியச் செலாவணி பரிவர்த்தனை சம்பந்தமான புள்ளிவிவரங்களை சேகரிக்கிறது. மேலும் ஏற்றுமதி-இறக்குமதி நிலுவையை (BALANCE OF PAYMENT) மாதாந்திர விரைவு தோராய மதிப்பீடு செய்யவும், காலாண்டு ஏற்றுமதி இறக்குமதி நிலுவை தொகுப்புக்காகவும், இரண்டு வாரங்களுக்கு ஒருமுறையும் புள்ளிவிவரங்களை சேகரிக்கிறது.

வங்கிகளின் அன்னியச் செலாவணி பரிவர்த்தனையில் ஏற்படும் இடர்வரவு (RISK) நிர்வாகத்திற்காக இந்தத்துறை வழிகாட்டு நெறிமுறைகளை வகுத்திருக்கிறது.

இந்தத்துறை அந்நியச் செலாவணியை நிர்வகிக்க உரிமம் பெற்ற வங்கிகள் வெளிநாட்டு பணம் மாற்றல் செய்வோர் இவர்களின் பொறுப்புகளையும் உறுதிசெய்கிறது. மேலும் ஆய்வும் செய்கிறது.

பல்வேறுவாணிகஅமைப்புகள்மற்றும்அனுமதிக்கப்பட்ட வாணிகர்கள் இவர்களை அங்கத்தினர்களாக கொண்ட

"அந்நியச் செலாவணி கட்டுப்பாட்டு, நிரந்தர ஆலோசனை குழு" என்ற ஒன்று செயல்படுகிறது. இது ஆண்டுக்கு இரண்டு முறை கூடி நெறிமுறைகள் அமைக்கப் பரிந்துரை செய்கிறது. வெளிநாடு வாழ் இந்தியர்களுக்கான வசதிகளை மேலும் மேம்படுத்தவும் கடினமான விதிகளை அகற்றவும், நடைமுறைகள் மற்றும் சட்டதிட்டங்களை எளிமையாக்கவும் மற்றும் மறுபரிசீலனை செய்யும் செயலிலும் இந்தத்துறை தொடர்ந்து ஈடுபட்டு வருகிறது.

7. உணவுப் பாதுகாப்பு மற்றும் தரச்சட்டம் 2006

உணவுப் பாதுகாப்பு மற்றும் தரச்சட்டம் 2006 என்ற புதிய சட்டம் அரசாணை எண் G. S. R. 362 இன் படி 05.08.2011-ம் தேதி முதல் இந்தியா முழுவதும் அமலுக்கு வந்துள்ளது. இச்சட்டம் ஏற்கனவே அமலில் இருந்து வந்துள்ள உணவுக் கலப்படத் தடைச்சட்டம் 1954-க்கு (PREVENTION OF FOOD ADULTERATION ACT 1954) மாற்றாக மத்திய அரசினால் இயற்றப்பட்டுள்ளது. இப்புதிய சட்டத்தில் விஞ்ஞானப்பூர்வமான குழுக்கள் எதுவும் அமைத்து உணவுப் பொருள்களின் தரங்கள் குறித்து உரிய ஆராய்ச்சிகள் மேற்கொண்டு தரங்கள் நிர்ணயிக்கப்படவில்லை. தேவையான மாற்றங்கள் எதுவும் செய்யப்படாமல் 1954-ஆம் ஆண்டுச் சட்டத்தை அப்படியே பிரதி எடுத்தாற்போல் உருவாக்கி அமலாக்கியிருக்கிறார்கள். புதிய சட்டத்தில் செய்யப்பட்டுள்ள மாறுதல்கள் உணவுப் பொருள்கள் தயாரிப்பு மற்றும் வணிகத்திற்கு முன்னர் வெறும் ரூபாய் – 15/-மட்டும் கட்டணம் செலுத்தி (PFA) லைசென்ஸ் பெற்று வந்த நடைமுறைகளை, வெகுவாகக் கட்டணங்களை உயர்த்தியும், பல புதிய நிபந்தனைகளைப் புகுத்தியிருப்பதும்

தான். மேலும் உணவுக் கலப்படக் குற்றங்களுக்கான தண்டனைகளும், அபராதங்களும் மிகுதியாகப் பல மடங்குகள் உயர்த்தப்பட்டுள்ளன. கலப்படமே இல்லாத நடைமுறையில் ஏற்படும் சிறிய பிழைகள் கூட, கலப்படமாக அறிவிக்கப்பட்டு, பெரிய அபராதங்களுக்கு வழி செய்வதாக உள்ளது.

லைசென்ஸ் பெறுவதிலிருந்து விலக்குப் பெற்றவர்கள் ஆண்டுக்கு 12 லட்சம் ரூபாய் விற்பனைத் தொகை (TURN OVER) உடைய சிறு வணிகர்கள் (PETTY BUISNESS OPERATOR) இப்புதிய சட்டத்தின் கீழ் லைசென்ஸ் பெற வேண்டிய நடை முறையில் இருந்து விலக்கு அளிக்கப்பட்டுள்ளார்கள். ஆனால் அவர்கள் கண்டிப்பாக இதற்கென நியமிக்கப்பட்டுள்ள பதிவு அதிகாரிகளிடம் (REGISTERING AUTHORITY) படிவம் 'A' (FORM A) ஐப் பூர்த்தி செய்து தங்களைப் பதிவு செய்து கொள்வதற்காக விண்ணப்பிக்க வேண்டும். மேலும் இவர்களும் ஒவ்வொரு ஆண்டும் தங்களின் உரிமத்தைப் புதுப்பித்து வர வேண்டும். சிறிய உணவுப் பொருள் தயாரிப்பாளர்களோ அல்லது வணிகர்களோ கண்டிப்பாக அடிப்படைச் சுகாதார வசதிகள் அனைத்தையும் பூர்த்தி செய்திருக்க வேண்டும். பதிவு அதிகாரிகளால் வழங்கப்படும் ரிஜிஸ்ட்ரேசன் சான்றிதழையும் (REGISTRATION CERTIFICATE) போட்டோ ID கார்டையும் கடை, அல்லது தயாரிப்பு இடத்தில் பிரதானமான இடத்தில் பார்வைக்குத் தெரியும்படி மாட்டியிருக்க வேண்டும். மேற்படி இடங்களை உரிய அதிகாரிகள் குறைந்தபட்சம் ஆண்டுக்கு ஒரு முறையாவது கண்டிப்பாக மேற்பார்வைக்கு (INSPECTION) வருவார்கள். உணவுப் பொருள்களின் தரம் மேம்படுத்தப் பட வேண்டும். நுகர்வோர் நலன் பாதுகாக்கப்பட வேண்டும்.

என்ற நோக்கில் கொண்டு வரப்பட்டுள்ளது. இச்சட்டம் வரவேற்கத்தக்கதுதான். ஆனால், இந்தச்சட்ட விதிகளை முறையாகப் பின்பற்றாமல் செயல்படுபவர்களுக்கு, விதிக்கப்படும் தண்டனையும் மிகக் கடுமையானது என்ற கருத்து உணவுப் பொருள் தயாரிப்பாளர்கள் மற்றும் வர்த்தகர்களிடையே நிலவுகிறது.

நாட்டில் தகவல் தொழில் நுட்பத்துறை, மருந்துகள் தயாரிப்புத் துறைகளுக்கு அடுத்தபடியாக உணவுப் பொருள்கள் தயாரிப்புத் தொழில் உள்ளது. இது நாளுக்கு நாள் வேகமாக வளர்ந்து வருகிறது. 2022-க்குள் உணவுப் பொருள் தயாரிப்புத்துறையில் 30 லட்சம் கோடி அளவுக்கு விற்பனை இருக்கும். என்று உணவு பதப்படுத்தும் தொழில்களுக்கான அமைச்சகம் மதிப்பிட்டுள்ளது புதிய சட்டத்தில் சில கடுமையான விதிகள் அமல் படுத்தப்பட்டுள்ளதால் சிறு தொழில்கள் பாதிக்கப்படும். பன்னாட்டு நிறுவனங்களின் வளர்ச்சிக்குப் பெரிதும் உதவும் என்று சிறிய மற்றும் நடுத்தர தொழில் நிறுவனங்கள் அச்சம் தெரிவிக்கின்றன. மத்திய அரசின் உணவுப் பாதுகாப்பு, மற்றும் தர நிர்ணயச்சட்டத்திற்கு மதுரை உயர்நீதி மன்றம் இடைக்காலத்தடை வழங்கி இருக்கிறது. தமிழத்தில் 5000க்கும் அதிகமான வணிகர் சங்கங்கள் உள்ளன. ஒவ்வொரு சங்கமும் தனித்தனியாக நீதிமன்ற உத்தரவு பெறுவதென்பது சாத்தியமானதல்ல.

தரம் குறைந்த உணவுப் பொருள்களை விற்பனை செய்வோர் மீதும் உற்பத்தி செய்வோர் மீதும் நடவடிக்கை எடுக்கத் தமிழக அரசின் தரக்கட்டுப்பாட்டுத்துறை இன்று வரை செயல்பட்டு வருகிறது. எனவே மத்திய அரசு புதிய உணவுப் பாதுகாப்பு மற்றும் தரச் சட்டத்தில் உள்ள குறைபாடுகளைப் பரிசீலித்துத் தக்க சீர்திருத்தங்களை மேற்கொண்டு அதன் பின்னரே அவற்றைச் செயல்படுத்த

முன் வர வேண்டும். கடுமையான குழப்பமான, விதிமுறைகள் கொண்ட இச்சட்டத்தால் வணிகர்களுக்குப் பல்வேறு நடை முறைச் சிக்கல்கள் அதிகமாகி லஞ்சமும், ஊழலும், பெருகும் எனபதில் ஐயமில்லை. ஆகவே "ஆதிக்கத்தை முறியடிப்போம். பெற்ற சுதந்திரத்தைக் காப்போம்".

8. நுகர்வோர் பாதுகாப்புச் சட்டம் - 1986.

நுகர்வோர் பாதுகாப்புச் சட்டமென்பது நுகர்வோர் பிரச்சனைகள், சேவை குறைபாடு, வணிக நடைமுறை, நேர்மையற்ற வணிகமுறை போன்றவற்றிற்கு தீர்வு தரும் சட்டமாக உள்ளது. நுகர்வோர் நீதிமன்றங்கள் மூலம் புகார்தாரரே புகார் தாக்கல் செய்தும் அவரே வாதிட்டும் நீதிபெற முடியும். மருத்துவக்குறைபாடுகள், வங்கிகள், வீடு கட்டிக் கொடுப்பவர் பிரச்சனைகள் மற்றும் பொருள்கள் தரத்தில் உள்ள குறைபாடுகள் போன்றவற்றை உள்ளடக்கிய சிக்கல்களுக்கு நீதி பெற நுகர்வோர் நீதிமன்றத்தை அணுகலாம்.

முக்கிய விதிகள்

நுகர்வோர் பாதுகாப்புச்சட்டம் பிரிவு "2(7)" நுகர்வோர் மன்றங்கள் எல்லாம், நுகர்வோர் பாதுகாப்புச் சட்டம், 1986 இல் பிரிவு 27(2) –இன்படி முதல் நிலைக் குற்றவியல் நீதிமன்றமாக (FIRST CLASS MAGISTRATE COURT) செயல்படவும், அதிகபட்சம் 3 ஆண்டுகள் சிறைத் தண்டனை வழங்கவும் அல்லது அதிகபட்சம் ரூ.10,000/-(ரூபாய் பத்தாயிரம்) அபராதம் விதிக்கவும் அதிகாரம் உள்ளது.

நுகர்வோர் பாதுகாப்புச்சட்டம் பிரிவு "3" அடுக்கு நீதி வழங்கும் நுகர்வோர் மன்ற அமைப்புகள் (THREE – TIER CONSUMER DISPUTES REDRESSAL AGENCIES) பண வகையிலான அதிகார வரம்பு :-

1. மாவட்ட நுகர்வோர் குறைதீர் மன்றம் – அசல் அதிகார வரம்பு (ORIGINAL (DISTRICT FORUM) 20 இலட்சம் JURISDICTION).
2. மாநில நுகர்வோர் குறைதீர் ஆணையம் – 20 இலட்சத்திற்கும் மேல் ஒரு (STATE COMMISSION) கோடி வரை.
3. தேசிய நுகர்வோர் குறைதீர் ஆணையம் – ஒரு கோடிக்கு மேல். (NATIONAL COMMISSION)
4. மேல் முறையீடு (APPEAL) :- உச்சநீதிமன்றம் (SUPREME COURT)

நுகர்வோர் பாதுகாப்புச்சட்டம் பிரிவு “2(B)”

புகார்தாரர் (COMPLAINANT) என்பவர் யார்? எந்தவகையான புகார்தாரர்கள் புகார் கொடுக்க உரிமை உள்ளது?

1. நுகர்வோர் புகார் தாக்கல் செய்யலாம்.
2. ஒரே நலனில் அக்கறை கொண்ட நுகர்வோர் பலர் இருக்கையில், ஒருவர் அல்லது பலர் இருக்கையில், ஒருவர் அல்லது பலர் இச்சட்டத்தின் கீழ் புகார் செய்யலாம்.
3. நிறுவனச் சட்டம் (COMPANY ACT) 1956 இன் கீழ் அல்லது நடைமுறையிலுள்ள வேறு சட்டத்தின் கீழ் பதிவு பெற்ற எந்த நுகர்வோர் அமைப்பும் (ANY VOLUNTARY CONSUMER ASSOCIATION) புகார் செய்யலாம்.
4. மத்திய அரசாங்கம் அல்லது ஏதேனுமொரு மாநில அரசாங்கம் புகார் செய்யலாம்.
5. நுகர்வோர் (CONSUMER) இறப்பு (DEATH) ஏற்படும் நிலையில், அவரது சட்ட வாரிசு அல்லது பிரதிநிதி (LEGAL HEIR) தாக்கல் செய்யலாம்.

6. மேலும், நுகர்வோர் நேரிடையாகவோ அல்லது அவருடைய சார்பிலோ பொருட்களுடைய மதிப்பீட்டை அனுசரித்து அல்லது சேவையை அனுசரித்து நட்ட ஈடு தொகை பெறமுடியும்.

நுகர்வோர் (CONSUMER) என்பவர் யார் என்ற விளக்கத்தை கீழ்கண்ட பிரிவுகளில் காண்போம்

பிரிவு. 2(D)(I)

பொருட்களை நுகர்வோர், பணம் செலுத்தி விலைக்கு வாங்குவது; (CONSIDERATION) (அல்லது) பகுதி அளவு பணம் செலுத்துவது, மற்றும் பகுதி வாக்குறுதியின் பேரில் வாங்குவது; (DEFERRED PAYMENT) தள்ளி (பிறகு) பணத்தைச் செலுத்தப்படும் என்ற முறையில் பொருட்களை வாங்குவது; அத்தகைய பொருட்களை பயன்படுத்துவர் இந்த விளக்கத்தின் கீழ் வருகிறார். (அதாவது) பொருட்களை விலைக்கு வாங்கியவர் பாதி வாக்குறுதியின் பேரிலும், பாதி பணம் செலுத்தியதின் பேரில் சேர்த்து 'நுகர்வோர்' என்ற விளக்கத்திற்கு வருகிறார்.

ஆனால், நுகர்வோர் என்பவர், அத்தகைய பொருட்களை 'மறுவிற்பனைக்கு' (FOR RESALE) வாங்குபவரும், 'வியாபார நோக்கத்திற்கு' (FOR COMMERCIAL PURPOSE) வாங்குபவரும், 'நுகர்வோர்' பிரிவில் வருவதில்லை.

பிரிவு. 2.(D)(II)

சேவை (SERVICE)

பணம் செலுத்தி, 'சேவையை' வாடகைக்கு பெறுவது, (அல்லது) பயன் பெறுவது (அல்லது) பாதி செலுத்தப்படுவது

மற்றும் பாதி வாக்குறுதியின் பேரில் (பயன்பெறுவது) – (அல்லது) வேறு எந்த முறையின் கீழ் பணத்தை தள்ளி (பிறகு) செலுத்தப்படுதல், மற்றும் – பணம் செலுத்தி 'சேவை' பெறுதல் (அல்லது) வாக்குறுதியின் பேரில் செலுத்துவது, (அல்லது) பாதி செலுத்துவது மற்றும் பாதியை வாக்குறுதியின் பேரில் பெறுதல் செலுத்துவது, (அல்லது) வேறு எந்த முறையிலும் பணம் தள்ளி செலுத்துவது, பெறுபவர்களை தவிர அத்தகைய (SUCH SERVICES) "சேவைகளின்" பலன்களை பெறுபவர்களையும் '(BENIFICIARY)' சேர்த்துக் கொள்ளுதல் வேண்டும்.

பிரிவு. 2(E)

நுகர்வோர் பிரச்சனை என்றால் என்ன? (CONSUMER DISPUTE)

நுகர்வோர், எழுத்து மூலம் புகார் (குறைபாடுகள்) (COMPLAINT) வேறு நபர் மீது கொடுப்பது (அல்லது) அந்தப்புகாரில் 'மறுப்பது' அல்லது குற்றச்சாட்டுகளை எதிர்ப்பது என்பதாகும். அதாவது, நுகர்வோர் அல்லது பதிவு செய்யப்பட்ட நுகர்வோர் அமைப்பு அல்லது மத்திய அரசாங்கம் அல்லது மாநில அரசாங்கம் மேற்படி 'புகார்' (COMPLAINT) தாக்கல் செய்வது, இந்த விளக்கத்தில் உள்ளடங்கியுள்ளது. எனவே, பிரச்சனை (DISPUTE) என்ன என்பதை விரிவாக சொல்லவேண்டுமென்றால், ஒரு நபர் பரிகாரம்(CLAIM) கோருவது அந்த கோரிக்கையை மற்ற நபர் மறுப்பது அல்லது 'பொய்' என்று கூறுவது அல்லது 'உண்மை' என்று கூறுவதாகும்.

'நுகர்வோர்' பிரச்சனையில், 'அசையா சொத்துக்கள் பற்றியும்' அல்லது 'அசையா சொத்துக்களின் விலை பற்றியும்'

எழுகின்ற பிரச்சனைகள், வருவதில்லை. ஆகவே, நுகர்வோர் பிரச்சனை பற்றி நுகர்வோர் குறைதீர் மன்றங்கள் சிவில் நீதிமன்றம் (CIVIL COURT) போல புகாரில் தீர்ப்புக்காக 'எழுவினாக்கள்' (ISSUES) எழுதப்பட வேண்டியதில்லை. ஆனால், பிரச்சனை பற்றி தீர்மானிக்கப்படவேண்டிய அம்சங்கள் எழுதப்பட வேண்டும் (POINTS FOR DETERMINATION).

பிரிவு. 2(F)

குறைபாடு (பொருட்கள்)'(DEFECT)

'குறைபாடு' (DEFECT) என்றால், 'தவறானது', 'நேர்த்தியில்லாமல் இருப்பது' அல்லது 'தரத்தில்' குறைபாடு உள்ளது, எண்ணிக்கைக் குறைபாடு, பொருளின் உள்திறன், சுத்தம் (PURITY) அமலில் உள்ள சட்டத்தின்படி 'தகுதி உடையவையாக' இல்லாமல் இருத்தல் ஆகிய அம்சங்களை உள்ளடக்கியுள்ளது. மேலும், அந்த 'குறைபாடு எந்த ஒப்பந்தத்தின் கீழ் அல்லது வெளிப்படையாகவும் அல்லது மறைமுகமாகவும் பொருட்கள் சம்பந்தமாக வியாபரி (உற்பத்தியாளர்) என்ற வகையில் கோருகின்ற முறையிலும் சேர்த்துக் கொள்ளப்படுகிறது.

எடுத்துக்காட்டு

புகார்தாரர், தனது புகாரில், வாகனத்தில் குறைபாடு (DEFECT) உள்ளது என்றும், அதன் அடிப்படையில் அந்த வாகனத்தை மாற்றி, வேறு வாகனம் கொடுக்க வேண்டும் என்று கோரும்பொழுது, அந்தப் புகார்தாரர் அந்த வாகனத்

'தாயாரிப்பில் குறைப்பாடு' (MANUFACTURING DEFECT) என்று நுகர்வோர் மன்றத்தில் நிரூபிக்க வேண்டும்.

நுகர்வோர் சட்டத்தில் நட்ட ஈடு கோர முடியாத சேவைகள்

மேற்குறிப்பிட்ட சேவைகள் போல் இல்லாமல் இலவசமாக பெறும் சேவை மற்றும் தனிப்பட்ட சேவை ஒப்பந்தத்தின் கீழ் உள்ள சேவைக்கும் பொருந்தாது. விதி விலக்காக அரசு அலுவலர் அரசு மருத்துவமனையில் இலவச சிகிச்சை எடுத்துக்கொண்டால் இலவச சிகிச்சையாகக் கருதமுடியாது. அதில் சேவைக் குறைபாடு இருந்தால் அந்த அரசு அலுவலர் நுகர்வோர் நீதிமன்றத்தில் இழப்பீடு பெறலாம். மேலும் வாடகைதாரர் வீட்டு உரிமையாளர் சேவை குறைப்பாட்டிற்கும் நுகர்வோர் நீதிமன்றத்தில் பரிகாரம் கோரமுடியாது.

இது போன்ற பல விரிவான சட்ட உரிமைகளை உள்ளடக்கியதே நுகர்வோர் பாதுகாப்பு சட்டமாகும். எனவே மக்கள் அனைவரும் நுகர்வாளர்களாக இருக்கும் பட்சத்தில் தாங்களே விரிவாக இச்சட்டத்தின் விளக்கத்தைப் பெற்று அல்லது வழக்குரைஞர் மூலமாக வழக்குத் தாக்கல் செய்து இழப்பீடு பெறலாம்.

16. இலஞ்ச ஒழிப்பு மற்றும் ஊழல் தடுப்புத்துறை

இலஞ்சம் மற்றும் ஊழலை ஒழிப்பதற்காக, சி. பி. ஐ., அமலாக்கப் பிரிவு ஆகியவற்றுடன் இணைந்து செயல்படும் வகையிலான ஒரு உயர்மட்ட அமைப்பை ஏற்படுத்துவது குறித்து, மத்திய லஞ்ச ஒழிப்பு கண்காணிப்பு ஆணையம் பரிசீலித்து வருகிறது.

ஊழல் மற்றும் லஞ்சத்தை மத்திய லஞ்ச ஒழிப்பு கண்காணிப்பு ஆணைய வட்டாரங்கள் கூறியதாவது ஒழிப்பதற்கு எதிரான நடவடிக்கைகள் தீவிரப்படுத்தப்பட்டுள்ளன. இதன்படி, ஊழல் நடவடிக்கைகளை கண்காணிக்கவும், தடுக்கவும், “சி.பி.ஐ” மத்திய அமலாக்கப் பிரிவு ஆகியவற்றுடன் இணைந்து செயல்பட வேண்டிய அவசியம் ஏற்பட்டுள்ளது. எனவே, இந்த அமைப்புகளுடன் இணைந்து செயல்படும் வகையிலான ஒரு உயர்மட்ட அமைப்பை உருவாக்க முடிவு செய்யப்பட்டுள்ளது.

லஞ்ச ஒழிப்பு மற்றும் கண்காணிப்பு ஆணையத்தின் கட்டுப்பாட்டில் செயல்படும் இந்த அமைப்பில், “சி.பி.ஐ”, அமலாக்கப் பிரிவு, வருமான வரித் துறை, டில்லி போலீஸ் ஆகியவற்றில் உள்ள மூத்த அதிகாரிகள் இணைந்து செயல்படுவர். ஊழல் வழக்குகள் தொடர்பான விசாரணையில், தகவல் தொடர்பில் ஏற்படும் பிரச்னைகள், விசாரணையில் ஏற்படும் தாமதம் போன்ற விஷயங்களுக்கு,

இதன் மூலம் தீர்வு காணப்படும். ஊழல் வழக்கு தொடர்பான தகவல்களை, தங்களுக்குள் பகிர்ந்து கொள்வது, ஒருங்கிணைந்து செயல்படுவது ஆகிய விஷயங்கள், இதன் மூலம் இனிமேல் சுலபமாக நடக்கும். இது தொடர்பாக, ஊழல் ஒழிப்பு கண்காணிப்பு ஆணையத்தின் மூத்த அதிகாரிகள், மற்ற அமைப்புகளின் அதிகாரிகளுடன் ஆலோசனை நடத்தி வருகின்றனர். இவ்வாறு மத்திய அரசு வட்டாரங்கள் தெரிவித்தன.

லஞ்ச ஒழிப்பு மற்றும் ஊழல் தடுப்புத் துறை (DIRECTORATE OF VIGILANCE AND ANTI-CORRUPTION) [DVAC]

DVAC-இன் முக்கிய பணிகள்

அரசு ஊழியர்களிடையே ஊழல் கண்காணித்து, ஊழலுக்கு எதிரான தொடக்கங்களை செயல்படுத்த வேண்டும்.

அரசு ஊழியர்கள் பணிகளில், அரசின் திட்டங்கள் செயல்படுத்தும் பொது கண்காணிப்பில் முறையற்ற செயல்கள்/ஒழுங்கற்ற செயல்கள், குற்ற நடவடிக்கைகள், ஊழல் நடவடிக்கைகள் எடுக்க வேண்டும்.

ஊழல் தடுப்பு நடவடிக்கைகளில் அரசு ஊழியரானவர் சட்டபூர்வமாக செய்யவேண்டிய கடமைகளை செய்வதற்கோ, அதிகாரத்தை துஷ்பிரயோகம் செய்தாலோ இலஞ்சம் கோரினாலோ, வருமானத்திற்கு அதிகமாக சொத்து சேர்த்தாலோ குற்ற நடவடிக்கை எடுக்க வேண்டும்.

தகவல் திரட்டுதல்: ஒவ்வொரு துறையின் ஊழல் நடவடிக்கைகளை இயக்குநரத்தின் முக்கிய பொறுப்பாகும்.

ஒவ்வொரு துறை மற்றும் நிறுவனத்தின் தலைவர்கள் ரூ. 10 லட்சத்திற்கு அதிகமான அனைத்து திட்டங்கள் (SCHEMES

& PROJECTS) மற்றும் ஒப்பந்தங்கள் அனைத்தையும் DVAC-க்கு தெரிவிக்க வேண்டும். இயக்குனரகம் அப்படியான திட்டங்களை தவறான நடவடிக்கைகள், ஊழலின்றி நடக்கிறதா என கண்காணிக்க வேண்டும். திட்ட விவரங்களை துறையிலிருந்து பெற்றவுடன் பணிகளை தீவிரப்படுத்த வேண்டும். மற்ற துறைகளிலிருந்து பெறப்பட்ட குறிப்புகள் DVAC இன் தொடர் செயலுக்கு(FOLLOW-UP) அனுப்பப்படும்.

DVAC கண்காணிக்க வேண்டியது யார் யாரை?

மாநில அரசின் அனைத்து விவகாரங்களிலும் ஈடுபட்டுள்ள அரசு ஊழியர்கள், தேர்ந்தெடுக்கப்பட்ட மக்கள் பிரதிநிதிகள், அரசு நிறுவன ஊழியர்கள், பல்கலைகழக ஊழியர்கள் ஆவர். இவர்கள் மேல் நடவடிக்கை எடுக்க G. O..(D)(1) NO. 1 P&AR (PER-N) நாள் 28, ஜனவரி, 1992 அதிகாரமளிக்கிறது. இயக்குனர் குரூப்-A,B,C மற்றும் D ஊழியர்கள் மீதான ஆரம்பகட்ட விசாரணைக்கு உத்தரவிடலாம். குரூப்-A,B,C மற்றும் D தவிர மற்ற ஊழியர்களை பிடிக்க (TRAP) கண்காணிப்பு ஆணையரின் அனுமதி தேவை.

அகில இந்திய பணிகள், மாவட்ட ஆட்சியர், துறைத் தலைவர்கள், மேலாண்மை இயக்குனர்கள், அரசின் நிறுவனத்தின் தலைமை செயலர்கள் போன்றோரைப் பிடிக்க அரசின் முன்னனுமதி தேவை.

அரசு அலுவலகங்களில் நம்பத் தகுந்த புகாரோ, தகவலோ பெற்றவுடன் DVAC துறைத் தலைவர்கள், மாவட்ட ஆய்வு அலுவலர்கள் ஆய்வுக்கு செல்ல வேண்டும். இருப்பு கணக்கை திடீர் ஆய்வு செய்வதன் மூலம், இருப்பு குறை இருப்பின் அது ஊழலுக்கான துப்பை கொடுக்கும்.

உள்-கண்காணிப்பு (INTERNAL-VIGILANCE)

பெரும்பாலான பொதுத்துறை நிறுவனங்கள், நிறுவன ஊழியர்களை கண்காணிக்க உள்-கண்காணிப்பு இயந்திரம் வைத்துள்ளனர். ஊழலுக்கான சாத்திய கூறுகள் அல்லது முதல்நிலை ஆதாரங்கள் கிடைக்கப்பட்ட நிலையில் மேற்படி உள்-கண்காணிப்பு அமைப்பு DVAC-க்கு வழக்கை பரிந்துரை செய்ய வேண்டும்.

வரையறை

இச்சட்டத்தின்படி லஞ்சத்தின் வரையறை

1. பொது ஊழியர் தன்னால் செய்யப்பட வேண்டிய அதிகாரப் பூர்வமான வேலைக்கு சட்டப்படி பெற வேண்டிய ஊதியத்தை தவிர கைகூலி பெறுவது.
2. பொது ஊழியம் செய்பவர் மறுபயன் இல்லாமல் விலை மதிப்புள்ள பொருட்களை தன்னுடைய அலுவல் நடவடிக்கையில் ஈடுபட்டு ஒருவரிடம் வாங்குவது.

இதன்படி இலஞ்சம் வாங்குவது குற்றம் என கருதப்பட கீழ்கண்ட அம்சங்கள் தேவை:

1. அதில் சம்பந்தப்பட்டவர் பொது ஊழியராக இருத்தல் வேண்டும்.
2. அவர் செய்யும் வேலை அதிகாரப் பூர்வமாக இருக்க வேண்டும்.
3. பொது ஊழியர் தான் செய்ய வேண்டிய வேலையை செய்வதற்கோ அல்லது செய்யாமல் இருப்பதற்கோ சட்டத்திற்குப் புறம்பாக பணம் கோருதல் அல்லது பெறுதல்.

4. பொது ஊழியரின் அதிகாரத்தைத் துஷ்பிரயோகித்துப் பண மதிப்புள்ள அனுகூலம் பெறத் தகாத சலுகை அளித்தல்.
5. ஒரு குடிமகனிடமிருந்து பொது ஊழியர் அதிகாரப் பூர்வமான கடமையைச் செய்வதற்காக மறுபயனின்றி விலை மதிப்புள்ள பொருளைப் பெறுவதும் இலஞ்சமே.
6. அந்த பொது ஊழியர் நேரடியாகவோ அல்லது முகவர் மூலமாகவோ இலஞ்சம் பெற்றால் அவரும் அவருக்கு இலஞ்சம் வழங்குபவர்களும் குற்றவாளிகள்.
7. பொது ஊழியர் தனது வருமான வழிவகைகளுக்குப் பொருந்தாத விதத்தில் சொத்துக்களைக் சேர்த்தலும் சட்டத்தின் படி குற்றம் என வரையறுக்கப் பட்டிருக்கிறது.

தண்டனை

இலஞ்ச ஊழலை சட்டத்தின்படி தவறு இழைத்த ஒரு நபருக்குத் குறைந்த பட்சம் ஆறு மாதம் ஐந்து ஆண்டுகள் வரை கடுங்காவல் தண்டனை மற்றும் அபராதம் விதிக்கப்படலாம்.

ஊழல் ஆணையம்

ஊழலை ஒழிப்பதற்கு இந்திய அரசு மத்திய விழிப்புணர்வு ஆணையத்தை ஏற்படுத்தியுள்ளது. மத்திய அரசுத் துறைகளில் ஊழல் குறித்த வழக்குகளை மத்திய புலனாய்வு குழுவும் மாநில அரசுத் துறைகளில் ஊழல் குறித்த வழக்குகளை கண்காணிப்பு மற்றும் ஊழல் தடுப்பு போலீசும் வழக்குப் பதிவு செய்து விசாரிக்கிறார்கள். தமிழகத்தில் இந்த அமைப்பு இயக்குநர் சென்னை மல்லிகை மாளிகையில்

செயப்பட்டு வருகிறது. சர்தார் வல்லபாய் பட்டேல் பிறந்த நாளை முன்னிட்டு ஒவ்வொரு ஆண்டும் அக்டோபர் 31-ஆம் நாள் முதல் ஒரு வார காலம் ஊழல் கண்காணிப்பு மற்றும் விழிப்புணர்வு வாரமாக இந்தியா முழுவதும் அரசு அலுவலகங்களில் கொண்டாடப்பட்டு வருகிறது.

ஊழல் குறித்து புகார் செய்யும் விதம்

ஊழல் குறித்து புகார் செய்யும் போது புகார்தாரர் தனது பெயரையும், முகவரியையும் தெளிவாகக் கூற வேண்டும். மத்திய அரசுத் துறை என்றால் மத்திய விழிப்புணர்வு ஆணையத்துக்கும், மாநில அரசுத் துறை என்றால் ஊழல் தடுப்பு இயக்குநருக்கும் புகார் செய்யலாம். ஒரு பொது ஊழியர் குறித்துப் பொய்யான புகார் தருவது இந்திய தண்டனைச் சட்டம்:- பிரிவு 182-இன் படி தண்டனைக்குரியது. பெயரில்லாத புகார்கள் தள்ளுபடி செய்யப்படுகின்றன. ஊழலில் சிக்கிய அதிகாரிகள் குறித்த தகவல்களை மத்திய விழிப்புணர்வு ஆணையம் ஒவ்வொரு ஆண்டும் தனித்தொகுப்பாக வெளியிட்டு வருகிறது.

ஊழல் பற்றிய புகார்களுக்கு

RANGES & DETACHMENTS

CONTACT DETAILS OF TAMIL NADU VIGILANCE OFFICERS OF ALL RANGES & DETACHMENTS ARE LISTED BELOW:

Detachment	Officer	Address	Contact Nos.
Headquarters	Control Room	No. 293, MKN Road, Alandur, Chennai–16.	044-22321090 / 22321085 044-22310989 / 22342142 Fax:044-22321005 dvac@nic. in
Headquarters	Director	No. 293, MKN Road, Alandur, Chennai–16.	044-22311049 (Direct) 044-22321090 / 22321085 044-22310989 / 22342142 Fax:044-22311080 dvac@nic. in
Headquarters	Joint Director	No. 293, MKN Road, Alandur, Chennai–16.	044-22311052 (Direct) 044-22321090 / 22321085 044-22310989 / 22342142 Fax:044-22321066 jddvac. tnpol@nic. in

Headquarters	Deputy Director	No. 293, MKN Road, Alandur, Chennai–16.	044-22311042 (Direct) 044-22321090 / 22321085 044-22310989 / 22342142 Fax:044-22320902 digdvac. tnpol@nic. in
Headquarters	ADSP, Hqrs.	No. 293, MKN Road, Alandur, Chennai–16.	044-22311135 (Direct) 044-22321090 / 22321085 044-22310989 / 22342142 adsphqdvac. tnpol@ nic. in
Headquarters	DSP, Hqrs.	No. 293, MKN Road, Alandur, Chennai–16.	044-22311059 (Direct) 044-22321090 / 22321085 044-22310989 / 22342142 dsphqdvac. tnpol@ nic. in

Chennai City Range

Detachment	Officer	Address	Contact Nos.
Chennai City Range	Supdt. of Police	No. 293, MKN Road, Alandur, Chennai–16.	044-22321045 (Direct) 044-22321090 / 22321085 044-22310989 / 22342142 spcrdvac. tnpol@nic. in
Chennai City - I	DSP	No. 293, MKN Road, Alandur, Chennai–16.	044-22341232 dspcc1dvac. tnpol@ nic. in
Chennai City - II	DSP	No. 293, MKN Road, Alandur, Chennai–16.	044-22346050 dspcc2dvac. tnpol@ nic. in
Chennai City - III	DSP	No. 293, MKN Road, Alandur, Chennai–16.	044-22336040 dspcc3dvac. tnpol@ nic. in
Chennai City - IV	DSP	No. 293, MKN Road, Alandur, Chennai–16.	044-22348010 dspcc4dvac. tnpol@ nic. in
Chennai City - V	DSP	No. 293, MKN Road, Alandur, Chennai–16.	044-22346080 dspcc5dvac. tnpol@ nic. in

Chennai CSU - I	ADSP	No. 293, MKN Road, Alandur, Chennai–16.	044-22342877 adspcsudvac. tnpol@ nic. in
Chennai CSU - III	ADSP	No. 293, MKN Road, Alandur, Chennai–16.	044-22346020 dspcsu3dvac. tnpol@ nic. in

North Range

Detachment	Officer	Address	Contact Nos.
North Range	Supdt. of Police	No. 293, MKN Road, Alandur, Chennai–16.	044-22321090 / 22321085 044-22310989 / 22342142
Kancheepuram	DSP	Ragavendra Nagar, Thiruparuthi kundram Road, Kancheepuram –631 501.	044-27237139 dspkpmdvac. tnpol@nic. in
Thiruvallur	DSP	No. 168, J. N. Road, Upstair of Canara Bank, Tiruvallur –602 001.	044-27667070 tvldvac. tnpol@ tn. gov. in

(Contd.)

Vellore	DSP	Vasanthapuram Road, Near Railway Gate, Vellore –632001	0416-2220893 dspvlrdvac. tnpol@nic. in
Cuddalore	DSP	No. 16, Kaliamman Kovil Street, Opp to ARLM Matric. School, Manjakuppam, Cuddalore –607001	04142-233816 dspcuddvac. tnpol@nic. in
Villupuram	DSP	No. 92, Radhakrishnan Salai, VGP Nagar,East Sala Medu, Villuppuram –605401	04146-259216 dspvpmdvac. tnpol@nic. in
Thiruvannamalai	DSP	No. 1164, Thendral Nagar, Vengikkal, Thiruvannamalai –606604.	04175-232619 dsptvmdvac. tnpol@nic. in

Central Range

Detachment	Officer	Address	Contact Nos.
Central Range	Supdt. of Police	No. 293, MKN Road, Alandur, Chennai–16.	044-22321090 / 22321085 044-22310989 / 22342142
Trichy	DSP	No. 23, Race Course Road, Opp to Government Law College, Thiruchirappalli –620023.	0431-2420166 dsptrydvac. tnpol@nic. in
Karur	DSP	Door No. 1/140-1, Archana Nagar, Erode Road, Athur Post, Manmangalam Circle, Karur	04324225100, 9498102095 kardvac. tnpol@ tn. gov. in
Perambalur	DSP	Plot No. 12, Abiramapuram, Near Collector Office, Peramballur –621212.	9498110576 pbrdvac. tnpol@ tn. gov. in
Ariyalur	DSP	No. 922, Shasthri Nagar, Anumanthapuram Kayarlabath, Ariyalur–600621.	04329-228442 dspalrdvac. tnpol@nic. in

(Contd.)

Pudukottai	DSP	SF No. 6089/8, Alankulam Housing Unit, Opp to Collectorate, Pudukottai –622005.	04322-222355 dsppdkdvac. tnpol@nic. in
Thanjavur	DSP	Tamil University Campus Post, Thanjavur –613010.	04362-227100 dsptnjdvac. tnpol@nic. in
Nagapattinam	DSP	Suriya Nagar, Kadambadi, Nagapattinam –611 001.	04365-248460 dspngpdvac. tnpol@nic. in
Thiruvarur	DSP	Plot No. 12, Thiruvalluvar St., Silambu Nagar, Mannargudi Road, Thiruvarur –610 004.	04366226970, 8300050200 dsptvrdvac. tnpol@tn. gov. in

South Range

Detachment	Officer	Address	Contact Nos.
Sourth Range	Supdt. of Police	No.293, MKN Road, Alandur, Chennai–16.	044-22311109 (Direct) 044-22321090 / 22321085 044-22310989 / 22342142 spsrdvac. tnpol@nic.in
Madurai	DSP	No.165/G, Alalagar koil Main road, Madurai –625 002.	0452-2531395 dspmdudvac. tnpol@nic.in
Virudhunagar	DSP	Kumarasamy Raja Nagar, Collectorate Campus, Virudhunagar –626 002.	04562-252678 dspvnrdvac. tnpol@nic.in
Theni	DSP	W-33-21 D, Udaiappa Engg College Road, Karuvel Nayakan Patty, Theni –625 531	04546-255477 dspthndvac. tnpol@nic.in
Thoothukudi	DSP	2/175, Palayamkottai Main Road, Maravan Madam, Thoothukkudi –628 101.	0461-2271143 dsptutdvac. tnpol@nic.in

(Contd.)

Ramanathapuram	DSP	D-Block, Rameswaram Main Road, Near Customs Office, Ramanathapuram –623 503.	04567-230036 dsprmddvac. tnpol@nic.in
Sivagangai	DSP	3/393, Thirupathur Road, Sivagangai –630 561.	04575-240222 dspsvgdvac. tnpol@nic.in
Dindugul	DSP	No.576/4, EB Colony, Chettinaykkanpatty, Trichy By-pass Road, Dindugul – 624 004.	0451-2461828 dspdgldvac. tnpol@nic.in
Kaniyakumari	DSP	210/1A, Lourdu Annai Salai, Rajakamangalam Raod, Nagercoil - 629 004.	04652-227339 dspkkmdvac. tnpol@nic.in
Tirunelveli	DSP	No:16/53A-1, Masilamani Nagar, Near Central Jail, Palayamkottai, Tirunelveli – 627 005.	0462-2580908 dsptnvdvac. tnpol@nic.in

West Range

Detachment	Officer	Address	Contact Nos.
West Range	Supdt.of Police	No.293, MKN Road, Alandur, Chennai–16.	044-22311036 (Direct) 044-22321090 / 22321085 044-22310989 / 22342142 spwrdvac.tnpol@nic.in
Coimbatore	ADSP	No.4, Ramasamy Nagar, 1st Street, Near Fire Service, Koundanpalayam, Coimbatore –641 030.	0422-2447550 dspcbedvac.tnpol@nic.in
Thirupur	DSP	No.40, Asher Nagar, 2nd Street, SAP Theatre Backside, Thirupur –641603	+91-9498109718 0421-2482816 dsptprdvac.tnpol@nic.in
Erode	DSP	No.1/2, Kamatchi Amman Koil Street, Karungalpalayam, Erode –638003.	0424-2210898 dsperddvac.tnpol@nic.in

(Contd.)

The Nilgiris	DSP	Stone House Hill, Maduvana Junction, Kothagiri Road, Nilgiris –643001.	0423-2443962 dspnlgdvac. tnpol@nic.in
Salem	DSP	Corporation Building, Near Armed Reserve Kumarasamy Patti, Salem –636007.	0427-2418735 dspslmdvac. tnpol@nic.in
Dharmapuri	DSP	No.11, Kamala lakshmi Colony, Ramasamy Gounder Street, Dharmapuri –636701.	04342-260042 dspdpidvac. tnpol@nic.in
Krishnagiri	DSP	Byanapalli Village, Bangalore Main Road, Ramapuram Post, Krishnagiri –635115.	04343- 292275 dspkgidvac. tnpol@nic.in

Special Investigation Cell

Detachment	Officer	Address	Contact Nos.
Spl.Inv.Cell	Inspector General of Police,	No.293, MKN Road, Alandur, Chennai–16.	044-22321099 (Direct) 044-22321025 /22321085 044-22310989 /22342142 Fax:044-22321025 igpdvac.tnpol@ nic.in
Spl.Inv.Cell	Supdt.of Police-I	No.293, MKN Road, Alandur, Chennai–16.	044-22311056 spsicdvac.tnpol@ nic.in
Spl.Inv.Cell	Supdt.of Police-II	No.293, MKN Road, Alandur, Chennai–16.	

(Contd.)

Spl.Inv.Cell	ADSP	No.293, MKN Road, Alandur, Chennai–16.	044-22311017 adspsicdvac. tnpol@nic.in
Spl.Inv.Cell-I	DSP	No.293, MKN Road, Alandur, Chennai–16.	044-22311058 dspsic1dvac. tnpol@nic.in
Spl.Inv.Cell-II	DSP	No.293, MKN Road, Alandur, Chennai–16.	044-22321095 dspsic2dvac. tnpol@nic.in

17. ஊழலற்ற பாரதத்தை உருவாக்க இளைஞர்களின் பங்கு

பொதுவாக ஒரு நாட்டின் வளர்ச்சிக்கும் வளர்ச்சிக் கூறுகளின் நிலைத்த தன்மைக்கும் உந்து சக்திகளாக பல்வேறு காரணிகள் அறியப்பட்டாலும் அவற்றுள் முதன்மையானது மட்டுமல்ல தவிர்க்க முடியாத சக்தியாகவும் முன்நிற்பது அந்நாட்டின் இளைஞர்களே ஆவர். புதிய சிந்தனைகள், மேம்பட்ட திறன்கள், புதுமைகளை உள்வாங்கும் நிலை, தளராத முயற்சி, வளர்ச்சி நோக்கிய இலக்கு, நவீன உத்திகளைக் கையாளுதல் போன்ற எண்ணற்ற பரிமாணங்கள் இளைஞர்களின் தகுதியையும் தரத்தையும் உயர்த்திப் பிடிப்பதால் அவர்களை விலக்கி வைத்துவிட்டு வளர்ச்சியை முன்னெடுத்துச் செல்வது இயலாததாகும். எனவேதான் நூறு ஆண்டுகளுக்கு முன்பே இளைஞர்கள் தான் நாட்டின் எதிர்காலம் அவர்களின் கைகளில் தான் நாடு உள்ளது என்று இளைஞர்களின் சக்தியை உலகிற்கு உணர்த்தினார் சுவாமி விவேகானந்தர்.

நாட்டின் வளர்ச்சியில் இளைஞர்களின் பங்களிப்பு

இளைஞர்களின் பங்களிப்பும் மாறுபட்ட அணுகுமுறையும் நாட்டின் வளர்ச்சிப் போக்கினைத் தீர்மானிப்பதற்குப் பேருதவியாக இருந்ததால் இளைஞர்களின் முன்னேற்றத்திற்கேற்ப நாட்டின் வளர்ச்சி விரைவுபடுத்தப்பட்டது. அந்த வகையில் இளைஞர்கள் நாட்டின் வளர்ச்சியை முன்னெடுத்துச் செல்லும் வளர்ச்சித் தூதுவர்களாக கருதப்பட்டனர். எதிர்காலம் மட்டுமன்றி நிகழ்காலத் தேவைகளையும் கருத்தில் கொண்டு வளர்ச்சிச் சமத்துவத்தைப் பரவலாக்குவதற்கான செயல்களில் தங்களை ஈடுபடுத்திக் கொள்வதன் மூலம் வளர்ச்சிப் பங்காளிகளாகவும் செயல்பட்டு வருகின்றனர்.

அறிவு, ஆற்றல், அனுபவம், துணிவு போன்றவற்றின் அடிப்படையில் வளரும் நாடுகளில் மட்டுமல்ல அமெரிக்கா போன்ற வளர்ந்த நாடுகளிலும் கூட இளைஞர்களின் செயல்பாடுகள் மிகுந்த முக்கியத்துவம் பெறுவதால் மாற்றங்களுக்கு வித்திடும் இன்றைய உலகில் இளைஞர்கள் மாற்று சக்திகளாகவும் உருவாகி நிற்கின்றனர்.

உலகில்சிலநாடுகள்தான்மக்கள்தொகையில்கணிசமான அளவு இளைஞர்களை வரப்பிரசாதமாகப் பெற்றுள்ளது. அந்த வகையில் இந்தியாவின் மக்கள்தொகையில் ஏறத்தாழ 50 சதவீதத்திற்கும் மேல் 25 வயதிற்குட்பட்ட இளைஞர்கள் உள்ளனர். வளர்ந்து வரும் பொருளாதார நாடுகளில் உலக அரங்கில் முக்கிய இடத்தைப் பெற்றுள்ள இந்தியாவின் வளர்ச்சிக்கும் வெற்றிக்கும் அடித்தளமாக இருப்பது வளர்ச்சி சார்ந்த நிகழ்வுகளில் இளைஞர்கள் ஈடுபடுவதும் அவர்களின் உறுதிமிக்க பங்களிப்பும் தான். இவர்களின் ஈடுஇணையற்ற, நேரடியான மற்றும் மறைமுகமான பங்களிப்பால் நவீன

இந்தியா சவால்களையும் சறுக்கல்களையும் எதிர்கொண்டு அதற்கான சரியான தீர்வுகளைக் கண்டறிந்து சமூக, பொருளாதாரத் தளத்தில் வளமான பாதையில் பயணித்து வருகின்றது.

எனவே ஒவ்வொரு நாட்டிலும் அங்கு நிலவும் சூழ்நிலைக்கேற்ப அந்நாட்டின் வளர்ச்சிக்கு இளைஞர்களின் பங்களிப்பு இன்றியமையாததாக உள்ளது. பன்முகத் திறன் கொண்ட இவர்கள் அனைத்து துறைகளிலும் சாதித்து வருகின்றனர்.

தகவல் தொழில்நுட்பப் புரட்சியைத் தக்கவாறு பயன்படுத்திக்கொள்ளத் தவறிவிடும் நாடுகள் பின்தங்கிய நாடுகளாகவே இருக்கும் என்று ஒரு காலத்தில் கருதப்பட்டது. ஆனால், இன்று அந்நிலை மாறி எந்தவொரு நாடு இளைஞர்களின் ஆற்றலைப் பயன்படுத்தத் தவறுகின்றதோ அல்லது திட்டமிடாமல் தவறான வழிகளில் பயன்படுத்திட முயலுகின்றதோ அது வளர்ந்த நாடுகளின் பட்டியலை எட்டிப் பிடிக்க இயலாது என்பதும் தொடர்ந்து வளர்ச்சிப் பாதையில் பயணிக்க முடியாது என்பதும் வெட்ட வெளிச்சமாகிறது.

இளைஞர்களின் ஆற்றல்

சாதகமான இளைஞர் மேம்பாடு என்பது எப்போதும் விரிவடைந்து கொண்டும் செல்வாக்கான இயக்கமாகவும் இருக்கிறது. இதன் கவனம் விமோசனம் என்பதைவிட பலம் மற்றும் நலன்கள் சார்ந்ததாகவும் மற்றும் போதாமைகளை எதிர்கொள்வதாகவும் அமைகிறது. பிரச்சனைகளை மையமாகக் கொண்ட அணுகுமுறையில் இருந்து பிரச்சனைகளைத் தீர்த்தல் என்ற அணுகுமுறைக்கு முக்கியத்துவம் தரப்படுகின்றது.

சமூக, அரசியல், சிவில் சமூக இயக்கங்களின் படையெடுப்புகளுக்கு இடையில், இளைஞர்கள் நடவடிக்கைகளின் மையமாக இருக்கின்றனர். எல். ஜி. பி. டி. கியூ இயக்கம் முதல் “பெண்களுக்கான சமஉரிமை இயக்கம்” வரை சுற்றுச்சூழல் பிரச்சனைகள் முதல் மனித உரிமைகள் வரை அனைத்திலும் இளைஞர்கள் செயல்பாடுகளின் மையமாகத் திகழ்கின்றனர். பொதுவாழ்வில் பலதரப்பட்ட செயல் களங்களால் இளைஞர்கள் சூழப்பட்டுள்ளனர். பெரும்பாலும் இவர்கள் செயலூக்கமான பொதுவான குறிக்கோள் கொண்ட குழுவாகச் செயல்படுகின்றனர். அவர்களது விரிவடைகின்ற ஆர்வத்தையும் கரிசனங்களையும் ஒருங்கிணைக்க, ஊடகங்கள்/ சமூகஊடகங்கள் தொடர்ச்சியாகவும் முழுமையாகவும் பயன்படுத்திக் கொள்ளப்படவேண்டும். விவாதங்களும் பிரபலமான அபிப் பிராயங்களும் இவற்றில் முன்வைக்கப்பட வேண்டும். புதிய ஊடகக் கருவிகள் யோசனைகளை உருவாக்குவதற்கு மட்டுமே பயன்படவில்லை. அவை ஒரு யோசனையை ஒருங்கிணைக்கவும் பலருக்கும் தொடர்புபடுத்தவும்கூட உதவுகின்றன. இந்த யோசனையை அல்லது விவாதத்தை பொதுமக்கள் ஒப்புதலுடன் உறுதிப்படுத்தவும் இந்த ஊடகக் கருவிகள் உதவுகின்றன. பொருளாதார/சமூக அளவிலான செயல்பாடுகளின் மையத்தில் இளைஞர்கள் இருக்க வேண்டும் என்பதற்கான காரணம் என்பது எப்போதும் மாறிக் கொண்டே இருக்கும் சமூக இயக்கவியலுக்கு ஏற்ப தகவமைத்துக் கொள்ளும் இயல்பான உள்ளுறைந்த திறன் அவர்களுக்கு இருப்பதே ஆகும்.

சமுதாய முன்னேற்றத்தில் இளைஞர்களின் பங்கு

இரண்டு தலைமுறைகளுக்கு இடையிலான பாலமாக இளைஞர்கள் செயலாற்ற வாய்ப்பு உள்ளது. முறையாக இதனை விளக்கிக் கூறினால், இவர்கள் ஒத்த வயதுடைய குழுவினராவர். இக்குழுவினரின் சொந்த வளர்ச்சி மற்றும் மேம்பாட்டை ஊக்குவிக்க நெகிழ்ச்சித் தன்மை இருந்தாக வேண்டும் என்ற தேவையைப் புரிந்து கொள்ள வேண்டும்.

கருத்தியல் இறுக்கத்தன்மைகள் மற்றும் கண்மூடித்தனமாக மேற்கு உலக கலாச்சாரத்தைக் கடைப்பிடித்தல் போன்ற தீவிர நிலைகள் நாட்டுக்கு நெடுங்கால ஓட்டத்தில் எந்தவிதமான சாதக நல்விளைவுகளையும் ஏற்படுத்தாது. இன்றைய இளைஞர்கள் முற்றுரிமை அல்லது தன்னாட்சி மட்டுமே அனைத்துப் பிரச்சனைகளுக்கும் தீர்வாகாது என புரிந்து கொண்டுள்ளனர். ஒருங்கிணைந்து முழுமையாகச் செயல்படும் வகையில் உட்பிரிவான அலகுகள் நெருக்கமாக ஒருங்கிணைந்து செயல்படும் போதுதான் தீர்வுகள் கிடைக்கும். புதிய சமுதாயச் சிந்தனை, பொருளாதார மேம்பாடு மற்றும் அரசியல் நடவடிக்கைகளுக்கு இளைஞர்கள் அடிப்படை ஊக்கிகளாக உள்ளனர்.

இன்றைய இளைஞர்கள் மிகச் சிறந்த அனுபவத்தைப் பெறும் நிலையில் உள்ளனர். ஆன்மாவின் பரிசோதனைக் களமாக அவர்கள் உள்ளனர். இந்திய ஜனநாயக அமைப்பு முறைக்குள் பலவகைப்பட்ட விலக்குதல் நடைமுறைகள் உள்ள பின்னணிக்கு எதிராக அர்த்தமுள்ள நோக்கத்துடன் இவை பின்னிப் பிணைந்து இருக்க வேண்டும்.

சிறப்பியல்புகள்

இளைஞர்கள் பயன்படுத்தும் தர்க்க நியாயம், மதிப்பு கூட்டுதல் மற்றும் ஆய்வுத் தேடல் ஆகியன இறுக்கமான சமூக அமைப்பு என்ற சுவரை அடித்து உடைப்பதற்கான சுத்தியலாக இருக்கின்றன. இன்றைய இளைஞர்கள் பலதரப்பட்ட சமுதாயத்தினருடன் இணைந்து உணவு உட்கொள்ளுதல், சமுதாயம் மாறி திருமணம் செய்து கொள்ளுதல் ஆகிய விஷயங்களில் அந்த அளவிற்கு இறுக்கமான மனநிலையில் இல்லை. சக மனிதர்களிடம் காட்டப்படும் பிற்போக்குத்தனமான கூர் உணர்வு இல்லாத அணுகுமுறையை அதாவது ஜாதி, வர்க்கம், இனம் அல்லது பாலினம் ஆகியவற்றின் அடிப்படையை ஒதுக்கிவிட்டு இளைஞர்கள் கேள்வி கேட்கின்றனர்.

இது பெரிய அளவில் நிகழவில்லை என்றாலும்கூட, சரியான திசையில் உறுதியான சிறுசிறு அடிகள் எடுத்து வைக்கப்பட்டே வருகின்றன. தங்களது பாரம்பரிய வேர்களை இளைஞர்கள் கண்டறிய உதவியாக இருக்கும் மிக முக்கியமான காரணிகளில் ஒன்றாக தொழில்நுட்பத்தைப் பயன்படுத்துவதும் தொழில்நுட்பத்துக்கு முக்கியத்துவம் தருவதும் உள்ளது. ரொக்கப் பணம் இல்லாத பொருளாதாரம் மற்றும் டிஜிட்டல் இந்தியா போன்ற கருத்தாக்கங்கள், செயல்பாடுகள் மூலம் மின்னணு மயமாதலுக்காக அரசு எடுத்து வரும் முயற்சிகளில் தொழில்நுட்பம் முக்கிய பங்கு வகிக்கிறது. பொருளாதாரப் பிரச்சனைகளை எதிர்கொள்வதற்கான அனைத்து முயற்சிகளிலும் உருவாகி வரும் தொழில்நுட்பமே திறன்மிக்கத் தேர்வாக அமைகிறது. நமக்குத் தெரிந்த வரையில், அன்றாட வாழ்வில் நாம் எதிர்கொண்டு வரும் விதத்தில் தொழில்நுட்பம் என்பது முன்னேற்றத்துக்கான சாதகமான வழியாகவே

உள்ளது. அடைய முடியாத அரும் செயல்கள் என்று பார்க்கப்பட்டவற்றை தற்போது மனித இனம் அடைவதற்கு தொழில்நுட்பம் உதவியாக உள்ளது.

இளைஞர்கள் குறித்த ஐ. நா. சபை வரையறை

15 வயது முதல் 25 வயதிற்குட்பட்டவர்களை இளைஞர்கள் என ஐ. நா. சபை வரையறை செய்துள்ளது. உலக மககள்தொகையில் ஆறில் ஒரு பங்கினர் இளைஞர்களாவர். இதில் பெரும்பாலானோர் வளரும் நாடுகளில் உள்ளனர். இத்தகைய வலிமை படைத்த இளைஞர்களை அதிகாரப்படுத்துவதன் மூலம் எதிர்பார்ப்பிற்கேற்ற உறுதியான கட்டமைப்பை அனைத்து நிலைகளிலும் உருவாக்க முடியும் என்று ஐ. நா. சபை நம்பிக்கை தெரிவிக்கின்றது.

நாளைய சமுதாயத்தின் தூண்களாக, வருங்காலத் தலைவர்களாக அறியப்படும் இன்றைய இளைஞர்களின் செயல்பாடுகளை ஒழுங்குபடுத்துவதன் மூலம் மேம்பட்ட சமுதாயத்தை உலகத் தரத்தில் ஏற்படுத்த முடியும்.

இளைஞர்கள் முன்னேற்றம்

இளைஞர்கள் முன்னேற்றம் என்பது அடிப்படையில் இரண்டு முக்கிய இலக்குகளைக் கொண்டது. அவை,

- அக முன்னேற்றம்
- புற முன்னேற்றம் என்பதாகும்.

அக முன்னேற்றம்

இது இளைஞர்களின் தனித் திறமை சார்ந்தது. ஒரு செயலை மேற்கொள்வதற்கான தனி நபர் திறன்களை வளர்த்தல் மற்றும் முறையாகச் செயல்படுத்துதல்.

புற முன்னேற்றம்

இது பொது நிலையில் சமூக மேம்பாடு கருதி ஆக்கப்பூர்வமான செயல்பாடுகளில் ஈடுபடுதல் சார்ந்தது. குடும்பம், சமூகம், நாடு, மக்கள், வளர்ச்சி, மாற்றம் போன்றவற்றில் முழு ஈடுபாட்டுடன் பங்கேற்றல்.

மேலும் பிறரைப் புரிந்து கொள்ளுதல், சிக்கல்களுக்கு உரிய தீர்வு காணுதல், உறுதியான முடிவெடுத்தல், பாதிப்புகளை உள்வாங்குதல் போன்ற திறன்களையும் கருத்தில் கொள்ள வேண்டிள்ளது.

இன்றைய இளைஞர்கள் இந்தியாவை வல்லரசாக கட்டியெழுப்பும் திறமை படைத்தவர்கள் என்ற எதிர்பார்ப்பு உள்ளது. இதனை நிறைவேற்றுவது என்பது அவர்களின் எண்ணங்கள், பண்புகள், ஈடுபாடுகள், செயலாற்றும் முறைகள், மன உறுதி ஆகியவற்றைப் பொருத்ததாகும்.

எடுத்துக்காட்டான இளைஞர்கள்

குஜராத்தைச் சேர்ந்த மோகன்தாஸ் கரம்சந்த் காந்தி என்ற இளைஞன் மனதில் சத்தியத்திற்கு ஒரு பெரிய முக்கியத்துவம் இருந்தது. மெலிந்த தேகமுடன் உடல் பலமற்று அந்த இளைஞன் வழக்கறிஞர் படிப்பு படித்த போதும் பெரிய வழக்கறிஞர் ஆகும் திறமை ஒன்றும் அந்த இளைஞனுக்கில்லை. ஆனால் அந்த இளைஞனின் மனதில் இருந்த அசைக்கமுடியாத மன உறுதி இந்திய மண்ணிலிருந்து அந்நிய சக்திகளை வேரோடு அகற்றி சரித்திரம் படைத்தது. கத்தியின்றி, இரத்தமின்றி நடந்த விடுதலைப் போராட்டம் உலகச் சரித்திரத்தில் பதிவாகியது.

இளமை முதல் ஐன்ஸ்டீனுக்கு இருந்த அறிவியல் தாகம் அவனை விஞ்ஞானத் துறை நோக்கிப் பயணம் செய்ய

வைத்துப் பின்னாளில் ஈடு இணையற்ற விஞ்ஞானியாக உலகிற்குத் தந்தது. எந்தத் துறையாயினும் இளைஞர்களின் சிந்தனைகள், உறுதிமிக்க உழைப்பு, புத்தாக்க முயற்சி ஆகியவை குறிப்பிடத் தகுந்த மாற்றங்களை உருவாக்கி இருக்கின்றது. இவ்வாறு இளைஞர் சக்தி எந்தச் சூழ்நிலையில் எவ்வாறு பயன்படுத்தப்படுகின்றது என்பதைப் பொறுத்து தனிநபர் மேம்பாடு மட்டுமன்றி நாட்டின் இலக்கு சார்ந்த முயற்சிகளும் தீர்மானிக்கப்படுகின்றன. அத்தகைய முயற்சிகள் வெற்றி பெறுவதற்கு அரசுகளும் தங்கள் பங்களிப்பைச் செலுத்துகின்றன.

1. எந்த ஒரு அரசும் ஏன் ஊழலுக்கு எதிராக நடவடிக்கை எடுக்க வேண்டும்?
2. அதற்கான அவசியம்தான் என்ன?

மோசமான அரசில், பதவியில் இருப்பவர்களும் அதிகார வட்டத்துக்கு நெருங்கியவர்களும் ஊழலால் தனிப்பட்ட முறையில் பயனடைகிறார்கள். அதிகாரத்தில் இருப்பவர்களும், நெருக்கமானவர்களும் மட்டுமே பெரும் பயனடைந்து விடுவதால் அதை மோசமான அரசு என்கிறோமா, அல்லது அது மோசமான அரசாக இருப்பதால் இப்படி நடக்கிறதா? இதில் காரண காரியம் என்னவென்று புரியாமல் போவதில் அதிசயம் இல்லை. ஒன்று மற்றதைச் சார்ந்து நிற்பது, இரு பாம்புகள் சுற்றிச் சுற்றித் தழுவியதைப் போலத்தான்.

மோசமான அரசை விடுத்து, ஒரு சராசரி மக்களாட்சியையே நோக்கினால், முதல் இரண்டு கேள்விகளுக்கு இன்னும் அவசியம் உண்டு என்பது தெரிய வேண்டும். தேர்தலில் வெற்றி பெறும் அரசு, நல்லாட்சி தருவதைத் தன் குறிக்கோளாகக் கொண்டிருந்தாலும், அது

ஏன் ஊழலுக்கு எதிராக உறுதியான நடவடிக்கை எடுத்து தனக்கு ஆதரவாக இருக்கக்கூடிய தரப்பினரைப் பகைத்துக் கொள்ள வேண்டும்?

ஜனநாயக சமுதாயங்களில், கட்சி ஆதரவாளர்களில் கணிசமான நபர்கள் தாம் ஆதரவு தருவதனால் தம் சொந்த வாழ்க்கையில்ஏதாவதுபயன்கிட்டும்என்றுஇயங்குகிறார்கள் என்ற கருத்து நமக்கு அதிர்ச்சி தருவதில்லைதானே? வாக்களிப்பவர்களில் பெருமளவு மக்கள், ஒரு கட்சிக்கு ஆதரவு தெரிவிக்கையில் இப்படி நேரடிப் பயன் நோக்கிய கணக்கில்லாமல் ஆதரவு தருவர் என்றிருக்கலாம். ஆனால் இந்தப் பொதுமக்களுமே சமூகத்துக்கு இந்தக் கட்சியின் ஆட்சியால் குறிப்பிட்ட நலன்கள் கிட்டும் என்று ஒரு நோக்கமில்லாமல், எதிர்பார்ப்பில்லாமல் ஆதரவு தருவதில்லை. குறிப்பிட்ட நபரான தமக்கு நன்மை கிட்டும் என்ற கணக்கு இல்லாமல் இருப்பதே சுயநலனற்ற அரசியல் பங்கெடுப்பு என்று ஆகிவிடாது. பொதுநன்மையை எதிர் நோக்கல் நிறைய பங்கு என்று வேண்டுமானால் சொல்ல இடம் உண்டு.

ஒவ்வொரு கட்சியின் அறிக்கைகள், கொள்கைப் பிரகடனங்கள், செயல் திட்டங்கள் ஆகியன அந்த நலன்கள் என்னவாக இருக்கும் என்று பட்டியலிடுவதை நாம் காண்கிறோம். அந்தப் பட்டியலின் நம்பகத் தன்மை, மேலும் அக்கட்சியின் செயல் திறமை ஆகியன குறித்த ஒரு குத்து மதிப்பான எதிர்பார்ப்பு இன்றி மக்கள் ஒரு கட்சிக்குத் தம் ஆதரவை வாக்குகளாக மாற்றிக் கொடுப்பதில்லை. அதே நேரம் இந்தக் கட்சிகளின் நோக்கங்கள், செயல் திட்டங்கள் ஆகியன குறித்து தகவலை மக்களுக்கு விருப்போடு எடுத்துச் செல்லும் கட்சியின் ஊக்கமிகு ஆதரவாளர்கள், கட்சியின் அமைப்பு நடவடிக்கைகள், தேர்தல் போதில்

பிரச்சாரம் ஆகியனவற்றில் களத்தில் இறங்கிச் செயல்படுவோரில் பெரும்பங்கானவர்களின் நிலை நிறைய வேறாகத்தானிருக்கும். பொது ஜனங்களைப் போலன்றி இவர்களில் பெருமளவினர், பயன்கள் சமூகத்துக்குக் கிட்டுவதோடு, தமக்குமே தனி நபரளவிலேயே கூடக் கிட்டும் என்று எதிர்பார்ப்பார்கள் என்பது மக்கள் நடுவே பரவலாக ஏற்கப்பட்ட விஷயம்தான்.

தன்னோக்கு இல்லாப் பிறன் நலன் நோக்கு மட்டுமே உள்ள கட்சி ஆதரவாளர்கள், செயலர்கள் உள்ள கட்சிகளே நல்லவை என்பது ஒரு நெடுங்கனவே அன்றி எதார்த்தம் இல்லை. இந்த நிலையில் ஆட்சிக்கு வந்த ஒரு கட்சி, தன் நெருக்க ஆதரவாளர்களுக்கு எந்த பயனையும் கொடுக்காது பொது நலனை மட்டுமே கவனிக்கும், கவனிக்க வேண்டும் என்று எதிர்பார்ப்பதும் பகல்கனவே அன்றி எதார்த்தமாக இருக்க வாய்ப்பில்லை. எனவேதான் இரண்டு கேள்விகளுக்கு இன்னும் உயிர் இருக்கிறது. அவற்றுக்கு விடை காண முடியுமா என்று பார்க்கலாம்.

மக்களிடையே பெரிய அளவில் அதிருப்தி இல்லை எனில், எந்த அரசும் தன்னை ஆதரிப்பவர்களுக்கு எதிராக செயல்படத் தயங்கவே செய்யும். மக்களாட்சியில் வலுவான, தம் கருத்தை, விருப்பத்தை முன்வைப்பதில் மிக்க சாதுரியமும், ஊக்கமும் உள்ள சிறு குழுக்களின் / அமைப்புகளின் ஆதரவை எந்த கட்சியும் இழப்பதற்குத் தயாராக இருப்பதில்லை. பரந்த ஜனத் திரள் என்பது அனேகமாக முனைப்பற்ற விருப்புகளின் களமாக மட்டுமே இருக்கிறது. அந்த விருப்புகள் என்னவென்று அரசியல் களத்தில் நிறைய பயிற்சி உள்ள எந்தக் கட்சிக்கும் நன்கு தெரியும். அனேக நேரம் அந்த விருப்புகளுக்கு முகம் கொடுத்து அரசியல் களத்தில் அவற்றை அடையாளம் தெரியும்படிச் செய்வதில் திறமை

உள்ள கட்சிகளே முன்னிலையில் இருக்கின்றன என்பதால் ஆளும் கட்சி (களும்) எதிர் கட்சிகளும் போட்டி போட்டுப் பல விருப்புகளை அரசியல் களத்தில் முன்வைத்த வண்ணம் இருக்கின்றன. இதில் எதார்த்தமே, நியாயமே வெல்லும் என்றில்லை. பல நேரம் வெற்று வேட்டான, உணர்வுக் கிளர்வை மட்டுமே உள்ளீடாகக் கொண்ட விருப்புகள் கட்சிகளால் தயாரிக்கப்பட்டு களமிறக்கப் படுவதும் நிறைய நடக்கும். பல பொய்யுருக்களின், கனவுகளின் நாடக அரங்கு வெகு ஜன அரசியல் என்பது ஜனநாயகத்தில் சகஜமான நிலை.

இந்த நிலையில் ஊழலுக்கு எதிரான அரசு அமைப்புகள் விளம்பரப் பூச்சுகளாக, நிஜத்தை மறைக்கும் பொய்மைகளாக மட்டுமே இருக்கின்றன. வளர்ச்சி பெறாத நாடுகளிலோ, இவை கடன் கொடுத்து உதவும் வெளிநாட்டு நிதி அமைப்புகளைத் திருப்திப்படுத்தவும், உள்நாட்டில் சீர்திருத்தம் வேண்டுபவர்களை சமாதானப்படுத்த தற்காலிக வடிகாலாகவுமே பயன்படுத்தப்படுகின்றன. சில மோசமான அரசுகள் ஊழலுக்கு எதிராக நடவடிக்கை எடுக்க உருவான அமைப்புகளைப் பயன்படுத்தி, தமக்கு எதிரான கட்சிகளை ஒடுக்கி, தம்மை ஸ்திரப்படுத்திக் கொள்ளக்கூட பயன்படுத்திக கொள்கின்றன.

சில விசேஷ காரணங்கள் இருந்தாலன்றி ஊழலுக்கு எதிரான அமைப்புகள் வெற்றி பெறுவதில்லை. அந்தக் காரணங்களில் முக்கியமான ஒன்று, மக்களில் கணிசமானவர்கள் ஊழலை எதிர்க்கும் மனநிலைக்கு வந்திருக்க வேண்டும்.

அதுவே பொதுவாகக் கடும் பொருளாதாரப் பின்னடைவைத் தொடர்ந்தே நிகழ்கிறது. கடும்

பொருளாதாரச் சிக்கல்கள், பொருளாதார சீர்திருத்தங்களை ஒருமனதாக செயல்படுத்தும் கட்டாயத்தை ஏற்படுத்தித் தருகின்றன. இத்தகைய ஒருமித்த குரலின் எதிரொலியாக ஊழலுக்கு எதிரான அமைப்புகள் ஏற்படுத்தப்பட்டு, அவை பெரும்பான்மையினரின் ஆதரவுடன் செயல்படுத்தப்படும்போது பொதுவாழ்வில் நேர்மையை வலியுறுத்துவது வெற்றி பெறுகிறது. இத்தகைய பொருளாதாரப் பின்னடைவு இல்லாத நாடுகளில் தலைவர்கள் எவ்வளவு நேர்மையாகவும் மக்களின் ஆதரவைப் பெற்றவர்களாகவும் இருந்தாலும், ஊழலை ஒழிப்பதற்குத் தேவையான சட்டத் திருத்தங்களைச் செய்வதில் மக்களையும் பிற அரசியல் கட்சிகளையும் ஒருங்கிணைப்பதில் வெற்றி பெறுவதில்லை. கடும் எதிர்ப்பு இல்லாத நிலையில் நிர்வாக சீர்திருத்தங்களைத் தளர்த்தி அரசுக்கு ஆதரவளிப்பவர்கள் பயன்பெறும் வண்ணம் விதிகளை வளைத்து தவறான செலவுகள், அரசு ஒப்பந்தங்களில் நேர்மையின்மை, மற்றும் பொதுத்துறை சீர்கேடுகளை எந்த அரசும் ஊக்குவிக்கவே செய்கின்றது.

காலனிய அரசுகள் அடிப்படையில் நேர்மையற்றவை. நிர்வாகத்தில் நேர்மையைக் கடைபிடிக்க வேண்டிய அவசியம் அவற்றுக்கு இல்லை. ரயில் பாதைகள், தபால் துறை, சாலை வசதிகள் போற்ற அமைப்புகளை நிறுவி அவற்றை சீர்கெடாமல் இயக்குவதில் உள்ள லாபம், அரசியலமைப்பு, சட்ட அமைப்பு, நிர்வாக நடைமுறைகள் போன்றவற்றை அப்பழுக்கின்றிப் பராமரிப்பதில் இல்லை- இன்னும் சொல்லப் போனால் இவற்றில் நேர்மையைக் கடைப்பிடிப்பது காலனியத்துக்கே எதிரான விளைவுகளைத் தரக் கூடும்.. 1879 மற்றும் 1886 ஆகிய ஆண்டுகளில் வெவ்வேறு விசாரணைக் கமிஷன்கள் அமைக்கப்பட்டன.

இருந்தும் காலனிய ஆட்சியின் மையத்தில் ஊழல், நேர்மையின்மை இருந்ததால் தீர்வுகள் வெளிப்பூச்சாக மட்டும் நின்று விட்டன.

காவல் துறையின் பொறுப்பில் ஊழல் ஒழிப்பைத் தருவது குழந்தையின் கையில் மிட்டாயைக் கொடுப்பது போன்றது. மேன்மேலும் ஊழல் பெருக வாய்ப்புகளையே அது உருவாக்கும். காவல் துறை உட்பட அனைத்து அரசுத் துறைகளிலும் ஊழல் நிகழ வாய்ப்பிருக்கிறது- ஊழல் ஒழிப்பு ஒரு தனித் துறையாகப் போராடினாலன்றி, அந்த அமைப்பின் நோக்கங்கள் காகிதத்தில் மட்டுமே இருக்கக் கூடும்.

ஊழல் ஒழிப்புக்குத் தேவையான அனைத்து சட்டங்களும் இயற்றப்பட்டு நடைமுறைப்படுத்தப்பட வேண்டும்.

ஊழல் ஒழிப்பைத் தன் கடமையாகக் கொண்ட ஒரு அமைப்பு இருந்தால் மட்டும் போதாது, அது வலுவானதாக இருக்கத் தேவையான சட்டப் பின்புலமும் அதற்கு அளிக்கப்பட வேண்டும். எவை எல்லாம் ஊழலாகக் கருதப்பட வேண்டும், யார் இந்த ஊழல் வழக்குகளை விசாரிக்க வேண்டும், அவர்களின் அதிகாரம் எத்தகையது போன்ற விபரங்கள் திட்டவட்டமாக வரையறுக்கப்பட வேண்டும். இந்த சட்டங்கள், மாறும் காலங்களின் தேவைகளுக்கேற்ப திருத்தப்பட வேண்டும்.

ஊழலுக்கு எதிரான அமைப்புக்குத் தேவையான பணியாளர்களும் நிதி ஆதாரங்களும் அளிக்கப்பட வேண்டும்.

ஊழலுக்கு எதிரான அமைப்புகள் எவ்வளவு வலுவானவைகளாக உள்ளன என்பதைக் கொணடே அந்த அரசுகளின் நேர்மையைக் குறித்த ஒரு முடிவுக்கு வர இயலும். ஊழல் ஒழிப்புக்குத் தேவையான ஆள்பலம், கருவிகள் மற்றும் நிதி ஆதாரங்கள் கணிசமான அளவில் தேவைப்படுகின்றன.

தேவையற்ற விதிமுறைகளைத் தளர்த்துவது ஊழல் வாய்ப்புகளைக் குறைக்கும்.

பசையுள்ள துறைகளில் ஊழல் வாய்ப்பைக் குறைப்பதில் தனி கவனம் செலுத்த வேண்டும். பசையுள்ள துறைகள் பண ஓட்டமுள்ள துறைகள். பொது மக்கள் பெருமளவில் இவற்றைச் சார்ந்திருப்பதால் இங்கு ஊழல் செய்ய வாய்ப்பு அதிகம். காவல் துறை, சுங்கத் துறை, கலால் துறை, பொதுப் பணித் துறை போன்றவற்றைத் தனி கவனத்துக்கு உட்படுத்தி அவற்றின் செயல்பாட்டை அவ்வப்போது மறு ஆய்வு செய்து தேவைப்பட்ட நடை முறை மாற்றங்கள் செய்ய வேண்டியது ஊழலை ஒழிப்பதில் அவசியமான நடவடிக்கை. இவற்றின் விதிமுறைகள் மற்றும் செயல்பாடு இயன்ற அளவு எளிமையாகவும் வெளிப்படையாகவும் இருக்க வேண்டியது அவசியம்.

ஊழலுக்கு கடும் தண்டனை தரப்பட வேண்டும்.

ஊழல் செய்தால் மாட்டிக் கொள்ள மாட்டோம், அப்படியே அகப்பட்டாலும் தண்டிக்கப்பட மாட்டோம் என்ற நம்பிக்கை பரவலாக உள்ள நாடுகளில் ஊழல் மிகுந்துள்ளது. ஊழலின் விளைவுகள் மிகக் கடுமையாக இருக்கும் என்ற நிலையில், ஊழல் ஒழிப்பு வெற்றி பெறுகிறது.

ஊழலைக் குறித்த பொதுக் கருத்தில் மாற்றம் ஏற்பட ஊடகங்கள் வாயிலாக பிரசாரம் மேற்கொள்ளப்பட வேண்டியது அவசியம். எங்கே, யார் ஊழல் செய்தாலும், அந்த ஊழல் வழக்குகளில் தண்டிக்கப்பட்டவர்கள் குறித்த செய்திகள் விளம்பரப்படுத்தப்பட வேண்டும், ஊழல் குறித்துத் தகவல் தெரிவிக்கவும், ஊழல் குற்றங்களுக்கு எத்தகைய தண்டனை அளிக்கப்படும் என்ற தகவலை உணர்த்தவும்

தேவையான தகவல்களை மக்கள் பரவலான அளவில் அறிய விழிப்புணர்வு ஏற்படுத்தப்பட வேண்டும்.

இதில் முக்கியமாக கவனிக்கப்பட வேண்டிய விஷயம் ஒன்று உள்ளது, உயர் பொறுப்புகளில் இருப்பவர்கள் இரக்கமில்லாமல் தண்டிக்கப்பட வேண்டும்.

இந்த நடைமுறைகளும் அரசு நிர்வாகங்களில் ஊழலைக் களையத் துணை செய்யும் என்று சொன்னாலும், இவற்றை நடைமுறைப்படுத்தத் துணியுமுன் பொதுச் சூழலில் இரு முக்கியமான அம்சங்களை வலுப்படுத்த வேண்டும்- உறுதியான அரசியல் நிலைப்பாடு, சாதகமான கொள்கை அமைப்பு.

ஊழலுக்கு எதிரான சட்டம் இருந்தாலும், ஊழலைக் களையத் தேவையான ஆள் பலம் மற்றும் நிதியாதாரம் கொண்ட சுதந்திர அமைப்பு இருந்தாலும், அந்த அமைப்பு சட்டங்களை நடைமுறைப்படுத்த தயாராக இருந்தாலும், உறுதியான அரசியல் தலைமை இல்லாத இடங்களில் ஊழலுக்கு எதிரான நடவடிக்கைகள் வெற்றி பெறுவதில்லை. “ஊழலுக்கு எதிரான எத்தகைய முயற்சிக்கும் உறுதியான அரசியல் தலைமை இன்றியமையாததாக இருக்கிறது. அரசியல் தலைமையின் ஆதரவு இல்லாமல் அனைத்தும் தோற்கின்றன.”

இலஞ்ச ஊழலில்லாத ஒரு சமுதாயத்தைப் படைக்க

இலஞ்ச ஊழலில்லாத ஒரு சமுதாயத்தைப் படைக்க வேண்டுமென்ற ஆவல் உங்களுக்கு இருந்தால் நீங்கள் உண்ணாவிரதம் இருக்க வேண்டாம், ஊரைக் கூட்டிப் போராட்டமெல்லாம் நடத்த வேண்டாம். இதற்காக

அரசியல் கட்சியெல்லாம் ஆரம்பிக்க வேண்டாம். (ஏனெனில் அரசியலே ஊழலை வளர்க்கும் ஒரு பெரும் காரணி) சிறு துளி பெரு வெள்ளம் என்பது போல, அவரவர் சக்திக்கேற்ப, வகிக்கும் பொறுப்புக்களுக்கேற்ப நடந்து கொண்டால் போதும். இலஞ்சம் என்பது புற்று நோய் போல. பல தலைமுறைகளாக இந்த சமுதாயத்தில் புரையோடிப்போன இதனை ஒரே நாளில் ஒழிப்பது அறவே இயலாத செயல். படிப்படியாக இதனைக் குறைக்க மக்களிடையே ஒரு விழிப்புணர்வு உண்டாக்குவதே அறிவுடமை. முதலில் குறைப்போம்; பிறகு அடியோடு ஒழிப்போம்.

தனியார் துறையில் பெரும்பாலும் அதன் முதலாளியோ அவர் அனுமதி பெற்ற பலரோ வெவ்வேறு நிலைகளில் தொடர்ந்து கண்காணிப்பதால் எவரும் இலஞ்சம் வாங்க, பெரும்பாலும் வழியில்லை; வாங்கியதாகக் கண்டுபிடித்தாலோ தண்டனை கடுமையாக இருக்குமென்பதால், இலஞ்சம் வாங்கும் வாய்ப்பு குறைவு எனவே பொதுவாக அரசுப் பணியிலேயே இலஞ்சம் வாங்குவது அதிகமாக இருக்க வாய்ப்புள்ளது.

இன்றைய காலகட்டத்தில் ஆன்மீகம் உட்பட எல்லாமே வியாபாரம் ஆன நிலையில், நிர்வாக அதிகாரம் இல்லாமல் எதுவும் சாத்தியமில்லை என்ற நிலையில் அரசின் நிர்வாக அதிகாரிகளை வியாபாரிகளும் அரசியல்வாதிகளும் தங்கள் பக்கம் இழுக்கிறார்கள்.

இயல்பாக இருப்பது போல ஒரு தடையினை, தடங்கலை உருவாக்கினால், மக்கள் தானாக தங்களுக்கு வேண்டியதைப் பெற இலஞ்சம் தருவார்கள் என்பது இவர்களின் கணிப்பு. இவர்கள் அனைவரும் இணைந்தே இந்த இலஞ்சம்

வளர ஒத்துழைக்கிறார்கள். ஆனால் நிர்வாகம் செய்யும் அதிகாரிகள் துணையில்லாமல், அரசியல்வாதியோ வியாபாரிகளோ எதுவும் செய்ய இயலாது என்பதால் அரசின் அதிகாரிகளைக் கண்காணிப்பதே ஊழலை ஒழிக்க முதல்படி. மக்களின் எதிர்ப்பு உண்மையானால் மக்களை நம்பும் அரசியல்வாதிகளே இந்த அதிகாரிகளுக்கு முதல் எதிரி. அவர்களைக் கண்டிப்பார்கள் இலஞ்சம் குறையும்.

இலஞ்சம் வாங்க ஆளில்லையென்றால், கொடுப்பது தானே குறையும் லஞ்சத்தை ஒழிக்க இதுவே முதல் படி. இலஞ்ச ஊழலில்லாத ஒரு சமுதாயத்தைப் படைக்க, நீங்கள் செய்ய வேண்டியதெல்லாம் இவையே:

- முதலில், நீங்கள், இலஞ்சம் வாங்காமலிருங்கள்.
- உங்களுக்குப் பிறரைக் கண்கானிக்கும் அதிகாரமிருந்தால், தயவு தாட்சண்யமின்றி, உங்கள் அதிகாரத்தைப் பயன்படுத்தி, உங்களின் கீழ் பணிபுரிபவர் இலஞ்சம் வாங்குவதைக் குறைக்கும் வழியினை கண்டுபிடியுங்கள்; அமுல்படுத்துங்கள்.
- முடிந்தவரை இலஞ்சம் கொடுக்காதீர்கள். காலவிரையம்; அவசரத் தேவை என்ற காரணங்களாலேதான் பெரும்பாலும் இலஞ்சம் கொடுக்க வேண்டிய தேவையுண்டாகிறது. எனவே முடிந்தவரை காலவிரையத்தைக் குறைக்கும் விதமாக, உங்கள் செயலைத் துவங்குமுன், முன்னதாகவே உரிய காலத்தில், விவரமாகத் திட்டமிடுங்கள் பின் செயல்படுத்துங்கள்
- எங்கெல்லாம் அவசியமில்லையோ அங்கெல்லாம் அவசரப்பட்டு ஒரு செயலை முடிக்க வேண்டுமென்று

இலஞ்சம் தர முயலும் வாய்ப்பு இருக்காமல் பார்த்துக் கொள்ளுங்கள்.

- பொதுவாக எந்த ஒரு செயலையும் செய்ய இறங்குமுன், அது குறித்துத் தேவையான விவரங்கள், விளக்கங்கள் அறிந்திராத உங்களின் அறியாமையே சில நேரங்களில் இலஞ்சம் தர வேண்டிய கட்டாயத்துக்குத் தள்ளுகிறது. பொதுவாக பல அரசுப் பணி குறித்த விவரங்கள் எல்லாம் அரசே தங்களின் இணைய தளத்தில் வெளியிடுகிறது. தகவல் அறியும் சட்டப்படி சில அதிகப்படியான தகவல்களை அறியும் வாய்ப்பும் இருக்கிறது. எனவே இவற்றினைத் தக்கவர்களிடமிருந்தும் இணையம் மற்றும் இதர ஊடகங்கள் வாயிலாகத் தெரிந்து கொள்ளுங்கள்.
- பொறுப்பான அரசுப் பணியில் இருக்கும், இருந்த விவரமறிந்தவர்கள் உங்கள் துறை சார்ந்த விவரங்களைத் தேவைப்படுபவருடன் பகிர்ந்து கொள்ளுங்கள்.
- பெருக்கல் குறியிட்ட இடத்தில் கையெழுத்திடுவதோடு உங்கள் பணி முடிவடைந்தது என்றெண்ணாமல், நீங்கள் செய்ய விரும்பும் செயலைக் குறித்த ஆவணங்களைப் படித்துப் புரிந்து கொண்டு அதனை நீங்களே பூர்த்தி செய்யுங்கள் அதனால், தவறான விவரங்களைத் தருவதனால் பிறகு நீங்கள் பிறர் தயவை நாடி இலஞ்சம் தர வேண்டியிருக்காது.
- உங்களால் இயன்றவரை, உங்களைச் சார்ந்தோரிடம் குறிப்பாக இளைய தலைமுறையிடம், லஞ்சத்தின்

பாதிப்பினைக் குறித்துப் பேசுங்கள். அதனால் நம் நாட்டிற்கு, முடிவாக நமக்கு உண்டாகும் பாதிப்பினைக் குறித்துப் பேசுங்கள். அதற்கு உங்கள் “கை சுத்தமாக” இருக்க வேண்டும்.

- உங்கள் சக மனிதரிடம் அன்புடையவராக, அவருக்கும் இழப்பு வராமல் ஒரு செயலைச் செய்ய முயலுங்கள்.
- இதற்கு அடுத்த நிலை சற்றே கடினமான ஒன்றுதான் எனினும் உங்களுக்கு இந்த சமுதாயத்தின் நலம் குறித்த நல்லுணர்வு இருக்குமானால், இதுவும் சாத்தியமே.
- தகுதி மற்றும் சட்டப்படியாக என்ன உரிமைகள் வாய்ப்புகள் மற்றும் வசதிகள் கிடைக்குமோ அது மட்டுமே உங்களுக்கோ அல்லது உங்களின் வாரிசுகளுக்கோ கிடைக்கும் என்பதனைப் புரிந்துகொள்ளுங்கள். இது கடினமான ஒன்றுதான் எனினும், இதனை ஏற்றுக் கொண்டால், தகுதிக்கு மீறிய சட்டத்திற்குப் புறம்பாக வாய்ப்பு மற்றும் வசதிகளைப் பெற, இலஞ்சம் தர வேண்டிய நிலைக்கு நீங்கள் தள்ளப்பட மாட்டீர்கள்.
- குறுக்கு வழியிலோ சட்டத்திற்குப் புறம்பாகவோ ஒரு செயலைச் செய்ய முயலாதிருங்கள்.
- தவறு நடந்திருந்தால், ஆரம்பத்திலேயே திருத்திக் கொள்ளுங்கள்; அதனை சட்ட ரீதியாக எதிர்கொள்ளுங்கள்.
- சட்ட ரீதியாக உங்களுக்கு உண்டான வாய்ப்பு, வசதிகள் உங்களுக்குக் கிடைக்காமற் போனால், சட்ட ரீதியாக அதனை அடைய முயலுங்கள் இது

ஆரம்பத்தில் அத்தனை எளிதாக நடக்க வாய்ப்பு இல்லை எனினும் சற்றே பொறுமையாக ஆனால் விடாமுயற்சியுடன் அணுகினால் பயன் கிடைக்கும்.

மாணவர்களின் பங்கு

எல்லாப் பிரச்சினைகளுக்கும் அடிப்படைக் காரணம் ஊழலே ஆகும். அதை நாம் களைய வேண்டும். முதலில் நம்மிலிருந்து துவங்கவேண்டும். எந்த விதமான லஞ்சமும் கொடுக்கவோ அல்லது வாங்கவோ மாட்டேன் என்று உறுதி மொழி எடுத்துக் கொள்ள வேண்டும்.

தேவையானவற்றைச் செய்ய எந்த அரசு அதிகாரி மறுத்தாலும், பத்து பேர் சேர்ந்து அவர் முன்னால் அமைதியாக அமர்ந்து விடுங்கள். ஐயா! உங்களைப் பணிவாக வணங்குகின்றோம், தேவையானால், மீண்டும் மீண்டும் நாங்கள் வருகின்றோம், ஆனால் உங்களுக்கு லஞ்சத் தொகை எதுவும் தரமாட்டோம் என்று கூறுங்கள். "நாங்கள் எங்கள் ஆசிரியரிடம் இலஞ்சம் கொடுக்கவோ அல்லது வாங்கவோ மாட்டேன் என்று உறுதி கூறியிருக்கின்றோம், எங்கள் பணியை செய்ய தயவு செய்து அனுமதியுங்கள் என்று கூறுங்கள்.

இந்த உறுதி மொழி எடுத்துக் கொண்ட அநேகம் பேர் இலஞ்சம் எதுவும் கொடுக்காமல் தங்கள் வேலைகளை நிறைவேற்றிக் கொண்டிருக்கின்றார்கள். அனைவரும் என்று என்னால் அறுதியிட்டுக் கூற முடியாது, ஆனால் நிறையப் பேர் என்னிடம் திரும்பி வந்து லஞ்சமின்றி தங்கள் பணி நிறைவுற்றதாகக் கூறியிருக்கின்றார்கள். எனவே நீங்கள் இலஞ்சம் இன்றி செயல்பட இந்த உறுதி மொழி எடுத்துக் கொள்ள வேண்டும் என்று தூண்டுகின்றேன். உங்களுக்கு அதை செயல்படுத்த சக்தி இருக்கின்றது. உங்களை நீங்களே

நம்புங்கள். சில கட்டுப்பாடுகளினால் நிர்பந்தப்படுத்தப்பட்டு, இலஞ்சம் வாங்குபவர்கள்,மற்றும் லஞ்சத்தில் பங்கு அடைய விரும்பும் மேலதிகாரிகளின் வற்புறுத்துதலுககு ஆளாபவர்கள் ஆகியோரை நான் இனி அவ்வாறு செய்தலை தவிருங்கள், லஞ்சத்தை வளர்க்காதீர்கள் என்று கேட்டுக் கொள்ளுகின்றேன்.

நேர்மையாக இருப்பதால் உங்களது ஊதிய உயர்வு, பதவி உயர்வு ஆகியவை தடைப்படாது. நேர்மையும் உறுதியும் கொண்ட நிலைப்பாட்டுடன் பணிபுரியுங்கள். நிச்சயம் முன்னேறுவீர்கள். ஏன் தெரியுமா? ஒரு தனி மனிதனின் பணித்திறனை விட மேலான ஒரு சக்தி அனைத்தையும் நிகழச் செய்கின்றது. நீங்கள் உண்மையைப் பேசும் போது உங்களில் ஒரு சிறந்த சக்தி பிறக்கின்றது. பொய் பேசும் போது உங்கள் உடலின் தசைகள் கூட வலுவிழந்து விடுகின்றன. நேர்மை என்பது, தானே சக்தி வாய்ந்தது. உண்மை என்பது தானாகவே வலுப்பெற்றுள்ள ஒன்று.

நேர்மை சுயமாகவே சக்தி கொண்டது. உண்மை என்பதும் சுயமான சக்தியுடையது.

ஊழலற்ற சமுதாயம் நமக்கு தேவை. பிளவற்ற பலமான அரசாங்கம் இந்தியாவிற்குத் தேவை. கூட்டணி அரசு வேண்டாம். ஏன்? அயல்நாடுகள் இந்தியா வலுவான நாடாக ஆவதை விரும்பவில்லை. இந்தியா பலவீனமாகவும் பிரிவினையோடும் வேண்டும் என்று விரும்பி, அவை, ரகசியமாக கூட்டணி அரசு அமைவதை ஆதரித்துக் கொண்டிருக்கின்றன. ஒரு டாலரின் ஈடு நூறு ரூபாய் என்னும் அளவுக்கு இந்தியாவின் நாணய மதிப்பைக் குறைந்து விட வேண்டும் என்று விரும்புகின்றன. நமக்கு இது வேண்டியதில்லை. இந்தியாவில் பணவீக்கமும்,

ஏழ்மையும் இருக்கக் கூடாது. நம் நாட்டில் தீவிரவாதமும் நாச வேலைகளும் இருக்கக் கூடாது. மக்களுக்குள் பகைமை நிலவக் கூடாது. நாம் அனைவரும் ஒருவரே.

நமது நாட்டில் பொதுவுடைமை கொள்கையின் நிலை என்ன என்று தெரியுமா? ஒரு குறிப்பிட்ட ஜாதியைச் சேர்ந்த ஒரு தலைவருக்குத் தனது பிரிவைச் சேர்ந்த பிறர் வாழ்வில் முன்னேறுவதை ஏற்றுக் கொள்ள முடிவதில்லை. பாதுகாப்பற்ற உணர்வினால் தனது அதிகாரபூர்வமான பதவியை, தனது பிரிவைச் சேர்ந்த மற்றவரிடம் இழக்க விரும்புவதில்லை. சாதரணமாக, உங்களுடைய ஜாதிப் பிரிவினைச் சேர்ந்த ஒருவருக்கு வாக்களிக்க விரும்புவீர்கள். ஆனால் அவர் தலைவர் ஆனதும், தன்னுடைய இனத்தை சேர்ந்தவர்களுடைய நலனலையே புறக்கணித்து, அவர்கள் முன்னேறுவதைத் தடுக்கின்றார். தனது ஜாதிப்பிரிவைச் சேர்ந்த வேறொருவர் தன்னை விட வாழ்வில் உயருவதை அவர் விரும்புவதில்லை. உங்கள் வாக்குகளை அளிக்கும் போது, இத்தகைய அற்பமான (தவறானதும் கூட) செயல்களால் ஊசலாடாதீர்கள். எப்போதுமே நாட்டின் நலனையே முதன்மையாகக் கருதி வாக்களித்து முன்னேறுங்கள். இந்த முறை 100 சதவீதம் வாக்களிப்பு நிகழவேண்டும் என்று விரும்புகின்றேன். செய்வீர்களா? யாராவது ஓட்டுப் போடுவதை தவிர்ப்பதாகத் தெரிந்தால், நீங்களே அவர்களை அழைத்து சென்று வாக்களிக்க ஊக்குவியுங்கள். இது மிக முக்கியமானது.

சமுதாயத்தில் எங்கெல்லாம் தவறுகளைக் காண்கின்றோமோ, நாம் அனைவரும் ஒன்று சேர்ந்து அவற்றைத் தீர்க்க வேண்டும். நீங்கள் ஒவ்வொருவரும் மேம்பாடான இந்தியாவிற்குத் தன்னார்வத் தொண்டர் ஆக

வேண்டும் என்று நான் விரும்புகின்றேன். சமுதாயத்தில் வறுமை, நோய்,அநீதி ஆகியவை இருக்கக்கூடாது.

நாம் அனைவரும், வல்லமையான, ஆரோக்கியமான, தற்சார்பு கொண்ட இந்தியாவாக நம் நாடு ஆக வேண்டும் என்பது நமது கனவாகக் கொள்ள வேண்டும்.

ஒவ்வொரு நாளும், ஒரு மணி நேரம் நாட்டிற்காக அர்ப்பணியுங்கள். நாம் அனைவரும் ஒன்று சேர்ந்து செய்தால், மேன்மையாக இருக்கும்.

சமுதாயத்தில் எங்கு தவறுகள் நிகழக் கண்டாலும், நாம் அனைவரும் ஒன்று கூடி, அவற்றைத் தீர்த்து வைக்க வேண்டும். மேம்பாடான இந்தியாவிற்கு விருப்பார்வத் தொண்டராக உங்கள் ஒவ்வொருவரையும் ஊக்குவிக்கின்றேன். செய்வீர்களா? இதுதான் நான் உங்களுக்குக் கூறுவது. சமுதாயத்தில், வறுமை, நோய், அநீதி ஆகியவை நிலவக் கூடாது.

காலங்கள் மாறிக்கொண்டே தான் இருக்கிறது. காலங்கள் மாற்றத்தை எதிர்நோக்கியே பீடுநடை போடுகிறது. மாறிட முனைந்த மனிதனிடம் மாறாமல் இருப்பது சுதந்திர உணர்வுகள் மட்டும் தான். ஒரு உயிர் இந்த மண்ணின் கதவுகளை தட்டும் பொழுதே அழுகுரல் எழுப்பி தன் பேச்சு சுதந்திரத்தை அறிவிக்கிறது. கை கால்களை அசைத்து தன் உடல் எழுந்து நடக்க, ஆடிட, ஓடிட முற்படுகிறது. சுதந்திரமாய் சிந்தித்திட ஆசை கொள்கிறது. ஆசைகளின் எல்லைகள் தானே சுதந்திரம். நம் ஆசைகள் நிறைவேறாத பட்சத்தில், நாம் உண்மையிலேயே சுதந்திரமாய் தான் வாழ்கிறோமா??

பெரும் விருந்து சாப்பிட வேண்டும் என்று என்னும் ஏழைக்கு கிடைப்பதோ அரை வயிற்று கஞ்சியும் கூழும்

தான். தேடலின் தொடர்கதையாய் நாளை ஒரு விடியல் வரும் என்று தினமும் கண்விழிக்கிறான். மீண்டும் கண் உறங்குகிறான். ஏனோ, பல காரணங்களால் இன்று வரை மனிதன் சுதந்திரத்தை தேடிக்கொண்டே இருக்கிறான். கிடைத்த பாடில்லை.

அரசர் காலத்தில் சிலர் நீங்கலாக பலர் மனித இனத்தை வஞ்சித்து, கண்டித்து அடிமைகள் போல் நடத்தினர் என்று வரலாறு நமக்கு சொல்கிறது. அரச காலத்தில் மட்டும் தானா. சங்க காலம் தொடங்கி நேற்று வந்த காலம் வரை அரசியல் அங்கீகாரம் இல்லாமல், அரசியல் குறுக்கீடு இல்லாமல் தன் வாழ்க்கையை தன் எண்ணங்களை கொண்டு எத்தனை பேரால் வாழ முடிகிறது. உண்மையில் இங்கு என்ன நடக்கிறது. பணம் படைத்தவன் அரச குடும்பமாகிறான். என்ன, அரியணை இல்லை, மகுடம் இல்லை, ரதம் இல்லை. ஆனால் இன்றைய உலகின் நவீனங்களை கொண்டாடிட தேவையான பண்ணை வீடும், பென்சு காரும், கொழுத்த பணமும் இருக்கிறது. ஒரு சாராரிடம் மட்டுமே இவை கொட்டி கிடக்கிறது. சுதந்திரம் இவர்களுக்கு மட்டும் தான் வாங்கினோமா என்று எண்ணவும் தோன்றுகிறது.

கடவுள் நம்பிக்கை கூட பண பெட்டிகளில் அடங்கி கிடக்கிறது. பொது மக்கள் கூடும் கோவில்களில் கூட பணம் இருந்தால் சிறப்பு தரிசனம் கிடைக்க வழி இருக்கிறது. ஒரு சாமானியனுக்கு பணப் பற்றாகுறையால் அவன் சுதந்திரம் பறிக்க படுகிறது. ஏற்ற தாழ்வுகள் எங்கேயும் எப்போதும் சத்தமே இல்லாமல் எதிரொலிக்கிறது.

ஆயிரம் புரட்சிகள் செய்தாயிற்று. ஆயிரம் தலைவர்கள் வந்து சென்றாயிற்று. என் பாரத நாட்டில் ஊழல்கள் குறைந்த பாடில்லை. பணம் இன்றி பரிசு வாங்க ஏழைக்கு

வாய்ப்புகள் கிடைப்பதில்லை. வசதிகள் அவனை இன்னும் சென்றடையவில்லை. யார் இதை தடுப்பது? எதனால் என் சாமானியனுக்கு உரிமைகள் மறுக்கப்படுகிறது?? சுதந்திர இந்தியாவில் ஏன் இத்தனை வேறுபாடு?? கிரிக்கெட்டை மட்டும் கொண்டாடும் இந்திய மனங்கள் ஒலிம்பிக்கில் பதக்கம் வெல்ல முடியாத நிலை என் நாட்டில் மட்டும் ஏன் உள்ளது?? இன்னும் எத்தனையோ கேள்விகள் நம்முள் இருந்தாலும் அரசின் தந்திர வலைக்குள் ஐந்தாண்டுக்கு ஒரு முறை மீன்களாய் நம் மக்கள் சிக்கி கொள்கின்றனர்.

ஒரு ஒப்பற்ற சுதந்திரம் என்பது, நேர்மையின் வெளிச்சமாக இருந்திட வேண்டும். கண்ணாடி பெட்டிக்குள் உள்ள பொருட்களை போல வெளிப்படையாக தெரிந்திட வேண்டும். நம் சுதந்திரம் இருட்டு பெட்டிக்குள் அடைத்து வைக்க பட்டிருக்கிறது. வெளியில் இருந்து பார்ப்பவருக்கு உள்ளே இருக்கும் உண்மை நிலை தெரியாது. வெள்ளையனிடம் இருந்து நாம் பெற்ற சுதந்திரத்தை சில கொள்ளையர்களிடம் பறிகொடுத்து கொண்டே வருகிறோம். அரசியல் தலைவர்கள் கூச்சமே படமால் நம் கண் முன்னே நம்மை ஏமாற்றுவதை தினமும் பார்த்து, பழகி, சிறிது புன்னகைத்து விட்டு மறந்து விடுகிறோம். பல அரசு ஊழியர்களின் அலட்சியத்திற்கு இந்த அரசியல் மண் புழுக்கள் உரமாக உதவுகிறது.

சரி என்ன செய்யலாம்? இந்த ஒரு நாளில் நம் சுதந்திரத்தை பற்றி உரை ஆற்றி விட்டால் நம் நாடு மாறி விடுமா?. இல்லை. இந்த ஒரு நாளை திருநாளாக எண்ணி முதல் படி எடுத்து வைப்போம். அறுபது சதவிகிதம் இளைஞர்களை கொண்ட என் நாட்டில் எங்கே ஊழல் நடக்கிறது என்று ஆராய்ச்சி செய்தால் மீதம் உள்ள நாற்பது சதவிகிதம்

கொண்ட மக்களிடம் தான் இருக்க வேண்டும். அதிலும் ஒரு முப்பது சதவிகிதம் ஏதும் அறியா பாமர, நடுத்தர மக்களே. நாட்டின் பத்து சதவிகிதம் நம் தலை எழுத்தை நிர்ணயித்திட நாம் வழி விட்டு கொண்டிருக்கிறோம். இன்னும் எத்தனை காலத்திற்கு.

என் அய்யா கலாம் காட்டிய வழியில் ஒரு இளைஞர் படை சத்தமின்றி சரித்திரம் படைக்க தயார் ஆகி கொண்டு இருக்கிறது. நேர்மையாய் வாழ்ந்திட, உழைப்பை உரமாக்கிட, உண்மையாய் இருந்திட ஒரு புதிய தலைமுறை வளர்ந்து வருகிறது. கார்ப்பரேட் சமூகம் மட்டும் வாழ வழிவகுக்கும் இன்றைய அரசியலை மாற்றி அமைத்திட அரசியலிலும் இளைஞர்கள் கால் பதித்திட வேண்டும். படித்த மேதைகள் அரசாண்டிட வேண்டும். அன்று நம் சுதந்திரம் நம்மை நிச்சயம் வந்தடையும். நாம் கொண்ட ஆசைகள் அன்று நிச்சயம் நிறைவேறும். உலக அரங்கில் இந்தியா வீறு நடை போடும். அந்த நாளை நோக்கி நாமும் பயணிப்போம். உண்மையாய் உழைத்து ஊழலற்ற சுதந்திர இந்தியாவை உருவாக்குவோம்.

இந்தியனின் ஊழல் குறித்த மெய்யுணர்வு, சராசரி இந்தியனின் மனநிலையில் ஊழல் என்பது ஒரு வாய்ப்பு, அது தப்பிக்கக் கிடைத்ததாகவும் இருக்கலாம், அல்லது பொருளீட்டக் கிடைத்ததாகவும் இருக்கலாம், இந்தக் காட்சியின் பின்னணியில் தனி மனித ஒழுக்கம், விதி மீறல்கள், விதி மீறலை ஊக்குவிக்கும் அரசியலின் உறுப்புக்கள், விதி மீறலின் மீதான அலட்சியப் போக்கு, பரஸ்பர நன்மை அடைவதைப் போன்ற தோற்றம் என்று பல்வேறு சிக்கலான உளவியல் கூறுகளை நாம் அடையாளம் காண முடியும். இத்தகைய இந்திய சமூகத்தில் தான் இன்றைக்கு சில தனி

மனிதர்கள் தங்கள் உண்ணா நோன்பினாலும், ஊடக அதிரடி விளம்பரங்களினாலும் இந்தியாவில் இருந்து ஊழலை விரட்டி அடிக்கப் போவதாக கதை கட்டிக் கொண்டிருக்கிறார்கள், அந்தக் கதையை திரைக்கதை, வசனம், ஒளிப்பதிவு, இசைக்கோர்ப்பு என்று முடிந்த மட்டும் செம்மைப்படுத்திக் கல்லாக் கட்டிக் கொண்டிருக்கிறார்கள் நமது காட்சி மற்றும் அச்சு ஊடக முதலாளிகள்.

இந்திய சமூகம் என்பது இன்றைக்கு உலகப் பொது மயமாக்கலின் மிகப்பெரிய சோதனைக் களம், இந்த சோதனைக் களத்தில் பல்வேறு இயந்திரங்களைக் கொண்டு நடத்தப்படும் சோதனை நிகழ்வுகளில் பரிதாபமாக விழி பிதுங்கி நின்று கொண்டிருப்பவன் உழைக்கும் மனிதனும், ஒடுக்கப்பட்ட மனிதனும் தான். முதலாளித்துவத்தின் சிந்தனைகளை விதைத்து மிகப்பெரிய நுகர்வு மனநிலையை உருவாக்கி அதன் பயன்களை அறுவடை செய்து கொள்வதில் பன்னாட்டு அரசுகளில் இருந்து, நிறுவனங்கள் மற்றும் கொள்கைப் பரப்பு இயக்கங்கள் வரை தொடர்ந்து தீவிரமாகச் செயல்பட்டுக் கொண்டிருக்கின்றன, காலனி ஆதிக்கம் முடிவுக்கு வந்த காலகட்டத்தில் இருந்து அரசியல், சமூக மற்றும் பொருளாதாரத் தளங்களில் பல்வேறு வினோதமான மாற்றங்களையும், உள்ளீடுகளையும் இந்திய சமூக அடுக்குகள் சந்தித்தபடியே ஒரு இலக்கற்ற பயணத்தை மேற்கொண்டுள்ளதன் பின்னணியில் பல்வேறு கலவையான கோட்பாடுகளின் எதிரொலிப்பும், சாதி மற்றும் மதங்களின் பங்களிப்பும் நீண்டு தொடர்கின்றன.

காலனி ஆதிக்கத்துக்குப் பிந்தைய நவீன முதலாளித்துவத்தின் வளர்ச்சியும், காலம் காலமாகப் போற்றிப் பேணப்பட்டு வரும் மரபுசார் சிந்தனைகளும் ஒன்றையொன்று முந்திச் செல்வதும், எஞ்சிய மனநிலையைக்

கொண்டு அரசியலின் துணையுடன் ஒரு பரந்து பட்ட தேசத்தை உருவாக்குவதும் தன்னிச்சையான ஒரு நிகழ்வைப் போலத் தோற்றம் கொண்டிருந்தாலும், இந்திய சமூகத்தில், இதன் பின்னணியில் நிகழ்கிற சிதைவுகளும், விளைவுகளும் புறந்தள்ள முடியாத ஒரு பரிதாப நிலையில் மையம் கொண்டிருப்பதை எந்த ஒரு அறிவார்ந்த இந்தியனும் ஒப்புக் கொள்ளத்தான் வேண்டும்.

இன்றைக்கு இருக்கிற இந்திய தேசிய மனநிலை என்பது நாட்டுப் பற்று என்கிற கற்களைக் கொண்டு இரண்டு நூற்றாண்டுகளுக்குள் கட்டி அமைக்கப்பட்ட ஒரு கூட்டுச் சமூக மனநிலை, பதினெட்டாம் நூற்றாண்டுக்கு முந்தைய இந்தியாவின் நிலவியல் பல்வேறு சிற்றரசர்களையும், சமஸ்தானங்களையும், நிலப்பிரபுக்களின் மேலாண்மையையும் தழுவி இருந்தது, மிகப்பரந்து பட்ட தேசிய மனநிலையோ, கற்பிதங்களோ இல்லாத அன்றைய இந்தியாவின் ஒரே பொதுவான பண்பு மதம் மட்டுமே, காஷ்மீர் துவங்கி கன்னியாகுமரி வரையில் வாழ்ந்து வருகிற பல்வேறு இன மற்றும் மொழிக் குழுவினர் தங்களுக்கே உரிய தனிப்பட்ட பண்புகளோடும், கலாச்சார வெளிகளோடும் வாழ்க்கையை எதிர் கொண்டார்கள்.

ஒவ்வொரு இன மொழிக் குழுவுக்குமான தனித்தனியான வரலாற்றை காலனி ஆதிக்கம் அடித்து நொறுக்கியது, மேலோங்கியது, காலனி ஆதிக்கம் என்பது வெறும் ஆங்கில ஆட்சியை மட்டும் குறிப்பதாகக் கருத இயலாது, அக்காலத்தில் நிகழ்ந்த முதலாளித்துவ மனநிலை எழுச்சியின் குறியீடாகவே பல்வேறு நாடுகளின் காலனி ஆதிக்க காலத்தை நாம் கருத முடியும். வட மற்றும் தென்னிந்திய நகரங்கள் பலவற்றில் மாறுபட்ட பண்பாடு, கலை மற்றும்

கலாச்சார நம்பிக்கைகளைக் கொண்ட தனிச்சிறப்பு மிக்க வாழ்க்கை நிலை நிலவி வந்தது, நெகிழ்வுத் தன்மையும், உள்வாங்கு திறனும் பெருமளவில் கொண்டிருந்த இந்தச் சமூகங்கள் மதம் மற்றும் அது சார்ந்த நம்பிக்கைகளைத் தவிர வேறெவற்றையும் பெரிதாகப் பொருட்படுத்துகிற மனநிலையில் இல்லை, இந்தச் சமூகங்களின் அடித்தட்டு உழைக்கும் மக்களின் வாழ்க்கை மிகக் கடினமானதாகவும், பிழைத்தலுக்கான நெருக்கடியை உள்ளடக்கியதாகவும் இருந்தது.

ஏறத்தாழ இரண்டாம், மூன்றாம் நூற்றாண்டுகளில் இருந்து தொடர்ந்து முடியாட்சி அல்லது மன்னராட்சியின் ஆதிக்கத்தில் உழைப்புச் சுரண்டலுக்கு உள்ளாக்கப்பட்ட பல்வேறு இனக்குழுக்கள் எப்போதாகிலும் எழுச்சியான மனநிலைக்கு உந்தப்பட்டு ஆட்சி அதிகாரத்துக்கு எதிராகக் குரல் எழுப்பத் தயாரான போது அந்தக் குரலை ஒடுக்குவதற்கும், நீர்க்கச் செய்வதற்கும் மதகுருக்கள் அல்லது சாமியார்களின் பங்கு கணிசமான அளவில் இருந்து வந்திருப்பதை ஒவ்வொரு இந்திய நிலப்பகுதி மன்னர்களின் அரசவையிலும், ஆட்சி அமைப்பிலும் அவர்களுக்குக் கொடுக்கப்பட்ட முக்கியத்துவத்தின் மூலமாக நாம் அறிந்து கொள்ள முடியும். இது இந்து மதத்திற்கு மட்டுமன்றி இந்திய சமூகங்களை ஆட்சி செலுத்திய வெவ்வேறு மத நம்பிக்கைகள் கொண்ட ஆட்சிக்கும் பொருந்தும்.

இந்திய சமூகத்தில் அல்லது இந்திய சமூகம் என்று குறியீடு செய்யப்படுகிற இன்றைய நவீன இந்தியாவில் ஊழல் என்கிற சொல்லாடலும், அதன் வெவ்வேறு வடிவங்களும் புதிதாக அறிமுகம் செய்யப்பட்டவை அல்ல, மாறாக முடியாட்சிக் காலங்களில் இருந்தே

நிகழ்ந்து வரும் உழைப்புச் சுரண்டலில் இருந்து துவங்கி காலனியாதிக்க காலத்தில் நிகழ்ந்த அறிவுச் சுரண்டல் வரை அவை பரிணாம வளர்ச்சி கொண்டிருந்தன. நவீன இந்தியாவின் அலைக்கற்றை ஊழலைப் போலவே மன்னராட்சிக் காலங்களில் கஜானா ஊழல்கள், வைக்கோல் போர் ஊழல்கள், நில அபகரிப்பு ஊழல்கள் வரை வெகு விமரிசையாகவே நடைபெற்றுக் கொண்டிருந்தன என்பதை வரலாறு நமக்குச் சொல்கிறது. ஒடுக்கப்பட்ட மக்களின் நிலங்களைப் பறித்து பூசாரிகளுக்கு வழங்கிய இறவாப் புகழ் பெற்ற சோழப் பேரரசர்களின் ஊழலை எதிர்த்து அரண்மனை வாயிலில் தலையை அறுத்துத் தனியே எடுத்து வைத்த உழைக்கும் வர்க்கப் போராளிகளின் குருதியில் தான் பண்டைய இந்தியாவின் வரலாறு குறித்து வைக்கப்பட்டிருக்கிறது. இத்தகைய உழைக்கும் மக்களின் வரலாற்றை மட்டுறுத்தி முடியரசர்களின் போரையும், நில ஆக்கிரமிப்பு வெறியையும் இந்திய வரலாறாக மாற்றி அமைத்ததில் மெக்காலேயின் கல்வித் திட்டம் பெரும் பங்காற்றி இருக்கிறது, காந்தியார் முதற்கொண்டு இன்றைய சமச்சீர் கல்வித் திட்டங்கள் வரையில் இந்திய வரலாற்றின் உண்மைத் தன்மையை அல்லது அதன் பின்னே ஒளிந்திருக்கிற குரல்வளை நெரிக்கப்பட்ட போது மனிதனின் வாழ்க்கை முறையை நமக்குச் சொல்லிக் கொடுக்கவில்லை, மாறாக இன்றளவும் அவை பேரரசர்களின் போர் வெற்றியையும், அவர்கள் மக்களுக்கு வழங்கிய சலுகைகளையும் துதி பாடும் தனி மனித வழிபாட்டு சாதனங்களாகவே இருப்பதை இந்திய அறிவுலக ஆசான்கள் கண்டு கொண்டதாகத் தெரியவில்லை.

பல்வேறு கோட்பாடுகளையும், அரசியல் வழிமுறைகளையும் கொண்டிருந்த விடுதலை அடைந்த இந்தியாவில் நூற்றுக் கணக்கில் இனக்குழுக்களும், மொழிக்குழுக்களும் நிலைபெற்றிருந்தன, வெவ்வேறு மனநிலையும், வாழ்க்கை முறையும் கொண்ட நூற்றுக்கும் மேற்பட்ட இந்த மனிதக் குழுக்களை தொகுக்கும் ஒரு மிகக் கடினமான பொறுப்பை தப்பிச் செல்லும் போதோ அல்லது விட்டுச் செல்லும் போதோ ஆங்கில ஆட்சியாளர்கள் தங்களை எதிர்த்த அல்லது அடிவருடிப் பிழைத்த சில குறிப்பிட்ட அமைப்புகளிடம் கையளித்துச் சென்றார்கள், குறுகிய கால இடைவெளியில் இந்த முரண்களை இணைக்கும் சட்ட திட்டங்களை இயற்றும் பொறுப்பை ஏற்றவர்கள் அதே அமைப்புகளில் இருந்து வந்தது தவிர்க்க இயலாத ஒரு நிகழ்வாக மாறியது.

முடியாட்சியின் போது உழைப்புச் சுரண்டலிலும், அறிவுச் சுரண்டலிலும் குடி கொண்டிருந்த ஊழல், காலனியாதிக்கத்தின் போது ஒட்டு மொத்த வளங்களையும் சுரண்டுவதாக மாறியது, ஏறத்தாழ அரசியல், சமூகம் மற்றும் பொருளாதார நிலைகளில் எந்தவொரு நிலைத்த கட்டுமான அமைப்பும், மூலதனங்களும் இல்லாத ஒரு சூழலில் நூற்றுக்கு மேற்பட்ட இன மற்றும் மொழிக் குழுக்களின் ஒருங்கிணைந்த தேசியம் உருவாக்கப்பட்டது, இப்படி ஒரு வெற்றிடத்தில் முரண்களால் கட்டப்பட்ட தேசத்தைக் கொண்டு செலுத்தும் கருவியாக இருந்த காலனியாதிக்கத்தின் எதிர்ப்பு மனநிலையும் குன்றிப் போய்விட எஞ்சியிருந்த ஒரே கருவி இந்துமதம், இன்றுவரை நவீன இந்தியாவின் அடிப்படைக் கட்டுமானத்தைக் காப்பாற்றுவதில் பெரும்பங்கு வகிக்கும் இந்துமதத்தின் அடிப்படை வாதத்தில் இருந்துதான் சமூக

ஊழலான சாதியும், ஏனைய பொருளாதார ஊழல்களும் இன்னும் உழைக்கும் மக்களுக்கு எதிரான பல்வேறு ஆற்றல்களும் பல்கிப் பெருகின, இந்த அடிப்படை உண்மையைப் புரிந்து கொண்டால் இன்றைய ராம்லீலா மைதான உண்ணாவிரதங்களைச் சரியான திசையின் சென்று நம்மால் கண்டறிய முடியும்.

நவீன இந்தியாவில் ஊழல் எங்கிருந்து துவங்குகிறது என்கிற கேள்விக்கு விடை தேடினால் கிடைக்கிற முதலும் கடைசியுமான விடை முதலாளித்துவச் சிந்தனை என்பதுதான், விடுதலைக்குப் பிந்தைய இந்திய சமூகத்தில் நிலவிய அரசியல் மற்றும் கோட்பாட்டு வெற்றிடங்களை முதலாளித்துவம் தனது வழக்கமான வித்தைகளால் நிரப்பிக் கொண்டது, இந்திய மரபு சார் விவசாய இயக்கத்தில் இருந்து துவங்கி இன்றைய அலைக்கற்றைகள் வரைக்கும் முதலாளித்துவம் தனது எல்லைகளை விரித்துக் கொண்டு சராசரி இந்திய இந்திய மனிதனை ஒரு நுகர்வு எச்சமாக மாற்றி வைத்திருக்கிறது.

எழுபது விழுக்காடு உழைக்கும் இந்திய மக்கள் அரசு மற்றும் முதலாளிகளுக்கான முதலீடாக மாறிப் போன அவலத்தை நாம் மக்களாட்சி என்று கொண்டாடும் நிலைக்குத் தள்ளப்பட்டோம். வலிமையான அரசியல் மற்றும் சமூகக் கோட்பாடுகளை நிலை நிறுத்தும் கல்வி, மதம் சார்ந்த நம்பிக்கைகளையும், தனி மனிதத் துதி பாடல்களையும் நோக்கி நகர்த்தப்பட முதலாளித்துவத்தின் கொடுங்கரங்களுக்கு மாற்றாக நம்மால் எந்த ஒரு கருவியையும் கண்டறிய முடியவில்லை, நுகர்வும், பொருள் ஈட்டலும் மட்டுமே கல்வியின் கடைசி இலக்காக மாற்றப்பட்டுவிட்ட ஒரு சமூகத்தில் ஊழல் அதிகாரப் பூர்வமான தனி மனித

வெற்றியைப் போல ஒரு கொண்டாட்ட மனநிலையை இந்தியச் சராசரி மனிதனிடத்தில் உருவாக்கி இருக்கிறது, இன்று ஒவ்வொரு மனிதனும் தனக்கான வாய்ப்புக்காகக் காத்திருக்கிறான், வாய்ப்புகளற்ற மனிதனே ஊழலில் இருந்து தப்பிச் செல்லும் ஒரு நிலையை முதலாளித்துவத்தின் கொடுங்கரங்கள் கட்டமைத்திருக்கின்றன. எப்படியாவது என்னுடைய வாழ்க்கை வசதிகளைப் பெருக்கி முன்னணிப் பொருளீட்டுபவனாக மாறி விடு என்பது தான் இன்றைய நவீன இந்தியாவின் மனசாட்சி, இந்த மனநிலை ஏகமாய்க் குடிகொண்டிருக்கிற ஒரு சமூகத்தில் இருந்து கொண்டுதான் ஊழலுக்கு எதிரான போராட்டம், உண்ணாவிரதம் போன்ற அரைகுறை நாடகங்களை நாம் அணுக வேண்டியிருக்கிறது.

நவீன இந்தியாவில் ஊழல் என்பது ஒரு தனி மனித இயக்கமோ, ஒழுக்க நெறியோ அல்ல, அது இந்த சமூகத்தின் கூட்டு மனநிலையாக மாறிப் போயிருக்கிறது, எனக்கு வாக்களித்தால் உடனடியாக இந்த நுகர்வுப் பண்டங்களை நீ அடைய முடியும் என்கிற தேர்தல் கால வாக்குறுதிகள் தொடங்கி எனக்கு இந்த அலைக்கற்றைப் பயன்பாட்டை ஒதுக்கீடு செய்தால் உனக்கு ஒரு தீவு, உனக்குக் கீழிருக்கும் எழுத்தர்கள் வரைக்கும் இவ்வளவு என்று பகிர்ந்து கொள்கிற முதலாளித்துவத்தின் அடிப்படைச் சிந்தனை அது. பொது சமூகத்தின் அழுக்கு மனமே ஊழல், இந்த அழுக்கை அகற்றுவது என்பது ஒரு அரசியல் சமூக இயக்கமாக நிகழ வேண்டும், திட்டமிடப்பட வேண்டிய அறிவுலகப் பணியாகத் தொடர வேண்டும், இந்திய சமூகத்தில் இருந்து முற்றிலும் ஊழலை அகற்ற வேண்டுமென்றால் இன்னும் இரண்டு நூற்றாண்டுகளுக்கு நாம் கல்விக் கூடங்களில் மனித வாழ்க்கை மற்றும் அரசியல் விழிப்புணர்வு குறித்த அகவெழுச்சியை உருவாக்க வேண்டும்,

பொருள் இருப்பவனுக்குத் தரமான கல்வி (தரமான கல்வி என்பது பொருளீட்டுவதில் ஒரு மனிதனை எப்படி முன்னணியில் கொண்டு செல்வது என்று இங்கு பொருள் கொள்ளப்பட வேண்டும்) என்பதை குடியரசுத் தலைவர்கள் வரைக்கும் அங்கீகரிக்கும் ஒரு சமூகத்தில் அடிப்படை ஒழுக்கத்தையும், அகவெழுச்சியையும் தொடர்ச்சியாக இரண்டு நூற்றாண்டுகளுக்கு உருவாக்குவது என்பது இந்தியாவிலிருந்து ஊழலை ஒழிப்பது மாதிரியான ஒரு ராமலீலா மைதானக் கனவுதான்.

அண்ணா ஹசாரே ஆகட்டும், ராம்தேவ் ஆகட்டும், எந்த ஒரு தனி மனிதனுக்கும் இந்தியக் குடியரசு நாட்டுச் சட்ட திட்டங்களின்படி போராடுவதற்கான உரிமை இருக்கிறது என்பதில் யாருக்கும் மாற்றுக்கருத்து இல்லை, இவர்களின் போராட்டங்களால் ஊழல் குறித்த குறைந்தபட்ச விழிப்புணர்வு ஊட்டப்படுமாயின் நாம் அதனை வரவேற்கலாம், பிறகு ஏன் ராம்தேவ் மாதிரியான உடனடிப் புரட்சியாளர்களை நாம் எதிர்க்க வேண்டும் என்று ஒரு கேள்வி உங்களுக்குள் எழக்கூடும், அதற்கான விடை "ஊழல் என்பது யோகத்தினால் கிடைக்கும் கடவுளின் கருணையைப் போலவோ, இந்தியச் சாமியார்களின் கைகளால் ஆசிர்வதிக்கப்படும் பிழைத்தலுக்கான வாய்ப்பைப் போலவோ பொருளற்ற விளங்கிக் கொள்ள முடியாத கானல் நீரல்ல, மாறாக இந்த சமூகத்தின் மனநிலையில் படிந்திருக்கும் கறை, இந்தக் கறையைப் போக்கும் வழிமுறை ஊழலுக்கு எதிரான மனநிலையை ஒவ்வொரு தனிமனிதனும் அடைவதில் அடங்கி இருக்கிறது, ஒரு தனி மனிதன் நடத்திக் காட்டுகிற உண்ணா நோன்பின் மூலமாக இந்த சமூகத்தின் மிகப்பெரிய அவலத்தை நீக்க முடியுமென்று குருட்டுத் தனமாக நம்புவது எந்த ஒரு அறிவார்ந்த மனிதனும்,

ஊடகங்களும் செய்யக்கூடாத தவறான முன்னுதாரணம், இந்தியத் திரைப்படங்களில் நிகழும் நாயக வழிபாட்டுத் தோற்றம், அரசியல்வாதிகளை வாழும் கடவுளர்களாகச் சித்தரிக்கும் சமூக மனநிலை போன்றவற்றுக்கும் இத்தகைய தனி மனிதத் தடாலடி உண்ணா நோன்புகளுக்கும் பெரிய வேறுபாடுகள் ஏதும் இல்லை.

மதத்தின் பெயரில், ஆன்மீகத்தின் பெயரில் ஒரு கலையை அல்லது உடற்பயிற்சியைத் தனது சமூகத்திடம் விற்றுக் காசாக்கிக் கொண்டிருக்கிற முதலாளித்துவ எச்சமான காவி உடை தரித்த ஒரு கார்போரேட் மதவாதியிடம் இருந்து ஊழலை ஒழித்து விடும் அற்புத ஆற்றலை எதிர் நோக்கி இருக்கிற சமூகம் தனது சிந்தனைகளில் எந்த அளவுக்குப் பின்தங்கி இருக்கிறது என்பதைக் கற்பனை செய்வதே கொடுமையான ஒரு கனவாக இருக்கிறது. ஊழல் ஒரு நிகழ்வின் மூலமோ, ஒரு உண்ணாநோன்பின் மூலமோ, ஒரு தனி மனிதனின் மூலமோ ஒழிக்கப்பட முடிகிற சமூகச் சிக்கல் அல்ல, மாறாக முறையான திட்டமிட்ட கல்வியின் மூலமும், அரசியல் விழிப்புணர்வின் மூலமும் ஒரு சமூகத்துக்குள் உள்ளீடு செய்து உருவாக்கப்பட வேண்டிய அறம் சார்ந்த கூட்டுச் சமூக மனநிலை, ஊழலை எதிர்க்க வேண்டுமென்றால் முதலில் தேவையற்ற நுகர்வையும், முதலாளித்துவச் சிந்தனைகளையும் குற்றம் என்று கண்டறியும் வெளிப்படையான உள்ளம் வேண்டும், ஊழலை எதிர்க்க வேண்டுமென்றால் குறைந்த பட்சம் கலாச்சார, ஆன்மீக மற்றும் மத வணிகம் செய்யாத நுட்பமான மனவிடுதலையாவது பெற்றிருக்க வேண்டும்.

2015-ஆம் ஆண்டிற்கான ஊழல் இல்லாத நாடுகள் வரிசையில் 2வது வருடமாக டென்மார்க் முதலாவது இடத்தில் உள்ளது. பின்லாந்து, சுவீடன், நியூசிலாந்து ஆகிய நாடுகள்

அடுத்தடுத்த இடத்தில் உள்ளன. 2015ல் இந்தியா 76வது இடத்தில் உள்ளது. ஊழல் ஒழிப்பில் சிங்கப்பூர் முதலிடம் வகிக்கிறது. “டிரான்ஸ்பரன்சி இன்டர்நேஷனல்” என்ற அமைப்பு ஆண்டுதோறும் ஊழல் அளவின் அடிப்படையில் உலக நாடுகளைப் பட்டியலிட்டு வருகிறது. இது சர்வதேச ஊழல் மற்றும் வெளிப்படைத் தன்மையை கண்டறியும் தரவு அறிக்கை ஆகும்.

சராசரி மனிதனின் மனநிலையில் ஊழல் என்பது ஒரு வாய்ப்பு. எப்படியாவது தன்னுடைய வாழ்க்கை வசதிகளைப் பெருக்கி விட வேண்டும் என்பதுதான் இன்றைய நவீன தேசத்தின் மனசாட்சி. தேர்தலில் ஊழல் பிரச்சனை பெரும் பங்காற்றுகிறது. ஊழல் என்பது இன்று இனம், மதம், மொழி, கலாச்சாரம், நாடு என்பதைக் கடந்து உலகளாவிய நடைமுறையாக மாறிவிட்டது. ஊழலை உரம்போட்டு வளர்க்கிறவர்கள், அரசு நிர்வாகத்துடன், தங்களது தேவைகளுக்காக மக்கள் எப்போதெல்லாம் ஒப்பந்தங்கள் மூலம் பெரும் அளவிற்கு ஊழல் நடைபெற வாய்ப்புள்ளது. அதை தடுப்பதற்கான வழிமுறைகள் போதுமானதாக இல்லை. நவீனயுகத்தில் ஊழல் எங்கிருந்து துவங்குகிறது என்கின்ற கேள்விக்கு விடை தேடினால், கிடைக்கிற முதலும் கடைசியுமான விடை முதலாளித்துவ சிந்தனை என்பதுதான்.

முகவர்களின் உதவியால் ஓட்டுனர் உரிமம் பெறுவதற்கு தகுதி இல்லாத சிலர் சட்டவிரோதமாக உரிமை பெறுகின்றனர். அதிக கட்டணம் முகவர்களால் வசூலிக்கப்படுகிறது. இலஞ்சம் செலுத்தாமல் இருந்தால், காரியம் தாமதமடைந்து பாதிக்கப்படும். மிக அதிக வரி விதிப்பு முறையால், அதிக வரிகட்டுவதற்குப் பதிலாக ஊழல்வாதிகளுக்கு இலஞ்சம் கொடுப்பது மிகவும் மலிவாகக் கருதப்படுகிறது.

சிக்கிக்கொள்ளாத தண்டிக்கப்படாத ஊழல்வாதிகள் என்ன தவறு செய்தாலும் சட்டத்தின் பிடியில் சிக்க மாட்டோம் என்கிற நம்பிக்கை அதிகரித்துவிட்டது. ஊழலில் 95 சதவீதம் ரொக்கமாகவே நடைபெறுகிறது. சரக்குகளை இடைமறிக்கும் போக்குவரத்து காவலர்கள் மற்றும் சுங்கச்சாவடிகள் என்று சட்டப்பூர்வமான அமைப்புகளுக்கு அளிக்கப்படும் இலஞ்சம் மட்டும் ஆண்டிற்கு 5 மில்லியன் டாலர் என கணக்கிடப்பட்டுள்ளது. நீதித்துறையில் நீதிமன்ற வழக்குகளுக்கான கால தாமதம், நீதிபதிகள் பற்றாக்குறை மிகவும் சிக்கலான நடைமுறைகள் போன்ற காரணிகளாலும் ஊழல் நடக்கிறது. ஊழல்வாதிகள் கோடிக்கணக்கான தொகைகளை நோட்டுகளாகத்தான் வாங்கிக்கொள்கின்றார்கள். அரசுக்கு கணக்கு காட்டுவது இல்லை. சட்டத்திற்கு புறம்பான காரியங்களை மட்டும் செய்ய இலஞ்சம் கொடுப்பது மாறி சட்டப்பூர்வமான காரியங்களுக்கே கட்டாயமாகி விட்டது.

ஊழல் ஒழிப்பு நடவடிக்கைகள்

ஊழலை எதிர்க்க வேண்டுமென்றால் முதலில் தேவையற்ற நுகர்வு தவிர்க்கப்பட வேண்டும். முதலாளித்துவத்தின் கோரமான இன்னொரு கரம் மனிதகுலம் முற்றிலும் தேடி கண்டடைந்த அடிப்படை நல் அறத்தை வெட்டி வீழ்த்துவதற்கு முன்பாக நாம் விழித்தெழ வேண்டும். ஊழல் உலகளவில் பெரும் பிரச்சனையாக உள்ளது. ஊழலை தடுக்க நவீன புதிய முயற்சிகள் மேற்கொள்ளப்பட வேண்டும். வாக்காளர்கள் ஓட்டுக்குப் பணம் வாங்க மறுப்பதுடன், தேர்தல் வாக்குறுதிகளை நிறைவேற்றாதவர்களை கேள்வி கேட்கும் நிலை வலுவடைந்தால், ஊழல் குறையும். ஊழலுக்கு எதிரான நிர்வாக சீர்திருத்தம் அவசியம் தேவை.

சிங்கப்பூரில் அபராதம், சிறைதண்டனை, சொத்து பறிமுதல் நடைமுறைப்படுத்தப்பட்டுள்ளது.

சிங்கப்பூரில் ஊழல் ஒழிப்பு திடீரென வந்துவிடவில்லை. தன்னுடைய முதல் கொள்கையாக ஊழல் ஒழிப்பை முனைந்து 1970-ல் இருந்தே “லி குவான் யூ” செயல்படுத்த துவங்கி வெற்றி பெற்றார். ஊழல் ஒழிப்பு போன்ற விஷயங்களில் சிங்கப்பூரிடமிருந்து கற்றுக்கொள்ள வேண்டியது அவசியம். லோக்பால் அமைப்பு உருவாக்கப்பட வேண்டும். உலகளவில் ஒவ்வொரு ஆண்டும் நடைபெறும் ஊழலின் மொத்த அளவு 1.6 டிரில்லியன் டாலர் ஆகும். டிசம்பர் 9-ஆம் தேதி சர்வதேச ஊழல் ஒழிப்பு தினமாக அறிவிக்கப்பட்டுள்ளது. ஊழல்தான் உலகை விட்டு ஒழிந்தபாடில்லை. அதிகாரத்தில் இருந்து கொண்டு ஊழல் புரிபவர்களை சட்டத்தின் ஓட்டை வழியாகத் தப்பிக்க விடாமல் இருந்தால்தான் ஊழலை ஒழிப்பதில் ஓரளவாவது வெற்றி பெற முடியும்.

ஊழல் புரிபவர்களில் குறைந்த சதவீதமே தண்டிக்கப்படுகிறார்கள். ஊழல்வாதிகள் தங்களுக்கு எதிரான உறுதியான ஆதாரங்கள் இருந்தும் தண்டனையில் இருந்து தப்பிவிடலாம் என நம்புகிறார்கள். இந்நிலை மாற வேண்டும். வளர்ச்சித்திட்டங்களுக்கு ஒதுக்கப்படும் நிதியில் பெரும்பகுதி, அந்தப் பணிகளுக்கு முழுவதும் போய்சேருவதில்லை என்றால் வளர்ச்சி குன்றிவிடும். ஒவ்வொரு துறைக்கும் கோடிக்கணக்கில் பணம் ஒதுக்கப்படுகிறது. ஜனநாயக நாடான இந்தியாவில் மலிந்து கிடக்கும் ஊழலை களையோடு வெட்டி எடுக்காதவரை இந்தியா வல்லரசாவது இயலாத காரியம் என்பதே நிதர்சனம். இந்தியாவில் ஊழல் ஒரு பெரும் பிரச்சனை. இது நாட்டின் பொருளாதாரத்தை மோசமாகப் பாதிக்கிறது. இந்தியாவின்

வளர்ச்சிக்குப் பெரும் பிரச்சனையாகவும், தடைகற்களாவும் இருப்பது ஊழல் பிரச்சனை.

நியாயமானவர்களும், நேர்மையானவர்களும் நம்மிடையே இருந்து கொண்டுதான் இருக்கிறார்கள். ஊழலை உளப்பூர்வமாக எதிர்க்கிறார்கள். வாய்மையே வெல்லும் என்பதுதான் நமது நம்பிக்கை. ஒலிம்பிக் போட்டியில் நாம் முதலாவதாக வர வேண்டும். நம் நாட்டில் ஊழல் குறைய வேண்டும். எழுத்தறிவு 100 விழுக்காடாக மாற வேண்டும். இன்றைய உலகின் மிக மோசமான நோய் ஊழல். வெளிப்படைத்தன்மைதான் அதற்கு மருந்தாக இருக்கும். ஊழலால் மிக மோசமாக பாதிக்கப்படுபவர்கள் ஏழை – எளிய மக்கள். நேர்மை கௌரவத்தைத் தருகிறது. கௌரவம் இழந்து முக்காடு போட்டபடி காவல் துறையால் அழைத்துச் செல்ல வைப்பது ஊழல். இளைஞர்களின் கடமை ஊழலை எதிர்ப்பதாகும். ஊழலுக்கு எதிரான செயல்பாடுகள் அவர்களிடமிருந்துதான் துவங்க வேண்டும். இலஞ்சம் இல்லாத ஊழல் இல்லாத வெளிப்படையான வலிமை பொருந்திய இந்தியாவை இளைஞர்களால்தான் உருவாக்க முடியும். ஊழலுக்கு சவால் விட வேண்டிய தார்மீக கடமை இன்றைய இளைஞர்களுக்கு உள்ளது.

சுதந்திரத்துக்கு பின்னர் தான் இந்தியாவில் இலஞ்சம், ஊழல் வரத்தொடங்கியது. தற்போது அது தலை விரித்தாடுகிறது. சுதந்திரம் அடைந்த பின்னர் நம்மால் நல்ல ஆட்சியை கொடுக்க முடியவில்லை.

அந்த வெள்ளைக்காரன் ஆட்சி மறுபடியும் வந்தால் இந்தியா நன்றாக இருக்கும் என நினைக்கத் தோன்றுகிறது.

தவறு செய்தவர்களுக்கு உடனடியாக தண்டனை கிடைக்கும் நிலை ஆங்கிலேயர் ஆட்சியில் இருந்தது. அவர்கள் நம்மை கொள்ளையடித்தது உண்மை தான்.

அப்போது அலுவலகத்தில் வேலை செய்பவர்கள் இலஞ்சம் வாங்க மாட்டார்கள்.

நமது நாட்டில் இப்போது காந்தியை முற்றிலுமாக மறந்து விட்டார்கள். ஆனால் ஆங்கிலேயர்கள் தற்போது காந்தியை தெய்வமாக வணங்குகிறார்கள்.

3 ஆயிரம் ஆண்டுகள் ஆனாலும் நமக்கு இன்னொரு காந்தி கிடைக்க மாட்டார். இந்தியா விடுதலையடையும் போது நேதாஜி தலைமையிலான ஆட்சிமுறை 5 ஆண்டுகளுக்கு அமைந்திருந்தால் இந்தியாவின் தலையெழுத்தையே மாற்றியிருக்கும்.

“இளைஞர்களே, கனவு காணுங்கள். அந்தக் கனவை நனவாக்க தினமும் அயராது பாடுபடுங்கள். இந்தியாவை 2020-ல் வல்லரசாக உருவாக்க இளைஞர்கள் முக்கியப் பங்காற்ற வேண்டும்” என்று மறைந்த இந்தியக் குடியரசுத் தலைவர் ஏ. பி. ஜே. அப்துல் கலாம் அறிவுரை வழங்கிச் சென்றார். இந்தியாவில் கலாமின் கூற்று பலிக்க வேண்டுமானால், ஊழலற்ற இந்தியா உருவாக வேண்டும். தெற்காசிய அளவிலான நாடுகள் பட்டியலில் ஊழலில் முதலிடத்தில் உள்ள இந்தியாவை அடுத்த மூன்றாண்டுகளுக்குள் எப்படி வல்லரசாக உருவாக்க முடியும் என நம் நாட்டு இளைஞர்கள் சோர்வடைந்து உள்ளனர். இளைஞர்கள் தன்னெழுச்சியாக பொங்கியெழுந்தால் மட்டுமே வல்லரசு கனவு சாத்தியம் என்பதே நிதர்சனம்!

ஊழலை ஒழிக்க முடியாதா? நாட்டை விட்டு அதனை வெளியேற்ற முடியாதா? முடியும். ஊழலின் ஊற்றுக்கண் அடைக்க முடியாத ஒன்று அன்று. அடைக்கக் கூடியதுதான். அதற்கு மக்களின் மனப்பான்மை மாறவேண்டும்.

அரசியல்வாதிகளும், அதிகாரிகளும் பொதுமக்களுள் அடக்கம்தான். ஒட்டுமொத்த சமுதாயமும் மனம் வைத்தால் ஊழல் எளிதாக ஒழிந்துவிடும்.

ஊழல் என்பது ஒரு வகையான திருட்டு. அதனால் வரும் பணம் திருட்டுப் பணம். இதனை ஊழல்வாதிகள் உணரவேண்டும். இலஞ்சம் கொடுத்துக் காரியம் முடிக்க நினைக்கும் மக்களும் தாம் திருட்டுத்தொழிலுக்கு உடந்தையாக இருக்கிறோம் என்பதைப் புரிந்துகொள்ள வேண்டும். இந்த மனப்பான்மை உருவாவதற்குத் தன்னலமில்லாப் பொதுநலன் கருதும் பெருந்தன்மை இருக்க வேண்டும். தொண்டுள்ளம் கொண்ட அரசியல்வாதிகள் ஆட்சிக்கு வரவேண்டும். கடமை உணர்வும், கண்ணியமும் கொண்ட அதிகாரிகள் பணியில் அமரவேண்டும். மக்களிடம் நேரிய நெஞ்சம் இருக்கவேண்டும். இப்படியொரு சூழல் அமைந்தால் ஊழல் ஒழிந்துவிடும். பொத்தல் உள்ள குடத்தில் எவ்வளவு தண்ணீர் ஊற்றினாலும் குடம் நிரம்பாது. அதனைப் போன்று ஊழல் நிறைந்த நாட்டில் எத்தனைத் திட்டங்கள் தீட்டி எவ்வளவு நிதி ஒதுக்கினாலும் குறிப்பிட்ட வளர்ச்சியை அடையமுடியாது. எனவே நாடு நல்வளர்ச்சி பெறுவதற்கு ஊழலை ஒழிக்க உறுதிகொள்வோம்.

நாட்டில் எங்கும் ஊழல் மலிந்திருக்கிறது" என்று எல்லாரும் பேசுகிறார்கள். சர்வதேச அறிக்கை ஒன்று ஊழல்மிக்க நாடுகளில் நமதுநாடு கடைசியிலிருந்து மூன்றாம் இடத்தில் இருக்கிறது என்று தெரிவிக்கிறது. அடிக்கடி நமது பேச்சிலும் எழுத்திலும் இடம் பெறும் இச்சொல்லின் பொருள் என்ன?

ஊழல்-அர்த்தம்

சமூக ஒழுங்கிற்கு மாறாக நடத்தல், பிறரை ஏமாற்றுதல், வஞ்சித்தல், பொதுமக்களுக்குரிய பொருளைச் சட்டத்திற்குப் புறம்பான வழிகளில் கவர்தல் அல்லது கொள்ளையடித்தல் என்று இச்சொல்லுக்குப் பொருள் கூறலாம்.

தனிமனித ஒழுக்கம், சமூக ஒழுக்கம் என ஒழுக்கம் இரு வகைப்படும். ஒருவனது தனிமனித வாழ்க்கையை பாதிக்கும் விதமான செயல்களில் ஈடுபடும் போது அவன் தனிமனித ஒழுக்கத்தை மீறுகிறான். உதாரணமாகக் குடிப்பழக்கம், போதை மருந்துப்பழக்கம் போன்றவை ஒருவனை பாதிக்கின்றன. அப்பழக்கங்களில் ஈடுபடுகின்றவனைத் தனிமனித விதிகளை மீறுபவன் என்று சொல்லலாம். தனிமனித விதிகளை அல்லது ஒழுங்குகளை மீறுவது என்பது அப்படி மீறுபவனையும் அவனது குடும்பத்தையும் மட்டுமே பாதிக்கிறது.

சமூக ஒழுக்கம் என்பது இன்னொரு வகை. அதன் விதிகளை மீறுவது பொதுமக்களின் பெரும்பகுதியினரை பாதிக்கிறது. உதாரணமாகப் பொது இடங்களைத் தூய்மையாக வைத்துக்கொள்ள வேண்டும் என்பது சமூக ஒழுக்கம். இதை மீறுபவர்கள் சமூகத்தில் நோய் பரவுவதற்கும் மற்றவர்கள் பாதிக்கப்படுவதற்கும் காரணமாகிறார்கள். தனிமனித ஒழுக்கத்தை மீறுவதைவிட இது மிகவும் மோசமானது.

ஊழல் என்பது சமூக ஒழுக்கத்தை மீறுகின்ற மிக மோசமான விஷயம். ஒரு நாட்டிற்குரிய அலுவலர்கள் எவராயினும் அந்நாட்டு மக்களுக்கு நன்மை தருகின்ற முறையில் நடந்துகொள்ள வேண்டும். அதனை மீறித்தங்கள் சுயநலத்தை மட்டுமே கருதி நாட்டு மக்களுக்குத் தீமை செய்யும்

காரியங்களில் இறங்கும் போது ஊழல் செய்கிறார்கள். ஊழல் நடத்தை என்பது ஒரு மனப்பான்மை.

ஊழல் என்பது தனிமனித ஒழுக்கத்திற்கும் மாறானது. நேர்மை என்பது அடிப்படை மனித ஒழுக்கம். அடிப்படை மனித ஒழுக்கங்கள் மாறாதவை. உதாரணமாக, பிறரைக் கொள்ளையடிப்பவனும் தன்னைப் பிறர் கொள்ளையடிப்பதை விரும்புவதில்லை. பிறருக்குத் தீங்கு செய்பவனும், தனக்குப் பிறர் தீங்கு செய்வதை விரும்புவதில்லை. பிறன் மனைவியைச் சொந்தம்கொண்டாட முனைபவனும் தன்மனைவியைப் பிறர் காணச் சகிப்பதில்லை. மனித ஒழுக்கத்திற்குத் "தன்னைப் போலவே பிறரை நினைக்கவேண்டும்" என்பது அடிப்படையாக அமைகிறது. அடிப்படை மனித ஒழுக்கத்திற்கு மாறாக நடக்கும் போதுதான் ஊழல் ஏற்படுகிறது.

ஊழல் ஒரு மனப்பான்மை, அதைவிட ஒரு மனநோய் என்று கூடச் சொல்லலாம். பலபேர் ஊழல் என்றால், ஏதோ பணத்தைத் திருடுவது, பொதுச் சொத்தைக் கையாடுவது என்று மட்டும் நினைக்கிறார்கள். அவ்வாறல்ல. ஓர் இடத்தில் ஏதோ ஒரு காரணத்திற்காக வரிசையில் நிற்கிறோம். பின்னால் வரும் ஒருவன் வந்து முறையற்ற விதத்தில் முன்னால்போய் நின்று கொள்கிறான். இதுவும் ஊழல்தான்.

பஸ்ஸில் ஏற நெரிசலாக இருக்கிறது. சிலர் நடத்துநரைக் கேட்டுச் சீட்டு வாங்கிக்கொண்டு ஏறுகிறார்கள். சிலர் வெளியிலிருந்தபடியே துண்டையோ பையையோ உள்ளே எறிந்து 'இடம் போட்டு' விட்டுப் பின்னால் ஏறி, ஆனால் "நாங்கள் ரிசர்வ் செய்து விட்டோம்" என்று சொல்லி உட்கார்ந்து கொள்கின்றார்கள். இதுவும் ஊழல்தான்.

இவை எல்லாமே சமூக ஒழுக்கத்தை மீறும் சுயநல நடவடிக்கைகள்.

அரசு அலுவலகத்தில் ஒருவன் முறைப்படி ஒரு காரியத்திற்காகச் செல்கிறான். இன்னொருவனுக்கு அவசரம். அவன் செல்வாக்கு உள்ளவனும் கூட. தனது காரியமே முதலில் ஆகவேண்டும் என்று நினைக்கிறான். உடனே தனது பணத்தைப் பயன்படுத்தி, அரசு அலுவலகருக்கு இலஞ்சம் கொடுத்து, தனது சுயநலக் காரியத்தை முடித்துக்கொள்கிறான். முறையான வழியில் வருபவனுக்குக் காரியம் ஆகாமல் போகிறது. இதற்கும் முன்பு கூறியது போல வரிசையில் முறையற்ற வழியில் நுழைந்ததற்கும் வித்தியாசமில்லை. அங்கு உடல் பலம், இங்கே பணபலம். அவ்வளவுதான். நாம் முன்னதைக் குறை சொல்வதில்லை. பின்னதை மட்டும் ஊழல் என்கிறோம்.

ஊழல் என்பது சமூகத்தில் காணப்படும் ஒரு சுயநல மனப்பான்மை. ஒரு மனநோய். அது ஏதோ அரசாங்க அலுவலகங்களில், அரசாங்க ஊழியரிடம் அல்லது அரசியல்வாதிகளிடம் மட்டும் காணப்படும் பண்பு அல்ல.

தகுதிக்கேற்பப் பெறுகிறோம்

மோசமான அரசாங்கம் அமைந்துவிடுகிறது. "உனக்கு எது பொருத்தமோ (ஏற்றதோ) அதை நீ பெறுகிறாய்" என்று ஒரு பழமொழி இருக்கிறது. (YOU GET WHAT YOU DESERVE). இது மிகவும் சரியான கூற்றே. பெரும்பான்மை மக்கள் ஊழல் மனப்பான்மை கொண்டவர்களாக இருக்கும்போது அவர்களை ஆட்சிசெய்பவர்களும் வேறு எப்படி இருப்பார்கள்? அவர்களும் ஊழல் செய்பவர்களாகத் தானே இருக்கமுடியும்?

சிலஆண்டுகளுக்கு முன்னால் அரசாங்க அலுவலர்கள் வேலை நிறுத்தம் செய்தார்கள். அது மோசமான விதத்தில் ஒடுக்கப்பட்டது. பொதுமக்கள் மகிழ்ச்சி அடைந்தார்கள். “இந்த அரசு அலுவலர்களுக்கு நன்றாக வேண்டும். ஊழல் செய்பவர்களுக்கு தங்கள் கடமையைச் செய்யாதவர்களுக்கு ஏற்ற தண்டனைதான் இது” என்று சொன்னார்கள். இந்த தண்டனை சரியா தவறா என்பது ஒருபுறம் இருக்கட்டும். இப்படிப்பட்ட அரசு அலுவலர்களை உருவாக்கியது யார்? நாம்தானே? அதாவது பொதுமக்கள்தானே?

உதாரணமாக, ஒரு பையன் பிறந்து வளரும்போதே அவன் ஊழல் செய்தாவது நன்றாகச் சம்பாதிக்க வேண்டும் என்ற மனப்பான்மையைப் பொது மக்கள்தான் ஏற்படுத்துகிறார்கள். நேர்மையாக நடப்பவர்கள் ஏமாளிகள், எதற்கும் லாயக்கற்றவர்கள், பைத்தியக்காரர்கள் என்கிறார்கள். ஒரு பெண்ணைத் திருமணம் செய்து கொடுக்கும்போதே மாப்பிள்ளை சம்பளம் குறைவாக வாங்கினாலும், நன்றாக மற்ற வழியில் சம்பாதித்துவிடுவான் என்று சந்தோஷப்பட்டுக் கொண்டு கொடுக்கிறார்கள். இப்படியெல்லாம் பொதுமக்களே, சாதாரண மக்களே, (அதாவது நாமே) எல்லா விதங்களிலும் ஊழலை ஆதரித்துக்கொண்டு, அதை ஏற்றுக் கொண்டு, அதைச் செய்யும் ஒருவனுக்கு தண்டனை கிடைத்தால் சந்தோஷப்படுகிறார்கள். இது எந்தவிதத்தில் நியாயம்?

“நான் ஊழல் செய்யவும் இல்லை, அதை ஏற்றுக்கொள்ளவும் இல்லை; அப்படியிருக்க நான் எப்படி ஊழலுக்குத் துணை செய்வதாகக் கூறலாம்?” என்று சிலர் கேட்கிறார்கள். நாம் நம் கண்ணெதிரில் ஊழல் நடக்கும்போது தடுக்கவோ தண்டிக்கவோ முனைவதில்லை. பல சமயங்களில் பயப்படுகிறோம். அப்படியானால், நாம்

எல்லாரும் ஊழலுக்குத் துணை செய்பவர்கள் என்று தான் அர்த்தம்.

ஊழல் சிறிய அளவிலிருந்துதான் தொடங்குகிறது. உதாரணமாக, ஒரு பத்திரப்பதிவு அலுவலகத்திற்குச் செல்லுங்கள், பதிவுக்கான கட்டணத்துடன் அங்குள்ள பதிவாளரிலிருந்து பியூன் வரை அனைவருக்குமான பங்கையும் சேர்த்தே உங்களிடம் முதலிலேயே வாங்கிவிடுவார்கள். பலபேருக்கு இப்படி நடக்கிறது என்று கூடத் தெரியாது. என்ன நடக்கிறதென்று தெரியாதவர்களும், தெரிந்தே ஏற்றுக்கொள்பவர்களும் ஒன்றுதான்.

இப்படி ஒரு தேசத்திலிருக்கும் மிகப் பெரும்பான்மை மக்கள் ஊழல் மனப்பான்மை கொண்டவர்களாக, "என்ன நடந்தால் நமக்கென்ன" என்று இருப்பவர்களாகவோ, தடுக்கச் சக்தியற்றவர்களாகவோ இருக்கும்போது அவர்களுக்கேற்ற ஊழல் ஆட்சியாளர்களும் அலுவலர்களும் அரசியல்வாதிகளும் தானே இருப்பார்கள்? பொது மக்களிலிருந்துதானே இவர்கள் எல்லாரும் உருவாகிறார்கள்?

ஊழலற்ற தேசம்

ஆகவே ஊழலற்ற தேசம் வேண்டுமானால், பொதுமக்களின் மனப்பான்மை மாறவேண்டும். அதுதான் அடிப்படை. பொதுமக்களின் மனம் ஊழலுக்கு எதிரானதாக, ஊழலை ஏற்றுக்கொள்ளாததாக இருந்தால் ஊழல் புரிபவர்கள் அரசு அலுவலகத்திற்கும் வரமாட்டார்கள், அரசியல்வாதிகளாகவும் மாட்டார்கள். எனவே ஊழலற்ற தேசம் வேண்டும் என்பவர்கள் பொதுமக்களின் மனப்பான்மையை மாற்றுவதற்கு என்ன செய்வது என்பது பற்றித்தான் ஆராய வேண்டும்.

இன்றைய நிலை

ஊழல் மனப்பான்மை என்பது "எந்தவிதத்திலேனும் நான் மட்டும் பயனடைய வேண்டும், மற்றவர்கள் எக்கேடும் கெடட்டும்" என்னும் சுயநல மனப்பான்மைதான். ஊழல் மனப்பான்மை மாறுவது எப்படி?

நேர்மையான விதத்தில் நடந்தாலே நமக்குத் தேவையானது எதுவாயினும், ரேஷன் பொருளானாலும், இட ஒதுக்கீடானாலும், வேலை வாய்ப்பானாலும், டிரைவிங் லைசென்ஸ் ஆனாலும் கிடைத்துவிடும் என்ற நிலை இருந்தால் மக்கள் நியாயத்திற்குப் புறம்பான வழிகளைப் பெரும்பாலும் நாடமாட்டார்கள். நேர்மையாகவே எல்லாம் கிடைக்கும் என்றால் அநியாய வழிக்கு ஏன் போக வேண்டும்?

ஆகவே மக்கள் நியாயமான வழியில் நடந்தாலே அவர்களுக்கு உரிய காரியங்கள் நடக்கும் என்ற நம்பிக்கையை அரசாங்கம்தான் ஏற்படுத்தவேண்டும். ஆனால் அரசாங்கம் அப்படிச் செய்யுமா?

ஊழல் கூடாது என்று பிரச்சாரம் செய்வதன் வாயிலாக ஊழலை ஒழிக்க முடியாது. சிறிய குழந்தைகளுக்கே இந்தக் காலத்தில் யார் வெறுமனே சொல்கிறார்கள், யார் நடந்து காட்டுகிறார்கள் என்பது நன்றாகப் புரிகிறது. அரசாங்க அலுவலர்களும், அரசியல்வாதிகளும், செல்வாக்கு மிக்கவர்களும், குறிப்பாக ஊழல் உருவாகப் பெரும் காரணமாக இருக்கின்ற முதலாளிகளும் ஊழலற்ற விதத்தில் பெரும்பான்மையும் நடந்துகாட்டுவது வாயிலாகத்தான் ஊழலை ஒழிக்க முடியும். தாங்களே ஊழல் செய்து பல்லாயிரக் கோடிகள் கணக்கில் பணம் சம்பாதித்துக்கொண்டு மக்கள் ஊழல் செய்யக்கூடாது என்று

சொல்லும் அரசியல்வாதிகளையும் அதிகாரிகளையும் யார் நம்புவார்கள்?

நமது அரசாட்சிமுறை ஊழலுக்கு இடமளிப்பதாகவே இருக்கிறது. உதாரணமாகத் தேர்தல். தேர்தலுக்கு நிற்பவர்கள், ஏராளமாகப் பணம் செலவு செய்யவேண்டி இருக்கிறது. நேர்மையானவர்கள் எப்படி இலட்சக்கணக்கில், கோடிக்கணக்கில் தங்கள் தொகுதியில் வெற்றிபெறப் பணம் செலவழிக்க முடியும்? ஆகவே நேர்மையற்ற முறையில் பணம் சம்பாதிப்பவர்கள்-அந்தப் பணம் எப்படிப் போனாலும் சரி, கருப்புப் பணம் வெள்ளையாகட்டும் என்னும் மனப்பான்மை உள்ளவர்கள்தான் தேர்தலில் நிற்க முடியும். ஆட்சியாளர்களைத் தேர்ந்தெடுக்கும் முறையே ஊழலை ஆதரிக்கும்விதமாக இருக்கும்போது அவர்கள் ஊழலை எப்படி ஒழிப்பார்கள்?

தேர்தல் செலவுகளுக்காகக் கட்சிகளுக்குப் பணம் வேண்டும். கட்சிகள் பெரிய முதலாளிகளை நாடுகின்றன. முதலாளிகள் கட்சிகளுக்குத் தேர்தல் நன்கொடை (நிதி) தருகிறார்கள். தேர்தலில் அக்கட்சி வெற்றிபெற்ற பிறகு அவர்கள் தங்களுக்குச் சலுகைகள் கேட்கிறார்கள். அரசுப்பொறுப்பை ஏற்ற கட்சிகள் அப்போது மறுக்க முடிவதில்லை. சட்டத்திற்குப் புறம்பாகச் சலுகைகளை அந்த முதலாளிகளுக்குத் தருகிறார்கள். இப்படி அதிகாரமும் முதலாளித்துவமும் இணைந்து ஊழலை உருவாக்கிக் கொண்டிருக்கின்றன. இப்போது சர்வதேச நாடுகளும் அடுத்த நாடுகளில் அரசியல் மாற்றங்களை ஏற்படுத்த ஊழலைப் பயன்படுத்துகின்றன.

இதையெல்லாம் பார்க்கும்போது, நேர்மையாக இருக்கின்ற, நேர்மை மனப்பான்மை படைத்த ஒருசிலருக்கும்

சமூகத்தின்மீது அவநம்பிக்கைதான் தோன்றுகிறது. ஊழலுக்கு ஆதரவாகவே அரசியல்வாதிகளும், அரசாங்கமும், தேர்தல் முறையும், பெரிய அமைப்புகளும், இப்படி எல்லாமே செயல்படும்போது சாதாரண மனிதன் என்ன செய்வது? இந்த அமைப்புகளுக்கு எதிராக எப்படிப் போராடுவது என்னும் சோர்வு ஏற்படுகிறது. இன்று நாம் படித்தவர்களிடமும் பண்புள்ளவர்களிடமும் காண்பது இப்படிப்பட்ட சோர்வுதான்.

விஷச்சுழல்

ஊழல் என்பது மிகப்பெரிய விஷச்சுழல். ஏனென்றால் பணபலமுள்ளவன் ஊழல் செய்து அரசாங்கத்தில் செல்வாக்குப் பெற, அரசாங்கம் (தனது தேர்தல் போன்ற விஷயங்களுக்காக) மறுபடியும் அவனை ஆதரிக்க, இப்படி அந்தச்சுழல் விரிந்துகொண்டே போகிறது. இதிலிருந்து தப்பிப்பது எப்படி?

ஊழல் செய்யும் அரசியல்வாதிகளும் அதிகாரிகளும் தாங்கள் அதைச் செய்யும்போது கண்டுகொள்வதில்லை. பிறர் செய்து, நாட்டுக்கு அது மோசமான விளைவை ஏற்படுத்தும் என்னும்போது மட்டும் உச்சநீதிமன்றம், சிபிஐ விசாரணை அது இது என்று கண்துடைப்பு விவகாரங்களில் ஈடுபடுகிறார்கள். ஒரு காலத்தில் ஏதாவது ஊழல் நடந்தால் விசாரணைக் கமிஷன் அமைப்பார்கள். இப்போது விசாரணைக் கமிஷன் என்றாலே கேலிக்கூத்தாகி விட்டது. யாருக்கும் அதில் நம்பிக்கை இல்லை. விசாரணைக் கமிஷன்களால் ஒருவரும் தண்டிக்கப்பட்டதில்லை. மாறாக, இது ஒரு ஒத்திப்போடும் உத்தி, மக்களை மறக்கச்செய்யும் உத்தி என்று எல்லாருக்கும் தெரியும்.

வழிதான் என்ன?

இப்படிப்பட்ட மிகச்சோர்வான நிலையில் பொதுமக்கள் என்ன செய்வது? மாணவர்களும் இளைஞர்களும் எப்படி ஒரு ஊழலற்ற தேசத்தை உருவாக்குவார்கள்? ஆர்வமுள்ளவர்கள் சிலஆயிரம் பேரேனும் ஓர் அமைப்பாகச் சேர்ந்து செயல்படுவது ஒரு வழி. உதாரணமாக, ஓர் அரசு அலுவலர் ஊழலில் ஈடுபடுகிறார் என்றால் தனிமனிதன் சென்று நியாயம் கேட்டால் வேலை நடப்பதில்லை. மேலும் அவனை ஒழிக்க முனைந்துவிடுவார்கள். நியாய மனப்பான்மை உள்ள பத்துப்பேர் ஒன்றாகச் சேர்ந்து கேட்டால் நியாயம் கிடைக்கலாம். ஆனால் அதற்கும் தளராத மன உறுதி உள்ள தனிமனிதர்கள் வேண்டும். அந்தப் பத்துப்பேரும் எல்லா ஊர்களுக்கும் செல்லமுடியாது. எனவே ஓர் இயக்கத்தையே உருவாக்கும் உறுதி படைத்த மனிதர்கள் வேண்டும். அதற்கும் தளராத மனமும் பணபலமும் வேண்டும். இல்லை யென்றால், தற்காலிகமாகத் திரளும் மனிதக்குழுவையும் இன்று "தீவிரவாதிகள்" என்று பெயர்சூட்டியே அரசியல்வாதிகள் ஒழித்து விடுவார்கள். எல்லா பலமும் அவர்கள் கையில்!.

ஊழல் என்பது சுயநலம். பொதுநலத்தில் குறுக்கிடாதவரை, சுயநலத்தினால் தவறில்லை. உன் கண்ணைக் குத்தாதவரை நான் குடை வைத்துக் கொள்வதில் தவறில்லை. பொதுநலத்திற்கு மாறான சுயநலம் தீமை பயக்கக்கூடியது. இறுதியாக நாட்டையே (நாட்டையே என்றால் நம் அனைவரையுமே என்றுதான் அர்த்தம்) ஒழித்துவிடும், சீரழித்துவிடும், அடிமையாக்கிவிடும். இதை மக்கள் உணருமாறு செய்யவேண்டும். யார் செய்வது?

இயற்கை இதற்கு எவ்வெவ்வாறோ உதவி செய்கிறது. உதாரணமாக, நிலத்தையும், காற்றையும், நீரையும்

மாசுபடுத்தியேனும் தங்களுக்கு ஆயிரமாயிரம் கோடிகள் சேர்த்துக்கொண்டால்போதும் என்று முதலாளிகள் நம்பினார்கள். ஆனால் சுற்றுச்சூழல் மாசுபாட்டினால் ஏற்படும் இயற்கை மாற்றங்கள் பொது மக்களை ஓரளவு விழிப்படைய வைத்திருக்கின்றன. (ஓரளவுதான்!) இப்போது சுற்றுச்சூழல் மாசுபாட்டிற்கு எதிராக மக்கள் திரளுகிறார்கள். எனவே இயற்கை நமக்கு உதவிசெய்யும் என்று மக்கள் நம்பவேண்டும்.

ஊழலுக்கு எதிரான மனப்பான்மை கொண்டவர்கள், தற்காலிகமாக ஆங்காங்கு ஒன்றுதிரண்டு போராடினால் போதாது, “ஊழலால் கிடைப்பது தற்காலிகத் தீர்வுதானே ஒழிய நிரந்தரத் தீர்வு அல்ல” என்பதை உணருமாறு செய்யவேண்டும். பண்புள்ளவர்கள் சிலரின் தியாகத்தினால்தான் பெரிய காரியங்கள் நிகழுகின்றன. அவர்கள்தான் ஊழலுக்கு எதிரான இயக்கங்களை உருவாக்க வேண்டும். அவற்றை முன்னெடுத்துச் செல்லவேண்டும். தங்கள் நோக்கம் தீவிரவாதமோ அரசியலோ கிடையாது என்பதை மக்களுக்குத் தெளிவுபடுத்தி, மக்களுக்கு நன்மை கிடைப்பதே தங்கள் நோக்கம் என்பதை வலியுறுத்தி, இயக்கங்களை உருவாக்க வேண்டும்.

நமது அரசியலமைப்பையும், தேர்தல்முறையையும், பிற தேர்ந்தெடுப்பு முறைகளையும், மக்களுக்கு எதிரான சட்டங்களையும் நீதிமுறையையும் மாற்றமுடியாமல் போனால், பொதுமக்கள் மிகப்பெரிய அளவில் ஒன்றுதிரளும் இயக்கங்கள் மட்டுமே எதிர் காலத்தில் நம்பிக்கைதரும் ஒரேவழி. ஊழலற்ற தேசத்தை உருவாக்கும் ஒரே வழி. அம்மாதிரி இயக்கங்களை உருவாக்க ஒன்று திரளுவோம், உண்மையிலேயே சிறந்த (வல்லரசாக அல்ல, அது மேலும்

ஊழலில் கொண்டுபோய்விடும்), மனிதத்தன்மை மிக்க இந்தியாவை உருவாக்க!.

மாணவர்கள், வாழ்க்கையில் மூன்று பேரை, முக்கியமாக பின்பற்ற வேண்டும். தாய், தந்தை மற்றும் ஆரம்பக் கல்வி அளிக்கும் ஆசிரியர். தாய், தந்தையர், ஒழுக்கத்தைப் பின்பற்றுபவர்களாக இருக்க வேண்டும். ஆசிரியர், ஒழுக்கத்தைப் போதிப்பவராக இருக்க வேண்டும். அறிவே, மிகவும் சக்தி வாய்ந்த ஆயுதம். அறிவால், எதையும் ஆக்கவும் முடியும்; அழிக்கவும் முடியும். என்னாவாக விரும்புகிறோம் என நினைக்கிறோமோ, அதை அடையும் வல்லமை படைத்தது. தடைகளை எல்லாம், உடைக்கக்கூடிய ஆற்றல் பெற்றது, அறிவு. இந்தியா ஆற்றல் மிகுந்த நாடாக மாற வேண்டும் என்றால், கிராமங்களுக்கும், நகரங்களுக்கும் உள்ள வேறுபாடுகள் குறைய வேண்டும். தூய்மையான குடிநீர், சரிசம மின்சக்தி கிடைக்க வேண்டும். இந்தியாவை மாற்ற, அனைவரும் உழைக்க வேண்டும்.

விவசாயம், தொழில்களை ஒருங்கிணைத்து மேம்படுத்த வேண்டும். சமூக, பொருளாதார மாற்றங்களை உருவாக்க அனைவரும் உழைக்க வேண்டும். வறுமை, நோய் இல்லாத கிராமங்கள் உருவாக வேண்டும். ஒவ்வொரு மாணவருக்கும் தலைமைப் பண்பு அவசியம். தொழில் நுட்பங்கள் நிறைந்த உலகில், சுகாதாரம் மிகவும் அவசியம். அறிவு சார்ந்த சமுதாயம் உருவாக வேண்டும்.

நாட்டில் லஞ்ச ஊழலை ஒழிக்க, ஒவ்வொரு மாணவரும், ஒவ்வொரு குழந்தைகளும் உறுதிமொழி எடுத்துக் கொள்ள வேண்டும். வீட்டில் தந்தை, ஊழல் செய்பவராக இருந்தால், அவரிடம் குழந்தைகள் அன்பாக பேசி, அவரது தவறை உணர்த்த வேண்டும். ஆசிரியர்கள் சொல்லும்

கருத்துகளையும், சமுதாயத்தில் ஊழல் செய்வோரின் நிலையையும் எடுத்துக் கூற வேண்டும். ஊழல் செய்து வரும் பணத்தை வாங்க மறுத்தாலே, ஒரு குடும்பத்தில் யாரும் ஊழல் செய்ய வேண்டும் என்ற எண்ணம் வராது. 60 கோடி மாணவர்கள் உள்ள இந்த நாட்டில், இவ்வாறு அனைவரும் கூறினாலே, பெருமளவு லஞ்ச ஊழல் மறைந்து விடும்.

குறள்:928

“களித்தறியேன் என்பது கைவிடுக நெஞ்சத்து

ஒளித்ததூஉம் ஆங்கே மிகும்”.

குறள் விளக்கம்

கள் மீது காதல் கொண்டவர் உறவை இழந்து சுய ஆற்றலையும் இழந்து முன் உதாரணமாக வாழும் சான்றோன் என்ற தகுதியையும் இழப்பார். நாணம் என்ற நற்பண்பு கெடுக்கும் கள் தன்னை மறக்கச் செய்யும். மதுக்கு அடிமையாக உள்ளவருக்கு போதிப்பது நீருக்குள் தீபந்தம் ஏற்றுவது போன்றது. போதை இல்லாதபொழுது போதையுள்ளவர்களின் செயலைப் பார்த்து திருந்த வேண்டும்.

வெளிப்படையான அரசு நிர்வாகம் இருந்தால் மட்டுமே ஊழலற்ற ஒரு நாட்டைக் கட்டமைக்க முடியும். அரசியல்வாதிகள், ஆட்சியாளர்கள் மற்றும் அரசு அதிகாரிகளால் மட்டுமே சாத்தியம் என்பதுடன் குடிமக்கள் அனைவருக்கும் அதுபோன்ற ஊழலற்ற சமுதாயத்தை உருவாக்குவதில் பெரும் பங்குண்டு என்பதை மறுப்பதற்கில்லை.

ஊழலில் ஈடுபடும் நபர்களை தண்டிப்பதற்கு, லோக்பால் மசோதா உதவும் என்பதில், எந்த சந்தேகமும் இல்லை. ஆனால், ஊழலை விரைவில் ஒழிப்பதற்கு, வேறு சில நடவடிக்கைகள் எடுக்கப்பட வேண்டும். இதற்கான நடைமுறைகளை உருவாக்க வேண்டும். ஊழலில் இருந்து, நாட்டை விடுவித்து, அமைதியான சூழலை உருவாக்க, மூன்று அம்ச திட்டத்தை செயல்படுத்தலாம். ஒழுக்க பண்புகளுடன் கூடிய கல்வி, ஊழலால் ஏற்படும் பிரச்னைகளை பெற்றோர், தங்கள் குழந்தைகளுக்கு கற்றுக் கொடுப்பது, தேசத்திடம் இருந்து நாம் எதிர்பார்ப்பதை விட, தேசத்துக்கு நாம் என்ன செய்யப் போகிறோம் என்பதை சிந்திப்பது ஆகிய, மூன்று அம்ச திட்டங்களை செயல்படுத்தலாம். லோக்பாலுடன் சேர்த்து, இந்த திட்டங்களையும் செயல்படுத்துவதன் மூலம், ஊழல் இல்லாத இந்தியாவை உருவாக்க முடியும். இவ்வாறு அப்துல் கலாம் கூறியுள்ளார்.

இங்கே தவறுகள் தட்டிக் கொடுக்கப்படுகின்றன, யாரால் மக்களால்...?!

'நமக்கென்ன' என்கிற அலட்சிய மனப்பான்மை கொண்ட நமக்கு விமர்சிக்க மட்டும் என்ன தகுதி இருக்கிறது?!

அரசியல்வாதிகளை வளர்த்துவிட்டது மக்கள்.....

அவர்களின் ஊழலை கண்டுகொள்ளாதது மக்கள்.....

ஊழல் கண்டதும் வேர் அறுக்காதது யார் தவறு?

தேர்தலின் போது மட்டும் குரல் கொடுப்பவனாகவும், தேர்தல் முடிந்ததும் சொந்த வேலை பார்க்க சென்றுவிடும் சராசரியாக இனியும் இருக்கணுமா?? யோசியுங்கள்!!

ஆட்சிக்கு வருவது எந்த கட்சியாகவும் இருந்துவிட்டு போகட்டும்.....! ஆனால் அவர்கள் ஆட்சிக்கு வந்த

பின், யார் தவறு செய்தாலும் தவறுகளை தட்டி கேட்கவேண்டும். உதாரணத்துக்கு சொல்ல வேண்டும் என்றால் எழுச்சியாக பேசுபவர்கள், பத்திரிக்கைகளில், இணையத்தில் எழுதுபவர்கள் எங்கே தவறு என்றாலும் துணிந்து குரல் கொடுங்கள். அரசியல்வாதி, அரசு அதிகாரி யார் நேர்மைக்கு மாறாக செயல்பட்டாலும் எதிர்த்து கேளுங்கள். அரசாங்க அலுவலகத்தில் இலஞ்சம் கேட்கபடுகிறதா, கொடுக்காதீர்கள், அதற்கும் மேலிடம் சென்று புகார் அளியுங்கள், ஒருவேளை அங்கேயும் நீங்கள் கண்டுகொள்ளபடவில்லையா?

சோர்ந்து போகாதீர்கள், அதே அலுவலக வாசலில் கோஷம் போடுங்கள்..... உங்களை போன்ற நிலையில் பலரும் அங்கே நின்று கொண்டு இருக்கலாம்..... அவர்கள் வருவார்கள் உங்கள் துணைக்கு, ஒரு குரல் இரண்டாகும், இரண்டு மூன்றாகும் எண்ணிக்கை அதிகரிக்க அதிகரிக்க நீங்கள் நிச்சயம் மேலிடத்தால் கவனிக்க படுவீர்கள், நீங்கள் சென்ற காரியம் தாமதமானாலும், எல்லோராலும் இந்த சம்பவம் கவனிக்கப்படும், முக்கியமாக மீடியாக்களால்.....! ஒரு இடத்தில் மட்டும் நடைபெற்றால் சாதாரண செய்தி, அதே செயல் பல இடங்களிலும் தொடர்ந்து நடைபெற்றால் யோசித்து பாருங்கள்... இந்த விழிப்புணர்ச்சி எத்தகைய மாற்றத்தை கொண்டுவரும் என்று...?!!

ஒரே நாளில் எதுவும் மாறிவிடாது..... ஆனால் நல்ல மாற்றங்கள் இப்போதைக்கு அவசியத்தேவை. அத்தகைய மாற்றங்கள் அரசியல்வாதிகளால் அல்ல மக்களால் என்னும் போது விரைவில் நடக்கும். நம் முன்னோர்கள் நாட்டை குறை சொல்லிக்கொண்டு வீட்டிற்குள் அமர்ந்திருந்தால் நமக்கு இந்த சுதந்திரம் கிடைத்திருக்குமா?

‘வெள்ளையனே வெளியேறு’ என்றார்கள் வெளியேறினார்கள் வெள்ளையர்கள்! இன்று கொள்ளையனே வெளியேறு என்று சொல்ல கூடிய தைரியம் நமக்கு வேண்டும்!!

இது சரியில்லை, அது சரியில்லை, நாடா இது என்று வெட்டிக்கதை பேசுபவர்கள் முதலில் அப்படி பேசுவதை நிறுத்துங்கள், உங்கள் வீரத்தை செயலில் காட்டுங்கள்... இது உன் தேசம், உன் மக்கள், அரசியல் தலைவிதியை மாற்றி எழுத வை, உன்னால் முடியும்..... இனி மக்களை கண்டு அரசியல்வாதியும், அதிகாரிகளும் அஞ்ச வேண்டும்... நம் வரி பணத்தில் சம்பளம் பெறுபவர்கள் அவர்கள்... நாமே எஜமானர்கள் நினைவில் வைப்போம் இன்றே.....

வேற்றுகிரகவாசி போல சந்திரனில் இருந்து அப்போதுதான் இறங்கின மாதிரி படு மட்டமா பிறந்த நாட்டை விமர்சிப்பது எந்த விதத்தில் நியாயம்? குறைகளை விமர்சியுங்கள் ஆனால் அத்துடன் நின்று விடாதீர்கள் தீர்வு ஒன்றையும் சொல்லுங்கள். தீர்வு சொல்ல இயலவில்லையெனில், குறைகளை சொல்வதையும் விட்டுவிடுங்க..... குறைகளை மட்டுமே தொடர்ந்து ஒருத்தர் சொல்லும்போது அது பலரின் மனதிலும் வலு கட்டாயமாக போய் உட்கார்ந்து கொள்கிறது.... முடிவில் பலரின் மனதிலும் நாட்டை பற்றிய தவறான எண்ணமே மிஞ்சுகிறது... இந்நிலை நாளைய தலைமுறையினருக்கு நல்லதில்லையே... ஊழல் அற்ற ஒரு நல்ல நாட்டை நம் வாரிசுகளுக்கு விட்டு செல்வோம்... பிற நாடுகளை உதாரணம் காட்டுவது இனியும் இருக்காது அவர்கள் நம்மை பார்த்து கற்றுக் கொள்ளட்டும்.....!

ஊழல் நிறைந்த தேசத்தில் வாழ்வது தவறில்லை, அதை சகித்துக்கொண்டு போவது மாபெரும் தவறு !!

நாடு வல்லரசு ஆவது ஒரு புறம் இருக்கட்டும் முதலில் நல்லரசாக்க ‹மக்கள்› நாம் முயற்சி மேற்கொள்ளுவோம்.

வாழ்க்கை ஒருமுறை, அதை அர்த்தத்துடன் வாழ்ந்து முடிப்போம் !!

வாழ்க பாரதம்! வாழிய எம்மக்கள்!!

www.ingramcontent.com/pod-product-compliance
Lightning Source LLC
La Vergne TN
LVHW090232051026
849517LV00001B/276
* 9 7 9 8 8 8 5 3 0 3 4 1 5 *